PHẬT VIỆT

"DI SẢN PHẬT VIỆT"
TƯỞNG NIỆM CỐ HÒA THƯỢNG
THÍCH TUỆ SỸ
(1945-2023)

PHẬT VIỆT

Tập San Văn Hóa Phật Giáo Việt Nam
Số 3, PL 2568

Phát hành tại Hoa Kỳ, 2021.
ISBN: 979-8-8691-0510-3

MỤC LỤC

HÒA THƯỢNG THÍCH TUỆ SỸ
(1945-2023)

Lời Thưa

Hòa Thượng Thích Tuệ Sỹ là người cố vấn cho Phật Việt kể từ những ngày đầu. Hòa Thượng đã khuyến khích và sách tấn một cách tận tình, và anh em trong Ban Biên Tập đã hết lòng làm việc chăm chỉ, luôn trao đổi và sưu tra bài vở để Phật Việt ngày càng thêm đa dạng và phong phú. Hình ảnh của Hòa Thượng Cố Vấn cúi sát mặt xuống trang sách để đọc, vì tuổi đã già, mắt đã mờ, trông thật xót xa. Dù vậy, Hòa Thượng Cố Vấn vẫn không ngừng nghỉ đọc sách, viết sách, dịch Đại Tạng Kinh, làm thơ, giảng dạy trực tuyến và tham gia nhiều Phật sự khác. Tưởng rằng chỉ là bệnh già, nhưng Hòa Thượng vẫn khỏe, vẫn làm việc, và sẽ sống lâu để hoàn tất hết những việc cần hoàn tất, để thành tựu hết những việc cần thành tựu. Nào ngờ Hòa Thượng Cố Vấn đã thuận thế vô thường, giã từ tất cả, để lại cho mọi người, cho bạn đồng hành, cho thế giới văn học, thi ca, tư tưởng, Phật học bao nỗi hụt hẫng, chơ vơ, hoang vu, hiu hắt... Mất đi một Hòa Thượng Cố Vấn lịch lãm, đầy kinh nghiệm, sở học, sở tu, sở chứng...

Do vậy mà Hòa Thượng Cố Vấn thong dong, tự tại, hòa quang đồng trần, vô phiền vô nhiệt, không chút ưu tư. Lời Hòa Thượng Cố Vấn dạy: *"Dù cho Đức Phật có thị hiện vào đời hay không thị hiện vào đời, thì Pháp tánh vẫn là như vậy."* Pháp tánh vẫn là như vậy nên Hòa Thượng Cố Vấn đến đi vô ngại. Ấy là sở tu, sở chứng của Hòa Thượng Cố Vấn, còn lại con người thì sao? Quá nhiều nhiễu nhương, khổ lụy, mất còn, hơn thua trên khắp mọi nẻo đường phù trần, chân nguy... Để giữ lại cái sở tu, sở ngộ của Hòa Thượng Cố Vấn, toàn Ban Biên Tập đã đồng thuận làm đặc san Phật Việt 3 - Số Tưởng Niệm Trưởng Lão Hòa Thượng Thích Tuệ Sỹ. Số này sẽ là số đặc biệt kỷ niệm sự vô quái ngại của Hòa Thượng Cố Vấn. Bài viết, hình ảnh, khảo luận, nhận định tư tưởng... sẽ được lưu lại trong số này để mỗi lần chúng ta cầm Phật Việt III trên tay, giở ra đọc và thấy Hòa Thượng Cố Vấn vẫn hiện diện nơi đây, đang có mặt nơi đây, chứ không hề mất mát gì, hay Hòa Thượng vẫn còn:

"Thắp đèn khuya ngồi kể chuyện trăng tàn."

Đây là những kỷ niệm đã bao lần sống và làm việc với Hòa Thượng Cố Vấn trong thời gian qua. Làm việc khi bình yên, khi thấp thỏm, khi an lạc, khi nguy khốn, nhưng Hòa Thượng vẫn luôn bên cạnh. Còn bây giờ thì Hòa Thượng Cố Vấn đã im lặng như hồ thẳm, đã chót vót trên đỉnh cao, do vậy mà chúng ta chỉ biết giữ lại những gì có thể giữ được. Giữ lại như một làn hơi ấm, như một âm thanh đồng vọng, như tiếng gõ nhịp dương cầm ngân vang đi vào lòng người muôn thuở.

"Tôi vẫn đợi những đêm đen lộng gió
Màu đen huyền ánh mắt tự ngàn xưa
Nhìn hun hút cho dài thêm lịch sử
Dài non sông tràn máu lệ quê cha."

Hòa Thượng Cố Vấn đã đi vào lòng người trên dòng lịch sử đó. Dòng lịch sử của quê cha tràn đầy máu lệ. Hòa Thượng Cố Vấn đã thương quê cha, đã thương lịch sử, đã thương tổ tiên từ ngàn xưa của dòng giống Phật Việt mà hôm nay chúng ta chung sức chung lòng để không phụ giống nòi Phật Việt của tổ tiên chúng ta.

Xin trân trọng cảm ơn quý độc giả, đón đọc Phật Việt III kỷ niệm Hòa Thượng Cố Vấn trong muôn một. Đây là món quà tâm linh, xin chân thành kính tặng cho tất cả.

Thích Nguyên Siêu

Trăng Sáng Trên Đỉnh Núi:
Hành Trạng và Di Sản Hòa Thượng Thích Tuệ Sỹ

BỔN ĐẠT

Giữa muôn trùng sóng gió của thời đại, một ngọn đuốc trí tuệ đã âm thầm thắp sáng và kiên trì cháy mãi, để rồi khi lụi tàn, ánh sáng ấy không tắt đi mà lan tỏa, bao trùm soi đường cho vô số thế hệ mai sau. Đó là cuộc đời của Hòa thượng Thích Tuệ Sỹ, người đã đi qua những khúc quanh gập ghềnh của thế sự, từ khởi nguồn nơi một tỉnh lẻ xa xôi, đến những đấu trường nhân quyền khắc nghiệt, rồi để lại dấu ấn sâu đậm không chỉ trong lòng Phật giáo Việt Nam mà còn trên bản đồ tri thức toàn cầu.

Sinh ngày 15 tháng 2 năm 1943 tại Paksé, Lào, trong một gia đình thuần hậu gốc Quảng Bình, thế danh của Thầy là Phạm Văn Thương. Ngay từ thuở nhỏ, những bước chân non nớt của Thầy đã theo mẹ đến chùa làng, duyên Phật không biết từ bao giờ bén rễ sâu trong tâm hồn ngây thơ ấy. Trong khung cảnh an bình của ngôi chùa thôn quê, Thầy đã sớm kết duyên với đạo, và một khi đã đứng trước cửa Phật, Thầy không còn muốn trở về nữa. Định mệnh khởi đầu từ những bước chân hồn nhiên ấy, nhưng lại đi vào một con đường đầy cam go và thử thách.

Năm 1952, chiến tranh loạn lạc đã buộc gia đình phải gửi Thầy đến chùa Trang Nghiêm, Lào, nơi Ngài bắt đầu hành điệu dưới sự dẫn dắt của Hòa thượng khai sơn. Hai năm sau, vào tuổi lên chín, Thầy chính thức được thế phát xuất gia, trở thành một tiểu sa-di, mở ra một hành trình tâm linh đầy nghị lực và hiếm ai sánh kịp. Nhận thấy thiên tư đặc biệt và lòng quyết chí tu học của Thầy, vị Trụ trì chùa Trang Nghiêm đã khuyên gia đình nên đưa Thầy trở về Việt Nam, để thuận lợi hơn trên con đường học đạo.

Trở về Việt Nam năm 1960, Hòa thượng đã hành đạo và tu tập tại chùa Bồ Đề, Huế. Thầy sống xa gia đình, tự lập giữa những biến động của thời cuộc. Tuy nhiên, trong lòng không gợn chút phiền muộn hay hối tiếc, bởi bên cạnh Thầy luôn có bộ kinh Diệu Pháp Liên Hoa, biểu tượng cho chí nguyện vững chãi, tâm hồn thanh tịnh giữa thế gian đầy nhiễu nhương. Bộ kinh này, tuy sau đó thất lạc trong biến cố Tết Mậu Thân 1968, nhưng trở thành biểu tượng của con đường tu học mà Thầy đã chọn, một con đường không lay chuyển, không đổ ngã dù trải qua bao nhiêu thử thách.

Cuộc đời Hòa thượng Thích Tuệ Sỹ là một hành trình cô độc nhưng kiên định. Thầy đã rong ruổi khắp miền Nam Việt Nam, từ Huế đến Nha Trang, từ Sài Gòn xuống Tiền Giang, nương nhờ các tự viện nhỏ lớn để tìm kiếm con đường tu học. Năm 1961, khi mới 16 tuổi, Thầy thọ giới Sa-di tại Sài Gòn dưới sự chứng minh của Hòa thượng Thích Hành Trụ, mở đầu cho một chương mới trong hành trình tu học đầy nghị lực của mình. Những năm tháng sau đó, Hòa thượng đi khắp nơi không chỉ để học đạo mà còn để tự tìm hiểu về thế giới quanh mình, từ những ngôi chùa cổ kính đến những trung tâm học thuật lớn. Trong khoảng thời gian này, Thầy đã tìm đến những ngôi chùa nổi tiếng như Phật Ân tại Tiền Giang, nơi Thầy thọ an cư Sa-di giới đầu tiên, và cuối cùng dừng chân tại thiền viện Quảng Hương Già-lam ở Sài Gòn dưới sự dẫn dắt của Hòa thượng Thích Trí Thủ.

Chính tại đây, với sự thông minh và tinh tấn vượt bậc, Hòa thượng bắt đầu tỏa sáng trong lĩnh vực học thuật. Năm 1964, Thầy tốt nghiệp Viện Cao Đẳng Phật Học Sài Gòn và tiếp tục theo học tại Viện Đại Học Vạn Hạnh, phân khoa Phật học. Sự uyên bác của Thầy nhanh chóng được khẳng định qua những công trình nghiên cứu về Phật giáo và triết học Tây phương, đặc biệt là các nghiên cứu về Thế Thân (Vasubandhu), A-tỳ-đạt-ma Câu-xá luận và các tác phẩm liên quan đến Thiền Quán. Đáng chú ý, Thầy đã từ chối bằng Cử nhân do Viện Đại học Vạn Hạnh đề nghị trao tặng. Với Thầy, học vị không phải là đích đến của người tu học, mà là con đường hành đạo và phụng sự chúng sinh.

Từ năm 1970, Hòa thượng Thích Tuệ Sỹ đã trở thành Giáo sư thực thụ của Viện Đại học Vạn Hạnh, kiêm nhiệm Xử lý Khoa trưởng Phân khoa Phật học. Thầy là một người không chỉ uyên thâm Phật học mà còn tinh thông nhiều ngoại ngữ như Anh, Pháp, Lào, Thái, Nhật, Tây Tạng và các ngôn cổ ngữ như Pali và Sanskrit. Hòa thượng đã dành nhiều thời gian để nghiên cứu sâu về triết học Tây phương, từ các tác phẩm của Heidegger đến Hoelderlin và dịch thuật các tác phẩm kinh điển Phật giáo. Những công trình tiêu biểu của Thầy như bản dịch các tập "Thiền Luận" của D.T. Suzuki đã trở thành tài liệu học thuật quan trọng trong giới Phật học mà còn lan tỏa khắp cộng đồng học thuật quốc tế.

Cuộc đời Hòa thượng Thích Tuệ Sỹ không dừng lại ở giảng đường và sách vở, mà còn là cuộc hành trình đấu tranh không ngừng nghỉ vì nhân quyền, tự do tôn giáo và sự độc lập của Phật giáo Việt Nam. Năm 1973, sau nhiều năm miệt mài nghiên cứu, Thầy chính thức thọ Cụ túc giới tại Đại giới đàn Phước Huệ, Nha Trang, đánh dấu một bước ngoặt lớn trong sự nghiệp tu học và phụng sự. Tuy nhiên, chỉ vài năm sau, cuộc đời Thầy rẽ sang một hướng khác, đầy gian truân và thử thách.

Sau biến cố 30/4/1975, Hòa thượng phải ẩn cư tại các ngôi chùa nhỏ ở miền Trung Việt Nam. Những năm tháng ẩn mình không làm suy giảm chí nguyện mà ngược lại càng làm tăng thêm ý chí kiên cường của Thầy trong việc đấu tranh cho Phật giáo và dân tộc. Năm 1978, Thầy bị nhà cầm quyền bắt giam với lý do cư trú bất hợp pháp và phải chịu ba năm tù giam không xét xử. Năm 1984, Thầy lại bị bắt cùng Giáo sư Trí Siêu Lê Mạnh Thát và 17 vị tăng ni, cư sĩ Phật tử khác. Trong phiên tòa kéo dài nhiều ngày vào cuối tháng 9 năm 1988, Hòa thượng và Giáo sư Trí Siêu đã tự biện hộ trước tòa, khẳng định lập trường đấu tranh ôn hòa vì nhân quyền và tự do tôn giáo.

Kết quả của phiên tòa là bản án tử hình cho cả hai, nhưng với sự can thiệp của cộng đồng quốc tế và các tổ chức nhân quyền, bản án này đã giảm xuống thành 20 năm tù khổ sai. Hòa thượng bị giam giữ tại nhiều nhà tù khắc nghiệt như Xuân Lộc, A-20 và cuối cùng là trại giam Ba Sao ở miền Bắc. Trong những năm tháng bị giam cầm, Thầy phải đối mặt với sự tàn nhẫn của chế độ nhưng luôn giữ vững lòng từ bi, không oán trách mà luôn hướng đến tinh thần giác ngộ cũng như phụng sự chúng sinh. Ngay cả khi trong tù, Thầy vẫn sáng tác thơ, văn. Những tác phẩm này đã lan tỏa ra đến hải ngoại, trở thành những biểu tượng của sự kiên cường và lòng từ bi trong tâm hồn của người tu sĩ.

Sau 10 năm bị giam cầm, Hòa thượng được trả tự do vào năm 1998, sau một cuộc tuyệt thực kéo dài 14 ngày để phản đối nhà cầm quyền ép buộc Thầy ký đơn "xin khoan hồng". Khi được phóng thích, Thầy không ngừng nỗ lực phục hồi và phát triển Giáo hội Phật giáo Việt Nam Thống Nhất. Năm 1999, Thầy được Hòa thượng Thích Quảng Độ đề cử làm Tổng Thư Ký Viện Hóa Đạo, và đến năm 2002, Thầy trở thành Đệ Nhất Phó Viện Trưởng Viện Hóa Đạo. Trong vai trò này, Hòa thượng đã đóng góp rất nhiều cho công cuộc đấu tranh đòi quyền tự do tôn giáo tại Việt Nam, đặc biệt là quyền phục hoạt của Giáo hội Phật giáo Việt Nam Thống Nhất.

Những năm cuối đời, mặc dù sức khỏe suy yếu, Hòa thượng vẫn không ngừng cống hiến cho sự nghiệp phiên dịch kinh điển và giáo dục Phật giáo. Thầy đã dành nhiều thời gian và tâm huyết để hiệu đính, chứng nghĩa các tác phẩm kinh điển và tổ chức in ấn cho công trình Đại Tạng Kinh Việt Nam. Tháng 3.2019, Đại lão Hòa thượng Thích Quảng Độ đã trao lại ấn tín của Viện Tăng thống vì tin tưởng Thầy sẽ tiếp tục lãnh đạo Giáo hội trong bối cảnh đất nước và Phật giáo đang còn nhiều khó khăn.

Tháng 10.2020, dù bệnh tình nguy kịch, Hoà thượng trở về nước từ Nhật Bản, dù các bác sĩ khuyên nên ở lại để tiếp tục điều trị. Nhưng với lòng yêu thương đất nước và Đạo pháp, Thầy đã chọn việc trở về, quyết tâm hoàn thành những công việc còn dang dở. Dù đại dịch Covid-19 bùng phát và mọi dịch vụ y tế bị đình trệ, Thầy vẫn kiên trì dịch, hiệu đính các tác phẩm và sắp xếp thư mục cho công trình phiên dịch Đại Tạng Kinh Việt Nam.

Những ngày cuối đời, Hòa thượng vẫn trọn vẹn một lòng vì đạo, vì chúng sinh. Thầy đã sắp xếp cẩn thận những công việc cuối cùng cho Giáo hội và công trình Đại Tạng Kinh Việt Nam, trước khi thuận thế vô thường, thâu thần thị tịch vào ngày 24 tháng 11 năm 2023 tại chùa Phật Ân, Long Thành, Đồng Nai; trụ thế 79 năm, giới lạp 46.

Cuộc đời của Hòa thượng như một ngọn hải đăng, sáng mãi trên biển cả cuộc đời, để lại di sản văn hóa, tri thức và tâm linh vô giá cho hậu thế.

Sự ra đi của Hòa thượng Thích Tuệ Sỹ không chỉ là mất mát lớn lao cho Giáo hội Phật giáo Việt Nam Thống Nhất mà còn là niềm tiếc thương vô hạn của Phật tử và những người yêu chuộng tri thức, văn hóa trên khắp thế giới. Tuy nhiên, những công trình và tư tưởng của Thầy vẫn sống mãi, như một ngọn đuốc sáng dẫn lối cho các thế hệ Tăng Ni, Phật tử và người học đạo sau này.

Hòa Thượng Thích Tuệ Sỹ Nhân Cách Lý Tưởng Giữa Dòng Lịch Sử Thăng Trầm của Đạo Pháp và Dân Tộc

THIỆN ĐỨC

Trong dòng chảy của lịch sử Phật giáo Việt Nam, không ít những vị chân tu đã khẳng định vai trò tiên phong của mình trong việc duy trì và phát triển Giáo Hội. Tuy nhiên, hiếm có ai đạt được đỉnh cao của sự hòa hợp tuyệt đối giữa đạo đức, trí tuệ và tầm nhìn chiến lược như Hòa Thượng Tuệ Sỹ (1945-2023). Ngài đã sống và dâng hiến trọn đời mình cho Đạo Pháp, không chỉ qua những bài giảng, những tác phẩm học thuật mà còn bằng chính cuộc đời mẫu mực của mình. Với nhân cách lý tưởng, Ngài đã trở thành một biểu tượng sống động cho Phật giáo Việt Nam hiện đại, đặc biệt trong bối cảnh đầy biến động của đất nước.

Hòa Thượng Tuệ Sỹ là hiện thân của một bậc trí giả, người kết nối chặt chẽ giữa lý tưởng Bồ-tát đạo và tinh thần yêu nước, thể hiện sự dung hòa tuyệt diệu giữa tư tưởng Phật giáo và các giá trị văn hóa, lịch sử của dân tộc. Ngài không chỉ là người lãnh đạo tôn giáo mà còn là biểu tượng của sự phản kháng phi bạo lực, đứng lên bảo vệ chân lý và chính nghĩa khi đất nước trải qua những thời kỳ đen tối. Đối với Ngài, Đạo Pháp không phải là lý thuyết trừu tượng mà là hành động sống động, cụ thể và thực tiễn, nhằm giải thoát cá nhân và cứu độ cho cả cộng đồng. Chính tầm nhìn sâu sắc đó đã giúp Ngài luôn kiên định trong mọi hoàn cảnh, dù trong những lúc Giáo Hội bị đe dọa hay đất nước đứng trước những ngã rẽ của lịch sử.

Hòa Thượng Tuệ Sỹ luôn nhắc nhở rằng Phật giáo phải là ngọn đuốc soi đường cho mọi hành động vì lợi ích chung của xã hội, đặc biệt ở những giai đoạn mà đạo pháp và dân tộc cùng đối mặt với khó khăn. Từ những bài giảng, lời dạy của Ngài, chúng ta thấy được tầm quan trọng của sự kết hợp giữa trí tuệ và lòng từ bi trong việc đối diện với thử thách. Đạo Pháp đối với Ngài không đơn thuần là sự giác ngộ của cá nhân, mà là phương tiện để góp phần xây dựng một xã hội công bằng, hòa bình và phát triển.

Nhân cách lý tưởng của Hòa Thượng Tuệ Sỹ được hình thành trong một bối cảnh lịch sử đầy biến động. Sinh ra vào thời kỳ chiến tranh, lớn lên trong giai đoạn chia cắt và thống nhất đất nước, Ngài đã trải qua những giai đoạn thăng trầm của Đạo Pháp lẫn dân tộc. Tuy nhiên, điều làm nên sự vĩ đại của Ngài chính là khả năng giữ vững tinh thần trong mọi hoàn cảnh. Ngài đã vượt lên trên những khó khăn để trở thành nguồn cảm hứng cho hàng triệu Phật tử, không chỉ ở Việt Nam mà còn trên khắp thế giới.

Triết lý Phật học và những giá trị đạo đức trong tư tưởng Hòa Thượng Tuệ Sỹ

Một trong những điểm sáng nổi bật nhất trong nhân cách của Hòa Thượng Tuệ Sỹ là khả năng dung hòa giữa lý tưởng triết học Phật giáo và những giá trị đạo đức, xã hội của người Việt. Ngài không đơn thuần chỉ là một học giả uyên thâm trong các kinh điển, mà còn là người đã thực hiện Bồ-tát hạnh một cách trọn vẹn trong cuộc sống của mình. Đối với Hòa Thượng, việc thực hành Phật giáo không dừng lại ở các nghi lễ hay hình thức bên ngoài, mà quan trọng hơn, đó là sự thực hành tinh thần

Bồ-tát đạo ngay trong lòng xã hội, giữa những thăng trầm của lịch sử.

Trong tư tưởng của Ngài, Bồ-tát đạo được hiểu như là con đường dẫn đến sự giải thoát vừa cho bản thân mà còn cho toàn thể chúng sinh. Từ bi và trí tuệ là hai giá trị cốt lõi được Ngài không ngừng nhấn mạnh, nhưng điểm đặc biệt là cách Ngài hòa quyện chúng vào trong bối cảnh của dân tộc và lịch sử Việt Nam. Ngài nhận thức sâu sắc rằng, để phát huy và bảo vệ Chánh Pháp, người con Phật không thể đứng ngoài cuộc đời, không thể tách biệt khỏi những biến động xã hội và chính trị.

Hòa Thượng Tuệ Sỹ từng nói, *"Tâm Bồ-đề không thể tách rời khỏi xã hội, bởi vì chính trong lòng xã hội mà Bồ-đề hạnh được thử thách và trưởng thành."* Chính từ sự hiểu biết này, Ngài đã dành trọn đời mình để đấu tranh cho công lý và sự thật, dẫu phải đối mặt với nhiều khó khăn và thử thách. Dù phải chịu đựng sự giam cầm và áp bức, Ngài vẫn giữ vững lòng kiên định và tinh thần vô úy, như một Bồ-tát giữa đời thường.

Những giá trị này không chỉ được Ngài nhắc nhở qua lời giảng mà còn thể hiện rõ ràng qua hành động. Khi đất nước đối mặt với những giai đoạn khó khăn, khi Giáo Hội Phật Giáo Việt Nam Thống Nhất bị đe dọa, Hòa Thượng Tuệ Sỹ luôn là người đứng ra bảo vệ Chánh Pháp, bảo vệ đạo lý, không bằng lời nói mà bằng chính sự hy sinh và lòng can đảm của mình. Những quyết định của Ngài luôn xuất phát từ lòng từ bi, nhưng cũng đầy trí tuệ. Ngài hiểu rằng, việc duy trì và phát triển Phật giáo là việc bảo vệ niềm tin tôn giáo, nhưng cũng là việc góp phần xây dựng một xã hội công bằng, nơi mà mọi người đều có thể sống trong hòa bình và tự do.

Nhân cách lý tưởng trong dòng chảy lịch sử

Lịch sử Việt Nam đã chứng kiến nhiều thời kỳ thăng trầm, và trong mỗi thời kỳ, vai trò của các nhà lãnh đạo tôn giáo luôn mang trách nhiệm quan trọng trong việc dẫn dắt và duy trì tinh thần dân tộc. Hòa Thượng Tuệ Sỹ không phải là người chỉ ẩn mình trong chùa, tách biệt với đời sống xã hội. Ngược lại, Ngài luôn sống và hành động giữa lòng dân tộc, luôn đặt nỗi đau của đất nước và dân tộc lên trên những toan tính cá nhân.

Từ những năm tháng trẻ tuổi, Hòa Thượng đã chứng kiến những biến cố lịch sử lớn lao của đất nước: từ cuộc kháng chiến chống thực dân, đến cuộc nội chiến và thống nhất đất nước, rồi đến những giai đoạn sau khi đất nước đổi thay. Tất cả những giai đoạn này đã ảnh hưởng sâu sắc đến tư duy và nhân cách của Ngài. Tuy nhiên, điều đặc biệt là Hòa Thượng luôn giữ vững được tinh thần không thiên vị, không bị lay chuyển bởi những thăng trầm bên ngoài. Đối với Ngài, tấm lòng của một Bồ-tát luôn phải vững chãi, dù trong hoàn cảnh nào cũng không được đánh mất sự từ bi và trí tuệ.

Những khi Ngài đứng lên bảo vệ Giáo Hội, bảo vệ Chánh Pháp, không phải để tìm kiếm danh lợi hay quyền lực, mà đó là sự thể hiện của một trái tim vị tha, luôn nghĩ đến lợi ích chung. Nhân cách của Hòa Thượng chính là sự kết hợp hoàn hảo giữa lòng từ bi vô lượng và trí tuệ vô biên, giữa hành động thực tiễn và lý tưởng cao cả.

Tầm nhìn Chánh Pháp cho GHPGVNTN

Tầm nhìn mà Hòa Thượng Tuệ Sỹ để lại cho Giáo Hội Phật Giáo Việt Nam Thống Nhất là một tầm nhìn cho sự phát triển tôn giáo và còn là một tầm nhìn cho sự phát triển của dân tộc Việt Nam. Ngài luôn nhấn mạnh rằng Phật giáo phải đóng vai trò tích cực trong xã hội, không chỉ là nơi nương tựa tâm linh mà còn là nguồn cảm hứng cho sự tiến bộ, sự phát triển vững bền và công bằng.

Ngài nhận thức rằng, để Giáo Hội Phật Giáo Việt Nam Thống Nhất có thể tiếp tục phát triển và duy trì vai trò của mình trong lòng dân tộc, các thế hệ kế cận phải không ngừng nỗ lực học hỏi và giữ gìn Chánh Pháp. Ngài không để lại những bài giảng, những tác phẩm kinh điển, mà để lại một tấm gương sống động về sự kiên trì, lòng từ bi và trí tuệ, những giá trị mà bất kỳ người Phật tử nào cũng nên học hỏi và noi theo.

Hòa Thượng Thích Tuệ Sỹ đã vạch ra những định hướng quan trọng nhằm bảo tồn Chánh Pháp và giúp Giáo Hội Phật Giáo Việt Nam Thống Nhất thích nghi cũng như phát triển lâu dài trong bối cảnh đầy biến động của thời đại. Những định hướng này vừa phản ánh sự hiểu biết sâu sắc của Ngài về giáo lý Phật giáo, vừa thể hiện tầm nhìn chiến lược của một nhà lãnh đạo tâm linh ưu tú. Hòa Thượng không chỉ đặt mục tiêu duy trì giáo lý mà còn nhấn mạnh rằng Phật giáo phải đóng một vai trò tích cực và sáng tạo trong sự phát triển xã hội, văn hóa, và tinh thần của dân tộc Việt Nam.

1. Tinh thần độc lập và giữ vững Chánh Pháp: Một trong những hướng đi cốt lõi mà Hòa Thượng Tuệ Sỹ đã đề nghị cho GHPGVNTN là giữ vững tinh thần độc lập trong mọi hoàn cảnh. Ngài nhận thức rằng, trong dòng lịch sử thăng trầm, Phật giáo đã phải đối mặt với nhiều thách thức từ bên ngoài, bao gồm áp lực chính trị và sự chia rẽ trong nội bộ. Tuy nhiên, tinh thần độc lập vừa là sự độc lập khỏi các thế lực chính trị mà còn là sự kiên định với Chánh Pháp, không bị lung lay trước những biến động. Đối với Hòa Thượng, điều cốt yếu là GHPGVNTN phải giữ vững mục tiêu phục vụ cho đạo pháp và dân tộc, không để bị chi phối bởi những toan tính thế tục.

Ngài đã nhấn mạnh rằng, để giữ vững Chánh Pháp, các thành viên của Giáo Hội, đặc biệt là hàng lãnh đạo, cần không ngừng tu học, đào sâu trí tuệ và tăng trưởng lòng từ bi. Phật giáo không thể chỉ là một hình thức tôn giáo mà phải là một phương tiện thực tiễn để hướng dẫn đời sống, cả cá nhân và tập thể. Trong một thời đại mà các giá trị tinh thần có nguy cơ bị xói mòn bởi những lợi ích vật chất, Hòa Thượng kêu gọi Giáo Hội phải đứng vững, trung thành với giáo lý của Đức Phật và sẵn sàng đối mặt với mọi thử thách bằng sự thanh tịnh và trí tuệ.

2. Phật giáo trong lòng dân tộc: Hòa Thượng Tuệ Sỹ đặc biệt nhấn mạnh rằng GHPGVNTN phải không ngừng phát huy vai trò của mình trong sự phát triển của dân tộc. Phật giáo Việt Nam, theo Ngài, không thể tách rời khỏi vận mệnh của đất nước. Từ ngàn xưa, Phật giáo đã đồng hành cùng lịch sử dân tộc, không chỉ trong việc cứu độ tâm linh mà còn là chỗ dựa tinh thần cho xã hội trong những lúc khó khăn. Tinh thần "hộ quốc an dân" của Phật giáo Việt Nam, qua bao thời kỳ, đã trở thành một phần không thể tách rời trong đời sống văn hóa, xã hội của dân tộc.

Tầm nhìn của Hòa Thượng hướng đến việc xây dựng một GHPGVNTN có khả năng thích nghi với thời đại mới, không chỉ tập trung vào tu học và phát triển nội bộ mà còn đóng góp tích cực vào việc xây dựng một xã hội công bằng, hòa bình. Đối với Ngài, Giáo Hội phải là một động lực để thúc đẩy đạo đức xã hội, nâng cao ý thức cộng đồng và hướng đến một nền hòa bình vững bền. Điều này đòi hỏi GHPGVNTN phải luôn giữ vững những giá trị cốt lõi của Phật giáo, nhưng đồng thời cũng phải thích nghi và đổi mới theo từng giai đoạn phát triển của đất nước.

3. Đào tạo thế hệ lãnh đạo kế thừa: Một điểm nhấn mạnh khác trong tầm nhìn của Hòa Thượng Tuệ Sỹ là việc đào tạo các thế hệ lãnh đạo kế thừa cho GHPGVNTN. Ngài nhận thấy rằng để bảo vệ và phát huy Chánh Pháp, Giáo Hội không thể thiếu đi những người có khả năng lãnh đạo tinh thần, những người không chỉ thông thạo kinh điển mà còn có trí tuệ và lòng từ bi để ứng dụng giáo lý vào thực tiễn cuộc sống.

Hòa Thượng kêu gọi GHPGVNTN không ngừng quan tâm

đến việc đào tạo Huynh trưởng, tăng sĩ và Phật tử trẻ, những người sẽ là nền tảng cho sự tiếp nối của Giáo Hội trong tương lai. Ngài nhấn mạnh rằng việc đào tạo phải dựa trên sự kết hợp hài hòa giữa học thuật và thực tiễn, giữa giáo lý và đời sống thực, nhằm tạo nên những nhà lãnh đạo có đủ phẩm chất đạo đức và trí tuệ để dẫn dắt GHPGVNTN trong tương lai. Những thế hệ lãnh đạo này phải có tầm nhìn toàn cầu, không chỉ giới hạn trong phạm vi tôn giáo mà còn phải biết cách đối thoại và hợp tác với các lĩnh vực khác của xã hội.

4. Thích ứng và đối thoại trong thế giới toàn cầu hóa: Hòa Thượng Tuệ Sỹ cũng nhận thức rõ ràng về sự thay đổi của thế giới trong thời đại toàn cầu hóa, khi các quốc gia và văn hóa dần trở nên liên kết chặt chẽ hơn. Trong bối cảnh này, Ngài kêu gọi GHPGVNTN phải biết cách thích nghi và đối thoại với các tôn giáo và hệ tư tưởng khác trên thế giới. Đối với Hòa Thượng, việc bảo tồn và phát huy Phật giáo Việt Nam không có nghĩa là tự cô lập mà phải biết cách học hỏi, đối thoại và cộng tác với các phong trào tâm linh hay tôn giáo khác.

Ngài cũng nhận ra rằng, trong thời đại công nghệ và thông tin bùng nổ, Phật giáo cần phải tận dụng các phương tiện truyền thông hiện đại để truyền bá giáo lý. Đây là một phương tiện hữu hiệu để đưa giáo lý Phật giáo đến với đông đảo quần chúng, đặc biệt là giới trẻ. Tuy nhiên, Ngài cũng cảnh báo rằng việc sử dụng công nghệ phải luôn đi kèm với sự tỉnh thức về mặt đạo đức và trách nhiệm, nhằm giữ vững sự trong sáng của Chánh Pháp.

5. Sự đoàn kết và kiên định trong nội bộ Giáo Hội: Cuối cùng, Hòa Thượng Tuệ Sỹ luôn khuyến khích sự hòa hiệp và kiên định trong nội bộ GHPGVNTN. Ngài hiểu rằng, trước mọi thử thách từ bên ngoài, Giáo Hội chỉ có thể đứng vững khi các thành viên gắn bó và cùng nhau hướng về một mục tiêu chung. Sự chia rẽ nội bộ là nguy cơ lớn nhất đe dọa đến sự tồn tại và phát triển của bất kỳ tổ chức nào, và đối với GHPGVNTN, sự hòa hiệp không chỉ là yêu cầu đạo đức mà còn là yếu tố sống còn.

Hòa Thượng đã nhiều lần kêu gọi các thế hệ Tăng sĩ và Phật tử trong Giáo Hội phải luôn đặt Chánh Pháp lên trên hết, bỏ qua những khác biệt nhỏ nhặt và hợp lực vì một mục tiêu cao cả hơn. Ngài nhấn mạnh rằng chỉ khi đoàn kết, Giáo Hội mới có thể đối diện và vượt qua những thách thức trong tương lai, bảo vệ và phát huy Chánh Pháp, đồng thời đóng góp tích cực vào sự phát triển của dân tộc.

*

Nhân cách lý tưởng cho hôm nay và mai sau

Trong dòng chảy vô tận của sử lịch, thời gian như một dòng sông mang theo cả sự phồn vinh lẫn khổ đau của nhân loại. Nhưng có những con người, những nhân cách, dù dòng chảy kia có mãnh liệt đến đâu, vẫn vững chãi như những tảng đá lớn, không những không bị xói mòn mà còn định hình dòng nước xung quanh. Hòa Thượng Tuệ Sỹ chính là một nhân cách như vậy. Ngài vừa là một trí giả Phật học, một bậc tu hành đầy lòng từ bi, vừa là một biểu tượng bất diệt của sức mạnh tâm linh và lòng yêu nước sâu sắc. Ngài đã sống và phụng sự với tất cả tinh thần cao thượng của Bồ-tát đạo, luôn đứng lên bảo vệ Chánh Pháp và dẫn dắt cộng đồng đi qua những giai đoạn thử thách khắc nghiệt nhất của lịch sử.

Nhìn lại hành trạng của Hòa Thượng, chúng ta không khỏi ngỡ ngàng trước sự kiên định và lòng quyết tâm vô biên mà Ngài đã duy trì trong suốt hành trình dài đầy gian khó. Dù phải đối mặt với sự đàn áp, giam cầm, Ngài vẫn luôn giữ vững tinh thần bất khuất, như một ngọn đuốc soi sáng giữa đêm đen, đưa những tâm hồn lạc lõng trở về với chân lý, với sự thật. Những bài học mà Ngài để lại là tri thức sâu sắc về giáo lý Phật học, là tấm gương về lòng can đảm và tinh thần phụng sự không ngừng nghỉ cho cộng đồng và dân tộc.

Hòa Thượng đã vạch ra một con đường rõ ràng cho tương lai của Giáo Hội Phật Giáo Việt Nam Thống Nhất, một con đường không chỉ đầy thử thách mà còn tràn ngập niềm tin vào sự kiên định của Chánh Pháp. Tầm nhìn của Ngài không bó hẹp trong phạm vi tôn giáo, mà lan tỏa đến tận chiều sâu của tinh thần quốc gia và nhân loại. Ngài đã hướng dẫn thế hệ trẻ bằng lời nói và bằng chính cuộc đời đầy hy hiến của mình, tạo nên một di sản tinh thần sâu sắc và lâu dài cho những thế hệ tiếp nối.

Hơn hết, nhân cách lý tưởng của Hòa Thượng Tuệ Sỹ chính là biểu hiện tuyệt đẹp của lòng từ bi vô ngã, của trí tuệ siêu việt. Ngài đã sống không vì lợi ích cá nhân, không vì danh vọng hay quyền lực, mà luôn vì một mục tiêu cao cả: phục vụ cho Đạo Pháp và Dân Tộc. Toàn bộ di sản của Ngài là những bài kinh, những trang viết, là những trái tim đã được đánh thức, những tâm hồn từng được khai sáng.

Với sự ra đi của Hòa Thượng, một trang sử đã khép lại, nhưng ánh sáng từ nhân cách của Ngài sẽ tiếp tục soi rọi con đường phía trước. Trong lòng mỗi Phật tử, mỗi Huynh trưởng và mỗi người con của dân tộc Việt Nam, nhân cách và tầm nhìn của Ngài luôn sống mãi. Ngài đã để lại cho chúng ta những bài học về sự giác ngộ cá nhân, về trách nhiệm tập thể, về sứ mệnh bảo vệ Chánh Pháp và xây dựng một xã hội công bằng, hòa bình.

Trong dòng lịch sử thăng trầm, di sản này của Hòa Thượng Tuệ Sỹ sẽ như một ngọn lửa thiêng không bao giờ tắt, một ngọn đèn dẫn đường cho Giáo Hội Phật Giáo Việt Nam Thống Nhất và cho những ai đang tìm kiếm con đường đi đến giải thoát. Để tưởng nhớ và tri ân, chúng ta - những người còn lại phải tiếp tục sứ mệnh mà Ngài đã vạch ra, giữ gìn và phát huy những giá trị mà Ngài đã trao truyền. Như một dòng sông không ngừng chảy về phía trước, nhân cách của Ngài sẽ mãi mãi là nguồn động lực vô biên, là sức mạnh nội tâm giúp Giáo Hội và Dân Tộc vượt qua mọi sóng gió, tiến đến bờ bến của hòa bình và hạnh phúc thật sự.

Phật Việt – Tâm thức và Đạo hành

CHÂN NHƯ

Khi nói đến "Phật Việt," ta không thể đơn thuần chỉ nhìn nhận đó như một cụm từ ghép giữa "Phật giáo" và "Việt Nam." "Phật Việt" trong ý nghĩa này là cả một bề dày lịch sử, văn hóa và tinh thần độc đáo của dân tộc, nơi Phật giáo đã thấm sâu vào cốt lõi của tâm thức và đời sống người Việt. Đó không phải là một hệ tư tưởng du nhập từ bên ngoài, mà được hấp thụ, phát triển để trở thành phần máu thịt của đời sống tinh thần Việt Nam. Ý niệm "Phật Việt" không chỉ biểu hiện bằng các nghi thức tôn giáo hay chùa chiền, mà chính ở tư duy, đạo hành và phương thức sống của từng người Việt trải qua bao đời nay.

Từ buổi ban sơ, khi ánh sáng Phật pháp vừa được truyền vào đất nước này, Phật giáo đã tìm thấy một vùng đất màu mỡ trong lòng dân tộc. Với tính cách dung dị, sâu sắc và thực tiễn của người Việt, Phật giáo nhanh chóng trở thành nguồn cội tâm linh, không chỉ nhằm giải thoát khổ đau mà như một chiếc gương phản chiếu những giá trị nhân văn, đạo lý sống mà tổ tiên người Việt đã hun đúc qua hàng ngàn năm. Trải từng thời đại, Phật giáo không ngừng hòa quyện với văn hóa, trở thành sợi dây kết nối giữa tâm linh và nhân sinh, giữa đạo và đời. Và "Phật Việt" chính là kết tinh của sự hòa hợp ấy.

Trong tâm thức của Thầy Tuệ Sỹ, "Phật Việt" là một biểu

tượng của sự gặp gỡ giữa Phật pháp và người Việt, mang một sứ mệnh thiêng liêng cần được giữ gìn và phát triển qua các thế hệ. Đó là sự kết hợp giữa giác ngộ và nhân bản, giữa trí tuệ và từ bi mà mỗi người con Phật Việt Nam phải ý thức và thực hành trong từng hơi thở, từng bước đi. Phật giáo không là con đường giải thoát cá nhân mà là phương tiện để làm lợi ích cho tha nhân, cho cả cộng đồng dân tộc.

Thầy Tuệ Sỹ, với tầm nhìn xa rộng và một trái tim chứa đựng sự từ bi vô biên, đã nhận ra rằng Phật giáo và dân tộc Việt Nam có một mối quan hệ sinh tồn không thể tách rời. Thầy nêu bật nếu Phật giáo tồn tại mà không có dân tộc thì cũng như một cái cây không còn đất để bám rễ, và ngược lại, nếu dân tộc mất đi nền tảng tinh thần Phật giáo thì sẽ như một dòng sông khô cạn nguồn nước, mất hẳn sức sống và hướng đi.

Ý niệm "Phật Việt" trong lời dạy của Thầy vì thế mang một ý nghĩa vô cùng to lớn. Đó không chỉ là sự phát triển Phật giáo theo một hình thức dân tộc hóa, mà còn là sự thức tỉnh về giá trị tinh thần cao cả mà Phật giáo có thể mang lại cho mỗi chúng ta. "Phật Việt" chính là tinh thần giác ngộ, là sự hội nhập mà không đánh mất bản sắc, là sự thăng hoa của văn hóa và đạo lý sống của dân tộc qua lăng kính Phật pháp. Trong ánh sáng của "Phật Việt," con người Việt Nam tìm thấy niềm an lạc cho chính mình và mở ra một con đường để đưa dân tộc vượt qua những thử thách của thời đại, hướng đến một tương lai tốt đẹp hơn, giàu lòng từ bi và trí tuệ.

"Phật Việt" trở thành một di sản, một ngọn đuốc soi sáng con đường tu tập và hành đạo của mỗi người Phật tử Việt Nam, là nguồn cảm hứng để tiếp tục duy trì và phát triển Phật giáo trong dòng chảy không ngừng của thời gian. Và trong tâm thức của Thầy Tuệ Sỹ, đó là một hành trình không bao giờ kết thúc, là trách nhiệm và sứ mệnh thiêng liêng của thế hệ hôm nay và mai sau.

Trong dòng chảy bất tận của lịch sử và thời gian đó, Phật giáo như một dòng suối tâm linh thấm vào tâm hồn Việt Nam, hòa quyện cùng những giá trị cốt lõi của dân tộc. Sự hội nhập giữa giáo lý Phật Đà và văn hóa Việt đã tạo nên một tinh thần đặc thù, một dấu ấn riêng biệt trong bản đồ Phật giáo thế giới. Đó là Phật Việt – không chỉ là tôn giáo, mà còn là nguồn sức mạnh tâm linh, là niềm tin vững chắc nâng đỡ từng bước đi của con người Việt Nam trên con đường tìm kiếm chân lý và giải thoát.

Thầy Tuệ Sỹ, với tầm nhìn sâu sắc và tinh thần minh triết của một bậc chân tu, đã truyền đạt trọn vẹn ý niệm này qua những lời dạy và tác phẩm của mình. Trong tâm thức Thầy, "Phật Việt" không chỉ là sự tiếp nhận giáo lý Phật giáo từ Ấn Độ, mà là quá trình bản địa hóa, là sự chuyển hóa Phật giáo thành một phần không thể tách rời của văn hóa và tâm linh Việt Nam. Đó không chỉ là sự thụ động tiếp nhận, mà là một sự sống động sáng tạo, hòa quyện Phật pháp với nhân gian để trở thành một phương tiện chuyển tải chân lý cứu khổ, không chỉ cho người Việt mà còn cho toàn thể nhân loại.

Trong *Kinh Pháp Hoa*, Đức Phật dạy "Chư Phật xuất hiện trong đời chỉ vì một đại sự nhân duyên duy nhất, đó là khai thị chúng sinh ngộ nhập Phật tri kiến." Ý nghĩa sâu xa của lời dạy này là Đức Phật không đến để đem lại một hệ thống tín ngưỡng hay lễ nghi tôn giáo, mà Ngài đến để thức tỉnh bản tâm, để chỉ ra chân lý về bản chất thật của vạn pháp – tất cả chúng sinh đều có khả năng đạt đến giác ngộ, nếu biết quay trở về tự tánh của mình.

Thầy Tuệ Sỹ đã khéo léo vận dụng lời dạy này trong quá trình truyền bá Phật giáo tại Việt Nam, nhấn mạnh về sự hiện diện của Phật giáo ở đất nước này không phải là sự ngoại lai, mà là sự khơi dậy tiềm năng giác ngộ vốn đã có sẵn trong tâm thức của người Việt. Khi Phật giáo du nhập vào Việt Nam, nó không chỉ dừng lại ở những nghi thức tôn giáo mà đã trở thành một phần của đời sống, của văn hóa và lịch sử. Phật giáo trở thành chiếc gương soi chiếu những giá trị đạo đức và triết lý nhân sinh của dân tộc Việt, giúp người Việt tìm được sự an lành nơi tâm hồn và tìm thấy sự tự do trong cuộc sống.

Trong tâm thức Thầy, Phật giáo và dân tộc không hề tách biệt, mà là hai mặt của một thực tại đồng nhất. Trong *Kinh Bát Nhã*, Đức Phật nói: "Sắc tức thị không, không tức thị sắc; sắc bất dị không, không bất dị sắc." Tương tự, Phật giáo và dân tộc, tuy hai nhưng là một, không thể tách rời. Nếu nói Phật giáo là phương tiện để người Việt tìm thấy chân lý giải thoát thì văn hóa dân tộc là phương tiện để Phật giáo cắm rễ và phát triển mạnh mẽ trên mảnh đất này. Thầy Tuệ Sỹ không dừng lại ở việc bảo tồn những giá trị truyền thống của Phật giáo, mà khuyến khích sự sáng tạo, đổi mới trong khuôn khổ của chân lý Phật Đà.

Điều này được thể hiện rõ ràng qua những nỗ lực của Thầy trong việc phiên dịch và phát triển hệ thống *Đại Tạng Kinh* Việt Nam. Thầy tin rằng, việc dịch thuật và truyền bá kinh điển Phật giáo vốn là trách nhiệm của người xuất gia và là một phần quan trọng trong việc xây dựng nền tảng tâm linh cho dân tộc. Khi kinh điển Phật giáo được phiên dịch sang tiếng Việt, sẽ trở thành ngôn ngữ của tâm hồn Việt, giúp người Việt có thể tiếp cận và hiểu rõ hơn về giáo lý cao sâu của Đức Phật. Điều này chính là sự bảo tồn tri thức, là sự phát triển, mở rộng khả năng tiếp nhận và thực hành giáo lý trong đời sống hiện đại.

Trong bối cảnh toàn cầu hóa ngày nay, khi những giá trị truyền thống dần bị xói mòn bởi sự phát triển của khoa học kỹ thuật và sự giao thoa văn hóa, Thầy Tuệ Sỹ luôn nhấn mạnh tầm quan trọng của việc bảo tồn và phát triển tinh thần "Phật Việt". Thầy nhận định trong một thế giới mà con người ngày càng mất phương hướng, việc giữ vững niềm tin vào giáo lý

Phật giáo và văn hóa dân tộc là điều cần thiết hơn bao giờ hết. Phật giáo vừa là nguồn an ủi tinh thần, vừa là ngọn đuốc soi đường cho những ai đang lạc lối trong biển khổ.

Trong *Kinh Kim Cang*, Đức Phật dạy: "Ưng vô sở trụ nhi sinh kỳ tâm," tức là không nên bám chấp vào bất kỳ điều gì, mà hãy để tâm mở rộng, linh động, hòa vào thực tại. Thầy Tuệ Sỹ đã ứng dụng lời dạy này vào trong đời sống của mình, khi nhấn mạnh Phật giáo không phải là một hệ thống cố định, mà là một dòng chảy sống động, luôn thay đổi và thích nghi với hoàn cảnh mới. Chính điều này đã giúp Phật giáo Việt Nam vượt qua những thử thách của thời gian, tồn tại và phát triển qua nhiều thế kỷ và tiếp tục là nguồn sức mạnh tinh thần cho dân tộc.

Tuy nhiên, Thầy cũng nhắc nhở việc phát triển Phật giáo trong thời đại mới không có nghĩa là từ bỏ những giá trị cốt lõi. Trong *Kinh Diệu Pháp Liên Hoa* Đức Phật đã dạy: "Chỉ có một con đường duy nhất để đạt đến giác ngộ, đó là con đường của Bồ Tát hạnh." Thầy khẳng định dù trong bất kỳ hoàn cảnh nào, dù Phật giáo có phải đối mặt với bao nhiêu thử thách thì con đường của Bồ Tát hạnh – con đường của từ bi và trí tuệ – vẫn là con đường duy nhất dẫn đến giải thoát và giác ngộ.

Điều này càng được minh chứng qua những đóng góp không ngừng nghỉ của Thầy trong việc truyền bá Phật giáo ở Việt Nam và lan toả ra thế giới. Trong tâm thức của Thầy, Phật giáo Việt Nam vừa là một phần của dân tộc vừa là một phần của cộng đồng Phật giáo toàn cầu. Thầy luôn mong muốn kết nối Phật giáo Việt Nam với thế giới, để tinh hoa của giáo lý Phật Đà tại Việt Nam có thể đóng góp vào sự phát triển chung Phật giáo quốc tế.

Việc phát triển Phật giáo cần phải đi đôi với việc bảo tồn những giá trị tinh thần cốt lõi. Phật giáo là một hệ thống triết học, tôn giáo đồng thời là một con đường tu tập thực tiễn, giúp con người vượt qua khổ đau và đạt đến hạnh phúc chân thật.

Khi nhìn lại cuộc đời và sự nghiệp của Thầy, chúng ta có thể thấy ý niệm "Phật Việt" không phải là một tư tưởng trừu tượng mà là một hiện thực sống động, được thể hiện qua từng hành động, từng lời nói và từng cống hiến. Thầy vừa là một nhà triết học, một học giả, vừa là một hành giả chân chính, luôn sống và hành đạo theo đúng với tinh thần của Phật Đà.

Kinh Hoa Nghiêm có câu: "Pháp giới vô biên, nhưng không xa lìa thực tại." Bấy giờ y niệm "Phật Việt" của Thầy Tuệ Sỹ là sự kết nối giữa cõi vô biên của giác ngộ và cõi thực tại của đời sống, giữa chân lý Phật giáo và văn hóa dân tộc, giữa quá khứ và hiện tại, giữa cõi tịnh độ và cõi đời trần tục. Đó là một hành trình không ngừng nghỉ, là sự tiếp nối của trí tuệ và từ bi, là một sứ mệnh mà Thầy đã trao truyền cho thế hệ mai sau.

"Phật Việt" – trong tâm thức Thầy Tuệ Sỹ – là con đường sống động của Phật giáo, là sự giao hòa giữa trí tuệ và từ bi, là sự tiếp nối và phát triển không ngừng của một nền văn hóa tâm linh, mãi mãi đồng hành cùng dân tộc.

Tâm Thức Phật Việt: Sức Mạnh Từ Tam Tạng Thánh Điển Đến Lịch Sử Dân Tộc

NGUYÊN SIÊU

Trong bóng dáng nghìn năm của lịch sử, mỗi dân tộc đều tìm kiếm và gìn giữ cho mình những giá trị tinh thần làm nền tảng cho sự trường tồn và phát triển. Phật giáo, một trong những tôn giáo cổ xưa nhất, đã thấm sâu vào đời sống tinh thần của nhiều dân tộc Á Đông, trong đó có Việt Nam, như một triết lý siêu hình và là cốt lõi trong sự hình thành bản sắc văn hóa và tâm thức người Việt. Từ thời kỳ sơ khai, Phật giáo đã đồng hành cùng dân tộc trong những cơn biến thiên của lịch sử, thăng trầm trong khói lửa ngoại xâm và mạch ngầm văn hóa.

Hành trạng của hai vị Thầy Tuệ Sỹ và Trí Siêu (Lê Mạnh Thát) là những nỗ lực cá nhân và là biểu hiện của một dòng tư tưởng lớn, khẳng định sự độc lập và tự chủ của tâm thức Phật Việt. Từ những công trình phiên dịch Tam Tạng Thánh Điển đến biên soạn Lịch Sử Phật Giáo Việt Nam, hai vị Thầy đã thổi bùng lên ngọn lửa của trí tuệ và sự tự chủ, để từ đó, thế hệ tiếp nối có thể dựa vào di sản này mà phát huy.

Khi nhìn về công trình phiên dịch Tam Tạng Thánh Điển, không thể không cảm nhận được tinh thần tự lực và ý chí kiên định của Thầy Tuệ Sỹ. Phiên dịch không đơn thuần là việc chuyển ngữ, mà là cuộc hành trình sâu thẳm vào trong tâm thức của cả một nền triết học, tôn giáo, và nhân sinh quan. Từng trang kinh, từng lời dạy của Đức Phật được Thầy Tuệ Sỹ truyền tải với một tinh thần của sự tinh tấn tu học và tri thức minh triết. Điều này nhằm mang lại sự hiểu biết sâu sắc hơn cho người Việt, và khẳng định rằng người Việt hoàn toàn có khả năng tự lực tìm hiểu và tiếp cận với giáo pháp Phật Đà, không cần lệ thuộc vào các nguồn tri thức từ bên ngoài.

Hành động phiên dịch Tam Tạng cũng là một tuyên ngôn ngầm về sự tự chủ trí tuệ của người Việt, chúng ta không là người thừa hưởng mà còn là người đóng góp cho di sản trí tuệ toàn cầu. Ở đây, chúng ta không thấy sự thụ động, không có sự ngần ngại trong việc tiếp nhận tri thức từ các nền văn hóa khác, nhưng trên hết, đó là sự tiếp nhận một cách chủ động và sáng tạo. Trong quá trình phiên dịch, Thầy Tuệ Sỹ giữ gìn sự chính xác trong tư tưởng Phật giáo và khéo léo mang đến một tinh thần gần gũi với tâm thức Việt Nam. Điều này giúp người Việt có thể dễ dàng tiếp cận và thẩm thấu triết lý Phật giáo, từ đó tìm thấy sự kết nối sâu xa với chính mình và với bản chất của thế gian.

Trong quá trình phiên dịch Tam Tạng, điều đặc biệt nằm ở kỹ năng ngôn ngữ của Thầy và chiều sâu triết lý và nhân văn. Mỗi câu kinh, mỗi đoạn văn được diễn dịch không đơn thuần là sự chuyển tải thông điệp, mà còn là sự hòa quyện giữa tinh thần nhân bản và tri thức siêu việt. Thầy Tuệ Sỹ đã khẳng định rằng sự tự chủ và độc lập không chỉ là một trạng thái vật chất mà còn là trạng thái tâm thức. Điều này tạo nên sự mạnh mẽ và bền bỉ cho người Việt khi đối diện với những thay đổi và thử thách của thế giới bên ngoài.

Tam Tạng Thánh Điển, qua Thầy Tuệ Sỹ, không còn là những trang kinh xa vời, khó hiểu mà trở thành những lời dạy minh triết gần gũi với đời sống, giúp con người thức tỉnh và sống trọn vẹn trong từng khoảnh khắc hiện tại. Chính sự sống động và gần gũi ấy mà Tam Tạng Thánh Điển trở thành một nguồn lực tinh thần lớn lao, thúc đẩy ý chí vươn lên và phát triển vững bền của tâm thức người Việt.

Nếu Tam Tạng Thánh Điển là kho tàng tri thức mở ra cánh cửa trí tuệ vô biên cho người Việt, thì công trình biên soạn Lịch Sử Phật giáo của Thầy Trí Siêu là cuộc hành trình trở về với quá khứ, khẳng định một cách hùng hồn sự tồn tại và phát triển của Phật giáo trong bối cảnh lịch sử và văn hóa Việt Nam.

Trong công trình này, Thầy Trí Siêu không đơn thuần là một nhà sử học, mà còn là một người kiến tạo lại những mảnh ghép lịch sử, kết nối những mốc thời gian, những câu chuyện đã bị lãng quên hoặc thiếu sót qua dòng chảy của lịch sử. Từ thời kỳ Bắc thuộc, khi Phật giáo du nhập vào Việt Nam, cho đến triều đại Lý-Trần, khi Phật giáo trở thành quốc giáo, Thầy Trí Siêu đã giúp chúng ta nhận thức rõ hơn về vai trò quan trọng của Phật giáo trong việc hình thành bản sắc văn hóa dân tộc.

Lịch sử Phật giáo Việt Nam, qua sự biên soạn của Thầy Trí Siêu, không là câu chuyện về tôn giáo mà còn là sự hòa quyện giữa triết học, văn hóa và sự kiên định của người Việt trước mọi thách thức lịch sử. Ở đây, Phật giáo không tồn tại dưới dạng hình thức tôn giáo mà còn là nguồn sức mạnh tinh thần, giúp dân tộc vượt qua những thời kỳ đen tối, chiến tranh và loạn lạc.

Trong chiều dài lịch sử, tâm thức Việt Nam luôn luôn là sự kết hợp của nhiều yếu tố – từ văn hóa bản địa đến những ảnh hưởng ngoại lai. Tuy nhiên, điều đặc biệt của người Việt là khả năng dung hóa, biến những ảnh hưởng ấy thành của riêng mình, từ đó tạo nên một bản sắc độc đáo. Phật giáo, với sức mạnh tri thức và sự từ bi, đã hòa quyện vào trong dòng chảy văn hóa dân tộc, trở thành một phần không thể tách rời của tâm thức Việt.

Hành trạng của hai Thầy Tuệ Sỹ và Trí Siêu là minh chứng sống động cho tinh thần ấy. Từ việc phiên dịch Tam Tạng Thánh Điển đến biên soạn lịch sử Phật giáo, hai vị Thầy đã thể hiện một sự độc lập và tự chủ trong suy nghĩ và hành động. Hai Thầy khẳng định rằng, sự tồn tại và phát triển của Phật giáo Việt Nam không phải là sự sao chép mù quáng từ các nền văn hóa khác, mà là sự sáng tạo và phát triển trên nền tảng trí tuệ tự chủ của người Việt.

Tâm thức Phật Việt, qua những công trình vĩ đại này, thể hiện rõ nét một tinh thần độc lập, không bị trói buộc bởi bất kỳ ảnh hưởng ngoại lai nào. Chính sự độc lập ấy đã giúp Phật giáo Việt Nam vượt qua những thử thách lịch sử, từ thời kỳ đô hộ của phương Bắc cho đến những giai đoạn khó khăn trong cuộc đấu tranh giành độc lập dân tộc.

Trong bối cảnh hiện đại, khi các nền văn hóa ngày càng giao thoa và tương tác mạnh mẽ, việc giữ gìn bản sắc văn hóa và tinh thần độc lập trở nên quan trọng hơn bao giờ hết. Từ những bài học rút ra từ hành trạng của hai Thầy, chúng ta có thể thấy rằng sự phát triển vững bền không nằm ở sự tiếp thu tri thức từ bên ngoài mà còn là khả năng sáng tạo và tự chủ trên nền tảng của chính mình.

Điều này có nghĩa rằng, trong thời đại toàn cầu hóa, người Việt cần phải tự ý thức và xác định rõ bản sắc của mình. Phật giáo Việt Nam, với nền tảng độc lập và tự chủ, cần duy trì những giá trị truyền thống và mở rộng tầm nhìn, phát huy tinh thần sáng tạo và tiếp nhận những giá trị mới một cách chọn lọc.

Hành trình phiên dịch Tam Tạng Thánh Điển của Thầy Tuệ Sỹ và công trình biên soạn Lịch Sử Phật giáo của Thầy Trí Siêu là những di sản học thuật và, hơn thế, là những viên ngọc quý của tâm thức dân tộc, kết tinh tinh thần độc lập, tự chủ và trí tuệ Việt Nam. Qua đó, chúng ta thấy sự tồn tại bền bỉ của Phật giáo trong lòng văn hóa dân tộc, và nhận ra khả năng của người Việt trong việc dung hợp tri thức từ bên ngoài mà vẫn giữ vững gốc rễ tinh thần sâu xa của mình.

Trong thời đại mới, khi thế giới đang ngày càng phức tạp và mâu thuẫn, Phật giáo Việt Nam là một tôn giáo của sự giải thoát cá nhân và là nguồn sức mạnh tinh thần cho cả dân tộc. Sự phát triển của Phật giáo Việt Nam nếu được xây dựng trên tinh thần độc lập, sáng tạo và tự chủ, là niềm hy vọng cho cộng đồng Phật tử, và là con đường đưa dân tộc Việt vượt qua những thử thách lớn lao của thời đại.

Từ những giá trị nhân bản và trí tuệ đã được hun đúc qua hàng thế kỷ, Phật giáo Việt Nam có khả năng trở thành một cột trụ tinh thần, giúp con người vượt qua khổ đau và khơi dậy sức mạnh nội tại của cả một dân tộc. Hơn bao giờ hết, tinh thần Phật Việt chính là ánh sáng soi rọi cho con đường phát triển, không riêng cho cộng đồng Phật giáo mà còn cho tất cả những ai khao khát một xã hội nhân văn, hòa bình và thịnh vượng.

Chúng ta không thể quên rằng, Phật giáo Việt Nam đã từng là nguồn cảm hứng và động lực cho sự trường tồn của dân tộc. Và ngày hôm nay, trong bối cảnh toàn cầu hóa cũng như những biến đổi khôn lường, thông điệp về sự độc lập, tự chủ của Phật giáo dành cho cả dân tộc Việt Nam. Đó là một con đường mà chúng ta có thể bước đi cùng nhau – không chỉ để tìm kiếm sự giác ngộ cá nhân, mà còn để xây dựng một tương lai đầy hy vọng cho đất nước.

"Nghìn năm sau hoa trắng trổ trên đồi"
— Thiên Lý Độc Hành

Đức Kham Nhẫn của Bậc Đại Sư

HẠNH TOÀN

Trong truyền thống Phật giáo, kham nhẫn *(skt. kṣānti)* là một trong những đức tính tối thượng, được ví như ánh sáng nội tâm của bậc chân tu. Đức tính này vừa là sức mạnh giúp con người vượt qua khổ đau, vừa là biểu hiện của trí tuệ và lòng từ bi. Cuộc đời tu hành của Thầy Tuệ Sỹ là minh chứng hùng hồn về ý chí bền bỉ, lòng nhẫn nại và sự kiên trì vượt qua mọi thử thách, biến đau thương thành cơ hội để tiến gần hơn đến giác ngộ.

Thầy Tuệ Sỹ là một nhà tu hành đạo hạnh, một triết gia, một nhà giáo dục và văn hóa với tầm nhìn sâu sắc. Tuy nhiên, trên tất cả, Thầy đã dùng chính đức kham nhẫn để đối diện với nghịch cảnh, từ những thử thách xã hội đến áp lực trong đạo pháp. Với Thầy, kham nhẫn không chỉ là sự chịu đựng mà còn là sức mạnh chuyển hóa khổ đau thành phương tiện tu tập và giác ngộ. Mỗi nghịch cảnh lại là một trang sách, giúp Thầy càng thêm kiên định, không lay động trước sóng gió đời thường, giữ vững lòng từ bi và trí tuệ.

Trong kinh điển Phật giáo, đức kham nhẫn được đề cao như một yếu tố thiết yếu. Đức Phật đã dạy rằng chỉ khi con người biết kham nhẫn trước khổ đau mà không oán hận, tâm họ mới có thể đạt đến sự bình an và trí sáng suốt. Thầy Tuệ Sỹ đã thấm nhuần tinh thần này và biến kham nhẫn thành chìa khóa để mở ra cánh cửa của sự giải thoát. Với Thầy, chịu đựng không phải là để trốn tránh đau khổ, mà là để thấu hiểu và chuyển hóa nó.

Từ thời trẻ, Thầy đã bộc lộ trí tuệ sâu sắc trong Phật học cũng như các tư tưởng triết lý Đông – Tây. Sự am hiểu này trở thành nền tảng giúp duy trì bản lĩnh vững vàng trước những thử thách. Đối với Thầy, kham nhẫn là sự nỗ lực giữ vững lòng từ bi giữa những bất công, đau khổ của cuộc đời.

Trong những năm tháng chịu cảnh tù đày, Thầy đã kiên nhẫn đối diện với khổ cực thể xác và tinh thần, coi đó là cơ hội để thực hành đức kham nhẫn. Thầy không xem nghịch cảnh là điều bất công, mà coi đó là phần tất yếu trong hành trình tu tập. Chính trong những thời khắc ấy, Thầy đã viết sách, dịch kinh, truyền bá đạo pháp, bất khuất trước hoàn cảnh. Thầy hiểu mọi thứ chỉ là nhất thời nhưng nếu để tâm trí bị cuốn vào đó, sẽ tự tạo thêm chướng ngại. Đức kham nhẫn giúp Thầy biến mọi khó khăn thành cơ hội tu tập sâu sắc hơn, đạt đến giác ngộ nội tại.

Trong Phật giáo, kham nhẫn được ví như dòng nước mát, dập tắt ngọn lửa sân hận, tham lam và si mê. Khi tâm không bị xáo trộn bởi ngoại cảnh, con người tiến gần đến sự an nhiên và giác ngộ, nên đối với Thầy Tuệ Sỹ, kham nhẫn là một phương tiện mạnh mẽ vượt qua mọi chướng ngại, đạt đến tâm thanh tịnh.

Cuộc đời Thầy là tấm gương sáng về đức kham nhẫn, giúp chúng ta nhận ra bản chất vô thường của cuộc sống. Ngài chọn Thầy chọn chấp nhận khổ đau, dùng trí tuệ và từ bi để vượt qua, không để oán hận xâm chiếm tâm trí. Thầy từng nhấn mạnh: "Chúng ta không kiểm soát được những gì xảy ra, nhưng ta có thể kiểm soát phản ứng của mình." Đây chính là tinh thần kham nhẫn – không chống lại nghịch cảnh bằng oán hận mà bằng sự chấp nhận thanh thoát.

Triết lý vô ngã trong Phật giáo dạy rằng mọi vật chất, tâm

thức đều tương thuộc và biến đổi theo quy luật vô thường. Trong bối cảnh ấy, đức kham nhẫn giúp con người từ bỏ cái tôi, buông bỏ chấp ngã để đạt được trạng thái thanh tịnh. Khi đối diện với thử thách, Thầy không xem đó là tấn công vào cá nhân mình mà như một phần của quy luật tự nhiên. Với Thầy, khổ đau không xuất phát từ ngoại cảnh mà từ sự chấp ngã, dính mắc trong tâm trí. Khi buông bỏ những dính mắc ấy, khổ đau tự khắc sẽ không làm hại được chúng ta.

Qua sự tu tập và kham nhẫn, Thầy đã chứng tỏ bản lĩnh của một bậc đại sư, không chỉ thâm sâu về tri thức mà còn có khả năng chuyển hóa tâm thức. Thầy thường nhấn mạnh rằng sự phát triển tâm linh không ở tri thức mà đòi hỏi nơi sự thực hành, đối diện và chuyển hóa khổ đau. Kham nhẫn là con đường thực tiễn để đưa con người đến gần hơn với giác ngộ.

Bấy tiờ, chấp nhận không có nghĩa là khuất phục. Điều này cho thấy kham nhẫn không khiến con người yếu đuối hay đầu hàng, mà ngược lại, nó giúp ta vượt qua nghịch cảnh với tâm thế bình an, sáng suốt. Nhờ kham nhẫn, chúng ta học cách nhìn sâu vào bản chất của mọi vấn đề và tìm ra giải pháp từ sự tĩnh lặng nội tâm.

Triết lý nhân sinh của Thầy Tuệ Sỹ qua đức kham nhẫn còn dạy rằng cuộc sống là một chuỗi thử thách không ngừng. Cách duy nhất để tồn tại và trưởng thành là chấp nhận và vượt qua bằng trí tuệ và từ bi.

Trong vai trò của một bậc đạo sư, Thầy đã dẫn dắt hàng đệ tử không dựa vào những lời dạy suông, mà qua cuộc sống đạm bạc, thanh cao của mình. Đức kham nhẫn giúp người lãnh đạo tinh thần duy trì bình an, trí tuệ, không để cuộc sống đời thường làm lay chuyển. Để một người lãnh đạo tinh thần trong Phật giáo thành công, tri thức phải đi đôi với đức kham nhẫn, dẫn dắt cộng đồng qua những giai đoạn khó khăn, soi đường cho con đường tu hành.

Thầy đã nhiều lần nhắc nhở rằng một người lãnh đạo Phật giáo vừa cần kiến thức sâu rộng mà đồng thời cần đức kham nhẫn để đối mặt thử thách. Đây là ngọn đèn sáng soi đường giác ngộ, đặc biệt trong các biến động của thời cuộc.

Thầy đã giữ trọn vai trò của một nhà tu hành, và của một lãnh đạo tinh thần cho cộng đồng Phật tử. Nhờ đức kham nhẫn, Thầy đã giải quyết những vấn đề phức tạp trong Giáo hội, giúp duy trì và phát triển Phật giáo trong thời kỳ đầy nguy biến. Trong hành trình phụng sự, Thầy luôn đặt lợi ích của người khác lên trước bản thân, sẵn sàng hy sinh vì mạng mạch Phật pháp. Đây là biểu hiện từ bi vô ngã, lý tưởng cao cả của người tu hành Phật giáo.

Thầy Tuệ Sỹ không chỉ đạt đến giác ngộ cá nhân mà còn hướng dẫn người khác thoát khỏi khổ đau. Kham nhẫn là phương tiện dẫn đến cứu cánh này. Khi ta vượt qua nghịch cảnh bằng kham nhẫn, trí tuệ và từ bi sẽ tự nhiên tỏa sáng, không chỉ giải thoát bản thân mà còn độ trì cho người khác.

Tóm lại, đức kham nhẫn của Thầy Tuệ Sỹ là biểu tượng về sự kiên định, trí tuệ và lòng từ bi trước nghịch cảnh. Kham nhẫn không đơn thuần là sự chịu đựng mà là sự chuyển hóa, là cách Thầy lướt qua mọi thử thách để đến bến bờ giác ngộ. Thầy đã dạy chúng ta rằng, kham nhẫn là chìa khóa vượt qua khổ đau, tìm thấy an lạc, không chỉ cho bản thân mà còn cho muôn người.

Kham nhẫn là con đường dẫn đến giác ngộ, là phẩm chất vĩ đại của bậc chân tu và cũng là lời kêu gọi mà Thầy Tuệ Sỹ gửi đến tất cả chúng ta: Hãy kham nhẫn, hãy bình thản trước thử thách, bởi chỉ khi đó, ta mới thấy được ánh sáng giải thoát.

Hạnh Nguyện Vị Tha:
Di Sản Nhân Văn Của Hòa Thượng Tuệ Sỹ

HUỆ ĐAN

Vị tha và lợi tha là hai khái niệm cốt lõi trong triết lý Phật giáo, nhưng cũng là những giá trị nhân văn phổ quát, vượt qua mọi giới hạn của tôn giáo và văn hóa. Vị tha, trong nghĩa đen, là sự quên mình vì người khác, là tấm lòng rộng mở, biết hy sinh cái tôi để mang lại hạnh phúc và lợi ích cho người khác. Trong khi đó, lợi tha là hành động thực tế, cụ thể để làm lợi lạc cho chúng sinh, thông qua lời nói và bằng những việc làm cụ thể. Cả hai khái niệm này là phương châm tu học, là kim chỉ nam trong cách sống và hành xử của mỗi con người, đặc biệt là hàng tăng lữ.

Hòa Thượng Tuệ Sỹ, suốt cuộc đời mình, đã sống trọn vẹn với tinh thần vị tha và lợi tha này. Từ việc phiên dịch Kinh Tạng cho đến những lời dạy ân cần, Thầy đã không ngừng nhấn mạnh cứu cánh của mọi hành động tu tập là làm lợi ích cho người khác. Danh vọng, thành tựu cá nhân hay những đối đãi tầm thường của thế gian chưa bao giờ là mục tiêu của Thầy. Đối với Thầy, giá trị thực sự nằm ở việc gieo trồng hạt giống từ bi và trí tuệ cho những thế hệ mai sau, giúp họ hướng tới giải thoát và an lạc. Trong tư tưởng của Thầy, vị tha là một phẩm chất đạo đức, và là một pháp môn thực hành, là con đường dẫn dắt đến sự giải thoát đích thực.

Trong cuộc đời tu hành và phụng sự đạo pháp, Hòa Thượng Tuệ Sỹ là một vị cao tăng với trí tuệ uyên thâm, là hiện thân của lòng vị tha và nhân văn cao cả. Tinh thần sống và hành đạo của Thầy đã trở thành tấm gương sáng cho tăng ni Phật tử và cho cả những ai khát khao tìm kiếm con đường giải thoát qua giáo pháp của Đức Phật. Cuộc đời Thầy là minh chứng sống động cho triết lý "lợi tha" – vì lợi ích của chúng sinh mà buông bỏ cái tôi, để lại những điều tốt đẹp nhất cho đời mà không đòi hỏi sự đền đáp hay ghi nhận.

Sau năm 1975, khi đất nước đối mặt với nhiều biến đổi, không ít tăng sinh trẻ thuộc GHPGVN đã đến đảnh lễ và mong được sự chỉ dẫn của Thầy. Các tăng sinh đến không chỉ để xin những lời dạy, mà còn xin những tài liệu tu tập mà Thầy đã tích lũy và biên soạn. Trong những dịp như vậy, Thầy không những không ngần ngại trao cho họ những gì mình có, mà còn ân cần dặn dò: "Quý Thầy mang về, để tên ai mà không bị gây khó khăn cũng được, tui không quan tâm. Nhưng quan trọng là quý Thầy Cô phải học..." Lời dặn này thể hiện sự bao dung, khẳng định đối với mình, việc truyền bá giáo pháp là trên hết, còn danh tiếng hay quyền lợi cá nhân chỉ là những giá trị phù du, không đáng để bận tâm.

Câu chuyện này, khi nhìn lại, là một ví dụ về lòng từ bi và khiêm hạ của Thầy, là minh chứng cho triết lý sống "lợi tha" mà Thầy đã kiên trì thực hành. Đối với Thầy, những khó khăn trong việc để tên ai trên các tác phẩm chỉ là những rào cản tạm thời của thế gian. Điều quan trọng hơn cả là những người nhận được những tài liệu ấy có thể tiếp nhận, học hỏi và tu tập một cách chân thật. Tâm niệm của Thầy chưa bao giờ là sự công nhận, mà là sự phát triển tinh thần cho các thế hệ tiếp nối.

Hành trạng của Thầy Tuệ Sỹ còn thể hiện rõ nét qua việc ấn chứng những tác phẩm của các tăng ni trẻ trong thời gian gần đây. Những tác phẩm này, dù mang tên ai, đều được Thầy gửi gắm với tất cả tâm ý và tấm lòng vị tha. Việc ấn chứng ấy không chỉ là sự công nhận, mà còn là một hành động đầy ý tứ và nhân văn, nhấn mạnh vào bổn phận hoàn thiện bản nhân và trách nhiệm của người trẻ đối với giáo pháp. Đặc biệt, đối với các đệ tử thân cận, Thầy đã truyền đạt qua lời nói và qua chính hành động của mình, nhắc nhở rằng con đường tu học không bao giờ là hành trình của một cá nhân, mà là sự đóng góp cho lợi ích chung.

Sau khi ra tù, nhiều tác phẩm của Hòa Thượng đã được ấn bản dưới những tên tuổi khác. Những ai không hiểu có thể thấy điều này là bất công, nhưng đối với Thầy, đó là biểu hiện của tinh thần hỷ xả, vượt qua những đối đãi nhỏ nhặt của thế gian. Ngài đã thấu hiểu rằng danh vọng không phải là điều cần bám víu. Ngược lại, Thầy coi trọng việc những tác phẩm của mình có thể mang lại lợi ích cho người đọc, dù tên ai đứng trên trang bìa. Đó chính là tinh thần vượt lên trên những hạn hữu thế gian, là pháp môn xả ly mà càng về cuối đời, Thầy càng nêu bật và thể hiện rõ ràng.

Việc Hòa Thượng ấn chứng các tác phẩm của tăng ni trẻ cũng như những lời dạy ân cần của Thầy là những bài học về trí tuệ và nhân văn sâu sắc. Chúng nhắc nhở mỗi chúng ta rằng trong cuộc đời tu học, điều quan trọng không phải là những hư danh, mà là cách chúng ta sống, học và hành theo những lời dạy của Phật pháp. Những lời dặn dò của Thầy, "Quan trọng là phải học..." đã trở thành kim chỉ nam cho nhiều thế hệ tăng ni Phật tử noi theo.

Từ câu chuyện này, có thể thấy rằng sự nghiệp phiên dịch Kinh Tạng của Hòa Thượng Tuệ Sỹ là sự thể hiện tinh thần sống vị tha, nhân văn và hỷ xả mà Thầy đã trọn vẹn sống. Những trang kinh không chỉ là văn bản, mà còn chứa đựng triết lý sống từ bi, giải thoát và xả ly mà Thầy đã thực hiện trong suốt cuộc đời mình. Và đó cũng là lời kêu gọi cho tất cả chúng ta: hãy buông bỏ những tranh chấp đời thường, hãy sống một đời từ bi, vị tha, vì lợi ích của tất cả chúng sinh.

Tinh thần Vô Ngã trong hành động nhập thế của Thiền Sư Tuệ Sỹ giữa thời tao loạn

NHƯ Ý

Đạo và Đời trong tư tưởng của Thiền Sư Tuệ Sỹ

Trong dòng chảy bất tận của thời gian, thế giới dường như luôn chìm đắm trong những cuộc xung đột, sự tranh đấu của con người với chính mình và với hoàn cảnh. Thế nhưng, giữa muôn vàn xáo trộn ấy, vẫn tồn tại những ngọn đèn soi sáng, những biểu tượng của lòng từ bi và sự tự tại, giúp chúng sinh tìm đường vượt qua khổ đau. Thiền Sư Tuệ Sỹ là một trong những ngọn đuốc sáng ấy. Tên tuổi của Ngài đã trở thành biểu tượng của một tinh thần nhập thế sâu sắc về mặt triết lý và mạnh mẽ về mặt hành động, nhất là trong những thời điểm biến động lịch sử của dân tộc Việt Nam.

Thiền Sư Tuệ Sỹ được biết đến không chỉ như một học giả, một nhà tư tưởng, mà còn là một người dấn thân trong dòng đời với tâm thế Vô Ngã. Từ những năm tháng tuổi trẻ, Ngài đã thấm nhuần tinh thần Phật pháp, nhưng Ngài không bao giờ chọn con đường lánh đời hay xa rời thực tại. Thay vào đó, Hòa thượng đã áp dụng những lời dạy của Đức Phật về Vô Ngã để nhập thế, thực hiện sự nghiệp phụng sự cho đạo pháp và dân tộc.

Vô Ngã trong Phật giáo không phải là sự phủ nhận hoàn toàn cái tôi, mà là sự thức tỉnh, ý thức rằng cái tôi ấy không phải là tuyệt đối, không phải là chân lý. Mọi sự vật, hiện tượng đều biến chuyển không ngừng, và cái tôi chỉ là một phần của dòng chảy ấy. Hiểu được điều này, người Phật tử không còn chấp ngã, không còn tự ràng buộc mình trong danh lợi hay quyền lực, mà dấn thân vì đại chúng, vì niềm vui của tha nhân, và đặc biệt, vì lý tưởng của sự giải thoát khỏi khổ đau.

Trong cuộc đời nhập thế của Thiền Sư Tuệ Sỹ, tinh thần Vô Ngã luôn được thể hiện qua những hành động dấn thân giữa thời tao loạn, khi đất nước phải đối mặt với những biến động chính trị và xã hội. Hòa thượng không chỉ đứng vững trước mọi thử thách mà còn tận dụng những gian khổ ấy để truyền dạy bài học về sự giải thoát, không chỉ qua lý thuyết mà còn bằng chính hành động của mình.

Thiền Sư Tuệ Sỹ và Tinh Thần Vô Ngã

Tinh thần Vô Ngã của Thiền Sư Tuệ Sỹ không đơn thuần là một lý thuyết triết học mà Ngài đã thấm nhuần từ những lời dạy của Đức Phật; nó đã được thể hiện sâu sắc qua mỗi bước đi của Ngài trên con đường nhập thế. Trong lịch sử Phật giáo, tinh thần Vô Ngã không phải là sự phủ nhận bản thân, mà là sự giải thoát khỏi cái tôi hẹp hòi, khỏi sự chấp trước vào bản ngã cá nhân, để phục vụ cho lý tưởng cao cả hơn – sự an lạc và hạnh phúc của tất cả chúng sinh.

Đối với Thiền Sư Tuệ Sỹ, tinh thần Vô Ngã ấy không chỉ là phương tiện giúp Ngài vượt qua những thử thách cá nhân, mà còn là động lực để Ngài dấn thân phụng sự trong những giai đoạn lịch sử đầy biến động. Từ việc giảng dạy, viết lách cho đến việc đối diện với những khó khăn của thời cuộc, Ngài đã luôn duy trì một tâm thế an nhiên, không để bản ngã lấn át, không để những khó khăn bên ngoài làm suy yếu tinh thần phụng sự của mình.

Hòa thượng Tuệ Sỹ từng nói rằng, "Khi chúng ta từ bỏ cái tôi nhỏ bé, thì một chân trời rộng lớn hơn sẽ mở ra." Đây là chân lý của Vô Ngã, nơi con người không còn bị ràng buộc bởi danh lợi, địa vị hay sự công nhận của người khác. Với Ngài, việc nhập thế không phải là để khẳng định bản thân, mà là để thực hiện sứ mệnh cao cả: dấn thân vì chúng sinh, vì hạnh phúc của tha nhân. Chính nhờ tinh thần Vô Ngã này, Ngài đã không ngần ngại đương đầu với những thử thách lớn lao, kể cả khi đối diện với sự bất công, bạo lực và áp lực chính trị.

Hành Động Nhập Thế: Dấn Thân Giữa Đời

Nhập thế, đối với Thiền Sư Tuệ Sỹ, không chỉ là việc tham gia vào các hoạt động xã hội hay đứng lên bảo vệ những giá trị đạo đức, mà còn là hành động thực tiễn với tinh thần Vô Ngã. Những hành động này không nhằm phục vụ cho danh tiếng cá nhân, mà hoàn toàn là sự cống hiến cho đạo pháp, cho cộng đồng và xã hội. Ngài không bao giờ coi mình là trung tâm của mọi việc, mà luôn đặt hạnh phúc của chúng sinh lên trên hết. Điều này đã thể hiện rõ trong cuộc đời đầy biến động của Hòa thượng, đặc biệt là trong những giai đoạn khốc liệt của lịch sử Việt Nam.

Trong bối cảnh chiến tranh và những cuộc biến loạn xã hội, nhiều người đã lựa chọn sống tách biệt, tránh né khỏi những xung đột để giữ cho mình sự an ổn. Nhưng Thiền Sư Tuệ Sỹ đã chọn con đường khác. Ngài là người giữ gìn và truyền bá Phật pháp, đồng thời là một dũng sĩ trên mặt trận tư tưởng, một người dấn thân giữa đời để bảo vệ những giá trị cốt lõi của nhân loại. Sự nhập thế của Ngài không dừng lại ở việc hoằng dương Phật pháp trong các tự viện, mà còn mở rộng ra ngoài xã hội, với mục tiêu bảo vệ và phát triển những giá trị nhân bản giữa thời kỳ tao loạn.

Một trong những hành động nhập thế rõ ràng nhất của Hòa thượng là việc Ngài không ngại đương đầu với áp lực chính trị để bảo vệ sự tự do tư tưởng và lòng nhân ái trong xã hội. Ngài đã từng bị giam cầm, bị bức bách, nhưng tinh thần Vô Ngã không hề suy yếu. Trái lại, chính những thử thách đó càng làm sáng tỏ hơn nữa sự dấn thân mạnh mẽ và vô úy của Ngài.

Vô Ngã Trước Thử Thách Cá Nhân và Xã Hội

Câu chuyện cuộc đời của Thiền Sư Tuệ Sỹ không thể không nhắc đến những thử thách mà Ngài đã đối diện trong suốt cuộc hành trình nhập thế. Trước những biến động chính trị và xã hội, Ngài đã bị giam cầm, tra khảo và đối diện với cái chết. Nhưng chính trong những thời khắc ấy, tinh thần Vô Ngã của Ngài đã tỏa sáng mạnh mẽ hơn bao giờ hết.

Khi đối diện với nguy cơ bị kết án tử, Ngài không tỏ ra sợ hãi hay oán giận. Thay vào đó, Ngài thể hiện một tâm thế bình thản, từ bi và đầy trí tuệ. Trong những năm tháng bị giam cầm, Hòa thượng đã không ngừng viết lách và truyền tải những tư tưởng về Vô Ngã, từ bi và trí tuệ thông qua các tác phẩm của mình. Với Ngài, giam cầm chỉ là sự thử thách về thể xác, không thể làm lay chuyển tinh thần Vô Ngã của một người đã giác ngộ.

Một trong những điểm sáng nhất của tinh thần Vô Ngã mà Thiền Sư Tuệ Sỹ thể hiện là sự khoan dung, không nuôi dưỡng oán hận đối với những người đã làm tổn thương mình. Ngài luôn nhìn mọi sự việc dưới góc độ của lòng từ bi, không chấp ngã và không để lòng căm thù làm mờ đi tâm trí. Đối với Ngài, những khổ nạn chỉ là một phần của cuộc sống, và chỉ có Vô Ngã mới có thể giúp con người vượt qua mọi khó khăn một cách bình thản và an lạc.

Trong suốt cuộc đời mình, Thiền Sư Tuệ Sỹ đã trải qua nhiều biến cố lịch sử và cá nhân, nhưng Ngài không bao giờ để những thử thách ấy làm lu mờ tinh thần dấn thân của mình. Thay vào đó, Ngài đã biến những khổ đau thành cơ hội để thực hành Vô Ngã, để truyền dạy và giúp đỡ người khác. Chính nhờ tinh thần Vô Ngã này, Ngài đã trở thành một biểu tượng của lòng từ bi, trí tuệ và sự nhập thế.

Ánh Sáng Vô Ngã Truyền Lửa Đạo và Đời

Cuộc đời và sự nghiệp của Thiền Sư Tuệ Sỹ là một minh chứng sống động cho tinh thần Vô Ngã trong hành động nhập thế. Từ những năm tháng trẻ tuổi, khi Ngài bắt đầu con đường tu học và phụng sự, cho đến những năm cuối đời, Hòa thượng luôn duy trì một tâm thế Vô Ngã, không màng đến danh lợi, không chấp trước vào bản thân mà luôn hướng về lợi ích chung của đạo pháp và chúng sinh.

Tinh thần Vô Ngã của Ngài không giới hạn trong khuôn khổ lý thuyết Phật giáo, mà còn được thể hiện qua từng hành động cụ thể trong đời sống nhập thế. Ngài đã dấn thân giữa đời, đối diện với những thử thách lớn lao của xã hội và chính trị với một tâm thế bình an và từ bi vô hạn. Nhờ tinh thần Vô Ngã ấy, Ngài không chỉ trở thành một nhà lãnh đạo tinh thần trong Phật giáo mà còn là một người truyền lửa cho thế hệ mai sau.

Thiền Sư Tuệ Sỹ đã để lại một di sản tinh thần quý giá cho Phật giáo và cả xã hội Việt Nam. Di sản đó không chỉ là những bài giảng, những cuốn sách triết học, mà quan trọng hơn cả là tinh thần Vô Ngã mà Ngài đã truyền lại qua chính cuộc đời mình. Đó là bài học về lòng từ bi, sự hy sinh và tinh thần vô úy trong cuộc hành trình nhập thế đầy thử thách.

Tuệ Đăng Bất Diệt: Từ Thiền Giả Tuệ Trung Đến Chân Sư Tuệ Sỹ

AN HÒA

Đạo và Đời trong Cuộc Đời và Tư Tưởng của Ngài Tuệ Trung Thượng Sỹ và Hòa Thượng Thích Tuệ Sỹ

Giữa dòng chảy bất tận của thời gian và những biến động không hồi kết của lịch sử, các bậc chân tu như những ngọn hải đăng sáng soi, vượt lên những thăng trầm, khổ đau của kiếp nhân sinh. Tựa như ánh trăng tròn trong đêm thanh, các ngài không cần phô diễn, mà với tấm lòng từ bi và trí tuệ vô biên đã lặng lẽ mang Đạo vào đời, soi sáng đường đi cho muôn loài. Trong dòng chảy dài ấy, Ngài Tuệ Trung Thượng Sỹ của thời Trần và Hòa Thượng Thích Tuệ Sỹ của thời hiện đại hiện lên như hai hiện thân sống động của Phật pháp – một bậc Thầy khai sáng trong lịch sử xa xưa, một bậc Thầy vĩ đại trong thời cận đại. Các vị cùng chia sẻ một sứ mệnh chung: lấy trí tuệ và từ bi làm hành trang độ đời, cứu người, không bị ràng buộc bởi thế tục, không bị lay động bởi thế giới vật chất tạm bợ.

Ngài Tuệ Trung Thượng Sỹ: Một Hiện Thân của Tự Do và Tự Tại

Ngài Tuệ Trung Thượng Sỹ, người anh cả của vua Trần Nhân Tông, là một thiền sư lỗi lạc và là một triết gia với tư tưởng phóng khoáng, không bị ràng buộc bởi quy tắc và nghi thức xã hội. Ngài đã chọn con đường tu hành giữa đời sống cung đình mà không bị danh vọng quyền lực chi phối. Sống giữa thế tục nhưng không vướng mắc, ngài là hiện thân của một tinh thần tự do tuyệt đối và biểu hiện sâu sắc của sự tự tại.

Ngài Tuệ Trung Thượng Sỹ luôn đề cao sự dung hòa giữa Đạo và Đời. Với ngài, Phật pháp không nằm trong khuôn khổ chật hẹp của học thuật hay giới luật, mà chính là sự thấu hiểu bản chất của mọi sự vật hiện tượng, sự vượt thoát khỏi các chấp niệm, thành kiến. Ngài từng dạy rằng: “Phật pháp vốn vô vi, không cần phải cố sức tìm cầu, cứ an nhiên mà sống.” Lời dạy này là triết lý sống của ngài và cũng là ngọn đèn sáng dẫn lối cho muôn đời hậu học.

Hòa Thượng Thích Tuệ Sỹ: Sức Mạnh của Trí Tuệ và Từ Bi trong Nghịch Cảnh

Hòa Thượng Thích Tuệ Sỹ, sinh ra trong một thời đại đầy biến động, đã đi qua những giai đoạn lịch sử khắc nghiệt của Việt Nam mà vẫn giữ vững tinh thần tự do của người tu sĩ. Giống như Ngài Tuệ Trung Thượng Sỹ, ngài đã chọn con đường hành đạo giữa đời, đối diện với những thách thức của thế gian mà không khuất phục. Dù phải đối diện với sự đàn áp chính trị, ngài vẫn giữ vững tâm từ bi và không hề nao núng trước nghịch cảnh. Như ánh sáng của ngọn đèn trước gió, tinh thần của ngài không bị tắt lịm, mà càng sáng rõ hơn, soi sáng cho những người đi sau.

Hành trạng của Hòa Thượng Thích Tuệ Sỹ mang trong mình sự kiên cường, bất khuất, tinh thần “vô úy” – không sợ hãi trước những biến động, giống như cách mà Ngài Tuệ Trung Thượng Sỹ đã đối diện với thế gian hàng trăm năm trước. Ngài là một bậc chân tu và là một nhà tư tưởng lớn với sự am hiểu sâu sắc về triết học Đông Tây, về bản chất của kiếp người. Chính sự kết hợp giữa trí tuệ Phật học và triết lý nhân sinh đã tạo nên một Tuệ Sỹ kiên cường giữa dòng đời, luôn dùng ngôn ngữ của tình thương và trí tuệ để giáo hóa chúng sinh.

Sự Dung Hòa giữa Đạo và Đời

Cả Ngài Tuệ Trung Thượng Sỹ và Hòa Thượng Thích Tuệ Sỹ đều có một điểm chung đáng ngưỡng mộ: sự dung hòa hoàn mỹ giữa Đạo và Đời. Cả hai không rời bỏ thế gian, không chối bỏ cuộc sống để tìm về sự thanh tịnh nơi núi rừng, mà chính tại nơi thế tục đầy phiền lụy, các vị lại tìm thấy sự giải thoát chân thật. Cái giải thoát ấy không phải là sự tách biệt, mà là sự vượt thoát khỏi mọi chấp trước, một sự tự do tuyệt đối giữa đời sống đầy biến động.

Ngài Tuệ Trung Thượng Sỹ không từ bỏ cuộc sống cung đình mà vẫn giữ được phong thái ung dung tự tại, một tinh thần vô úy trước mọi ràng buộc. Hòa Thượng Thích Tuệ Sỹ cũng vậy, ngài không rời bỏ xã hội mà ngược lại, hòa mình vào xã hội để mang Đạo vào Đời. Chính trong những giai đoạn khốc liệt nhất của cuộc đời, tinh thần từ bi và sự thông tuệ của ngài lại càng tỏa sáng, truyền cảm hứng cho biết bao thế hệ Phật tử.

Trí Tuệ và Từ Bi làm Hành Trang Độ Đời

Cả hai bậc thầy đều lấy trí tuệ và từ bi làm hành trang trong cuộc đời tu tập và giáo hóa của mình. Với Ngài Tuệ Trung Thượng Sỹ, trí tuệ là ngọn đèn soi sáng mọi hành động. Ngài đã từng nói rằng: "Phật pháp không ở trong sách vở, không ở trong lời nói, mà ở trong tâm thức bình lặng của mỗi người." Chính sự thấu hiểu sâu sắc về bản chất của kiếp người đã giúp ngài có được sự tự tại và vô úy trong cuộc sống.

Hòa Thượng Thích Tuệ Sỹ cũng vậy, ngài lấy trí tuệ làm ngọn đèn dẫn lối, không chỉ trong tu tập mà còn trong những lần đối diện với khó khăn của đời sống thế gian. Từ bi của ngài không chỉ là lời dạy mà còn là hành động thực tế, là cách ngài luôn lấy lòng kiên nhẫn và tình thương để giáo hóa những người xung quanh. Trí tuệ của ngài, cũng như Ngài Tuệ Trung Thượng Sỹ, không phải là tri thức lý thuyết mà là sự thấu hiểu chân thật, là khả năng nhìn thấu bản chất của mọi vấn đề mà không bị vướng mắc.

Tinh Thần "Nhất Như" – Sự Hợp Nhất Đạo và Đời

Từ Ngài Tuệ Trung Thượng Sỹ của thời Trần đến Hòa Thượng Thích Tuệ Sỹ của thời hiện đại, ta thấy được một sự nối tiếp không ngừng của tinh thần Phật pháp trong đời sống. Các vị không chỉ là những bậc thầy trong tu tập, mà còn là những người đưa Đạo vào Đời, dấn thân cứu đời, cứu người. Cả hai đều sống với một tinh thần vô úy, trí tuệ thâm sâu và lòng từ bi vô tận, làm nguồn cảm hứng cho biết bao thế hệ Phật tử.

Hành trạng của các vị, giống như những đóa sen giữa bùn lầy, không nhiễm bụi trần mà vẫn tỏa ngát hương thơm. Những thông điệp Đạo mà các vị ấy mang đến không chỉ là giáo lý, mà còn là những lời khuyên sống thực tiễn, giúp con người thoát khỏi khổ đau, tìm lại chính mình. Đạo pháp của họ không nằm trong sách vở, không ở chùa chiền, mà chính là ở giữa đời, nơi con người cần tìm đến sự giải thoát và an lạc.

Cuộc đời của Ngài Tuệ Trung Thượng Sỹ và Thích Tuệ Sỹ chính là minh chứng sống động cho tinh thần "Nhất Như" – sự hợp nhất giữa Đạo và Đời, giữa lý tưởng và thực tiễn. Các vị là những bậc thầy vượt thời gian, mang trong mình trí tuệ và từ bi, dấn thân vào đời để cứu người, độ sinh, và truyền lại ánh sáng của Phật pháp cho thế hệ sau.

"Còn yêu một thuở đi hoang
Thu trong đáy mắt sao ngàn nửa khuya"
— Thiên Lý Độc Hành

Nguyện Giữ Cương Duy – Tiếp Nối Sứ Mệnh Của Bậc Thánh Tăng

MINH TÂM

Giữa dòng luân hồi bất tận, nơi lịch sử chuyển mình qua muôn vàn biến động và thời gian cứ mãi trôi không dừng, những dòng lệ tiễn đưa không phải là sự kết thúc mà là biểu hiện của sự tiếp nối. Hình ảnh của Đức Đệ Ngũ Tăng Thống, Trưởng lão Hòa Thượng Thích Quảng Độ, không những không khép lại một trang sử vàng son của Phật giáo Việt Nam, mà còn mở ra những trang tiếp nối trong tinh thần bất khuất, vô úy của Đạo pháp. Cuộc đời Ngài, từ những tháng năm lưu đày, giam cầm, cho đến những phút giây cuối cùng, đều là một khúc hành trình dâng hiến cho sự nghiệp phục hoạt và duy trì Giáo hội bằng tinh thần vô ngã, vị tha.

Lời cảm niệm của Hòa Thượng Thích Tuệ Sỹ về Đức Tăng Thống Thích Quảng Độ như là tiếng vọng của một thế hệ thấm nhuần Đạo pháp, đồng thời cũng là lời nhắc nhở thiết tha về những giá trị truyền thống không thể bị lãng quên. Giữa những năm tháng khó khăn, ngọn đuốc Chánh pháp mà Ngài giữ vững là biểu tượng của sự kiên cường không khuất phục. Đức Tăng Thống đã đứng lên như một cột trụ, một ngọn hải đăng giữa biển khơi bão táp của lịch sử, khơi dậy trong lòng Phật giáo đồ Việt Nam niềm tin mãnh liệt vào sức mạnh của Chánh pháp và Giáo Hội Phật Giáo Việt Nam Thống Nhất.

Thuyền không bến đỗ, nhưng lòng vẫn tìm về Bát-nhã, về

chân lý giác ngộ, về diệu lý của sự tồn tại và nhiệm vụ thiêng liêng mà các bậc tiền bối đã gửi trao. Hình ảnh Đức Tăng Thống Thích Quảng Độ, dù đã rời xa cõi đời, vẫn là hiện thân của tinh thần bất khuất, giữ vững cương duy trong lòng Phật giáo đồ.

Sự kế thừa tư tưởng và sứ mệnh cao cả

Trong lịch sử Phật giáo Việt Nam, các bậc Cao tăng luôn để lại dấu ấn sâu đậm không chỉ qua giáo lý, mà còn thông qua hành trạng đời sống và những hành động dẫn dắt Tăng đoàn vượt qua muôn trùng sóng gió. Đức Tăng Thống Thích Quảng Độ vừa là người lãnh đạo mà vừa là người dõng mãnh giữa cơn cuồng phong chính trị. Ngài là biểu tượng của sự kiên định không bị lay chuyển bởi cường quyền, không khuất phục trước bạo lực. Điều này tạo nên một dấu ấn không thể phai nhòa trong lòng Phật tử và toàn thể dân tộc Việt Nam.

Hành trạng của Ngài, từ những ngày trong nhà tù cộng sản, đến khi bị quản thúc tại gia, luôn là minh chứng cho sức mạnh tinh thần vô úy. Điều này là sự bất khuất của cá nhân Ngài, mà còn là tấm gương lớn cho hàng hậu bối tiếp nối con đường Chánh pháp. Những di sản mà Ngài để lại không chỉ là hình ảnh một người thầy lớn, mà còn là sự sống động của Đạo pháp trong từng hơi thở, hành động.

Hòa Thượng Thích Tuệ Sỹ, trong lời cảm niệm một bậc Ân Sư Phật Giáo Việt Nam, đã khẳng định tầm quan trọng của việc kế tục những giá trị đó. Trong thế giới đầy rẫy thử thách hôm nay, tinh thần bất khuất và niềm tin vững vàng vào Chánh pháp là ngọn đuốc soi đường cho những thế hệ tiếp nối. Từ những giáo chỉ cuối đời mà Đức Đệ Ngũ Tăng Thống đã ban hành, chúng ta hiểu rằng con đường phục hoạt Giáo hội không phải là dễ dàng, nhưng đó là con đường duy nhất để duy trì và phát triển di sản của đức Tăng Thống.

Di nguyện phục hoạt Giáo hội còn dang dở

Trưởng lão Hòa Thượng Thích Quảng Độ đã nhiều lần khẳng định rằng Giáo hội Phật Giáo Việt Nam Thống Nhất là nơi giữ vững tinh thần Chánh pháp, bảo vệ và phát triển truyền thống Phật giáo Việt Nam. Ngài không chỉ là người giữ cương duy mà còn là người định hình nên tinh thần đối kháng với những thế lực đe dọa, bóp nghẹt tinh thần tự do tôn giáo. Trong những năm tháng cuối đời, dù chịu nhiều áp lực, Ngài vẫn kiên trì đấu tranh, tiếp tục nuôi dưỡng niềm hy vọng phục hoạt Giáo hội.

Bấy giờ, lời cảm niệm của Hòa Thượng Thích Tuệ Sỹ như một lời nhắc nhở, không chỉ cho hàng hậu bối trong Giáo hội, mà còn cho toàn thể Phật tử Việt Nam, về sự cấp bách của việc tiếp nối sứ mệnh này. Phục hoạt Giáo hội vừa là một hành động mang tính tổ chức, vừa là biểu tượng của sự hòa hiệp, một lòng đoàn kết trong tinh thần Phật giáo. Điều này đòi hỏi sự thấu hiểu sâu sắc về tinh thần "vô ngã vị tha," nơi mọi hành động đều vì lợi ích của số đông, vì sự trường tồn của Đạo pháp.

Kết thúc hành trình và lời nguyện thệ

Cuộc đời Ngài đã khép lại như một khúc hành trình trọn vẹn, nhưng sứ mệnh mà Ngài để lại vẫn còn dang dở. Tinh thần bất khuất của Đức Đệ Ngũ Tăng Thống đã trở thành một di sản quý báu, không chỉ cho Phật giáo Việt Nam mà còn cho toàn thể dân tộc. Những năm tháng lưu đày, những khó khăn khắc nghiệt mà Ngài đã trải qua, không chỉ là minh chứng cho lòng kiên định mà còn là lời dặn dò sâu sắc cho hàng hậu bối.

Nguyện cầu Giác linh Hòa Thượng, nơi cảnh giới vô trụ, sẽ tiếp tục gia trì cho hàng hậu học. Nguyện chúng con, những kẻ còn lại trên hành trình đầy chông gai này, sẽ luôn giữ vững cương duy, không khuất phục trước thế lực cường quyền, và tiếp tục sứ mệnh phục hoạt Giáo hội, bảo vệ Chánh pháp, như di nguyện của Ngài.

Sự kế tục của Hòa thượng Thích Tuệ Sỹ là minh chứng rõ ràng cho tinh thần vô úy và khéo léo trong việc kế tục, bảo vệ và phục hoạt Giáo hội, một sứ mệnh mà cố Trưởng lão Hòa thượng Thích Quảng Độ đã ủy thác. Trong bối cảnh Phật giáo Việt Nam đang đối mặt với nhiều thử thách từ áp lực chính trị, xã hội và cả những khó khăn nội tại, Hòa thượng Tuệ Sỹ không chỉ giữ vững cương lĩnh và đường hướng của Giáo hội Phật Giáo Việt Nam Thống Nhất mà còn thể hiện một thái độ khéo léo đầy uyển chuyển, tinh thông cả trong giáo lý lẫn phương tiện hành động.

Thái độ không sợ hãi của Hòa thượng Thích Tuệ Sỹ là đặc trưng nổi bật xuyên suốt hành trình của Ngài. Từ thời kỳ còn là Tổng Thư Ký Viện Hóa Đạo đến những ngày cuối đời, Hòa thượng luôn đứng vững trước những đe dọa từ chính quyền, những toan tính ép buộc để thuần phục Giáo hội dưới sự quản lý của nhà nước. Thái độ ấy không phải là sự đối đầu cứng nhắc hay phản kháng cực đoan, mà là một cách tiếp cận khéo léo, uyển chuyển, luôn đặt trọng tâm vào lợi ích lâu dài của Đạo pháp và cộng đồng Phật tử.

Hòa thượng Tuệ Sỹ đã thể hiện một tinh thần "không chiến đấu bằng vũ lực, nhưng chiến thắng bằng tâm từ bi và trí tuệ." Ngài không đối kháng trực diện với thế lực cường quyền bằng bạo động hay những động thái mang tính đối đầu gay gắt. Thay vào đó, Ngài tập trung vào việc làm sống lại các giá trị cốt lõi của Chánh pháp, đào tạo thế hệ kế thừa và giữ vững tinh thần bất khuất của Giáo hội. Ngài hiểu rõ rằng việc kế tục Giáo hội không chỉ là bảo vệ một tổ chức, mà là bảo vệ tinh thần giác ngộ và truyền bá giáo lý Phật Đà, mà sứ mệnh này đòi hỏi sự khéo léo, không làm tổn hại đến ai, không gây thêm chướng duyên cho Phật giáo Việt Nam.

Sự khéo léo trong sứ mệnh của Hòa thượng còn thể hiện qua việc Ngài không chỉ kiên định với đường lối của Đức Tăng Thống Thích Quảng Độ, mà còn biết chọn những phương pháp thực tiễn để thúc đẩy hoạt động của Giáo hội trong lòng nhân gian. Ngài luôn giữ thái độ mềm mỏng nhưng sâu sắc trong các thông điệp của mình, biết ứng biến theo hoàn cảnh để giữ vững tinh thần bất khuất mà không gây thêm áp lực cho Phật giáo đồ. Đó là sự khéo léo cần thiết để duy trì một Giáo hội vừa đứng vững trước sóng gió, vừa phù hợp với nhu cầu thực tiễn của xã hội ngày nay.

Trong hành trình này, Hòa thượng Tuệ Sỹ đã chứng tỏ mình là một người kế tục xứng đáng, vừa mang trong mình tinh thần vô úy của Đức Đệ Ngũ Tăng Thống Thích Quảng Độ, vừa sáng tạo và khéo léo trong cách ứng phó với những thử thách mới. Ngài tiếp tục di sản của Đức Tăng Thống không chỉ bằng lòng kiên định, mà còn bằng sự uyển chuyển và trí tuệ, như một vị minh quân không mang vũ khí, chỉ dùng từ bi và trí tuệ làm gươm báu dẫn dắt đạo quân Chánh pháp vượt qua mọi nguy biến.

Từ Trí Tuệ Phật Giáo Đến Lịch Sử Dân Tộc: Thông Điệp Chính Trị Xã Hội Trong Kinh Điển Phật Giáo

TUỆ NĂNG

Trong dòng thời gian đầy biến động và chuyển mình của lịch sử Việt Nam rong dòng chảy lịch sử của Việt Nam, hai vị thầy uyên bác của Phật giáo, Hòa thượng Thích Tuệ Sỹ (1945-2023) và Trí Siêu Lê Mạnh Thát, đã có những đóng góp to lớn trong việc phiên dịch kinh điển Phật giáo và biên soạn lịch sử. Họ không chỉ bảo tồn và phát triển nền tảng giáo lý Phật giáo, mà còn đưa ra những tư tưởng mang tính khai sáng về các vấn đề chính trị và xã hội của Việt Nam qua từng giai đoạn. Công trình của Hòa thượng Thích Tuệ Sỹ đã gợi mở những thông điệp sâu sắc về sự từ bi, trách nhiệm xã hội và công lý, trong khi những nghiên cứu của Trí Siêu Lê Mạnh Thát làm nổi bật mối quan hệ mật thiết giữa Phật giáo và sự hình thành tư tưởng văn hóa, chính trị Việt Nam.

Các thông điệp chính trị và xã hội được hai bậc thầy truyền tải một cách minh nhiên, dựa trên tinh thần từ bi và trí tuệ, nhằm khuyến khích mỗi người hành động vì lợi ích chung. Những lời dạy này không chỉ giới hạn trong việc lý giải học thuật mà còn mang tính ứng dụng thực tiễn, là nền tảng cho việc xây dựng một xã hội công bằng và hòa hợp. Điều quan trọng giờ đây là chúng ta – những người đón nhận các thông điệp ấy – sẽ chuyển hóa chúng thành hành động như thế nào để góp phần xây dựng một thế giới tốt đẹp hơn?

1. Nhân bản và Bình đẳng trong Xã hội

Một trong những giá trị cốt lõi mà Phật giáo truyền tải trong Kinh điển cổ đại là khái niệm về sự bình đẳng và nhân quyền cơ bản của mỗi cá nhân. Câu chuyện của Đức Phật gặp gỡ những người từ mọi tầng lớp xã hội – từ những người giàu có, vua chúa cho đến những người nghèo khổ, tầng lớp thấp hèn – đều được nhắc đến như một minh chứng cho quan niệm về bình đẳng. Trong *Kinh Tăng Chi Bộ* (Aṅguttara Nikāya), Đức Phật đã dạy rằng tất cả mọi người, dù sinh ra trong hoàn cảnh nào, đều có thể giác ngộ nếu tuân theo con đường tu tập. Điều này phản ánh ý thức xã hội về sự bình đẳng, bác bỏ sự phân chia đẳng cấp xã hội thời bấy giờ ở Ấn Độ.

Ví dụ, trong *Kinh Vasettha*, Đức Phật thảo luận với hai thanh niên Bà-la-môn về câu hỏi liệu một người sinh ra trong đẳng cấp thấp hơn có thể đạt được giác ngộ không. Đức Phật khẳng định rằng không có gì trong bản chất của con người mà chỉ vì giai cấp hay dòng dõi mà bị cản trở khỏi việc tu tập và đạt được trí tuệ giác ngộ. Đây là một thông điệp mạnh mẽ, không chỉ khuyến khích công bằng xã hội mà còn đánh thức lòng từ bi và tôn trọng giữa con người với nhau, vượt qua mọi định kiến xã hội.

Thông điệp này không chỉ phù hợp với xã hội Ấn Độ cổ đại mà còn có giá trị đối với xã hội hiện đại. Khi những quan niệm về quyền con người và bình đẳng được thảo luận ở mọi nơi trên thế giới, tư tưởng Phật giáo từ hơn 2,500 năm trước vẫn là một nguồn cảm hứng vô tận cho các phong trào nhân quyền, chống phân biệt đối xử.

2. Nguyên Tắc Quản Trị Dựa Trên Từ Bi và Trí Tuệ

Phật giáo không chỉ quan tâm đến đạo đức cá nhân, mà còn

đặt ra những tiêu chuẩn cao cho người lãnh đạo và nhà cai trị. Trong *Kinh Cakkavatti Sīhanāda Sutta* (Kinh Luân Vương), Đức Phật đưa ra một hình mẫu lý tưởng cho nhà lãnh đạo: phải dựa trên Chánh pháp (Dhamma) để trị nước. Nhà vua lý tưởng không phải là người dùng sức mạnh hay quyền lực để thống trị, mà là người sử dụng trí tuệ và từ bi để bảo vệ và nâng cao đời sống của nhân dân.

Câu chuyện của vua A Dục (Ashoka) trong lịch sử Phật giáo là một ví dụ điển hình về việc áp dụng những nguyên tắc này vào thực tiễn. Sau khi nhận thức rõ ràng về hậu quả của chiến tranh và bạo lực qua trận chiến Kalinga, vua A Dục đã từ bỏ con đường chiến tranh và chuyển sang thực hành từ bi, quảng bá Phật pháp và thiết lập những chính sách bảo vệ hòa bình và phát triển xã hội.

Sự chuyển hóa của vua A Dục là một minh chứng rõ ràng cho sự thay đổi từ sự thống trị quyền lực dựa trên sức mạnh bạo lực sang một hình thức cai trị dựa trên trí tuệ và từ bi. Điều này thể hiện sâu sắc giá trị cốt lõi của Phật giáo về việc lãnh đạo xã hội bằng đạo đức, và tầm quan trọng của việc mang lại sự hòa hợp, thay vì gây chia rẽ. Trong bối cảnh chính trị hiện đại, điều này vẫn giữ nguyên giá trị như một mô hình lãnh đạo nhân bản và vững bền.

3. Hòa Bình và Phi Bạo Lực: Từ Bi Trong Giải Quyết Xung Đột

Một trong những thông điệp nổi bật nhất của Phật giáo là nguyên tắc về phi bạo lực và hòa bình trong việc giải quyết xung đột. Đức Phật, trong *Kinh Dhammapada*, đã nhấn mạnh rằng: "Hận thù không bao giờ chấm dứt bởi hận thù, mà chỉ có tình thương mới chấm dứt hận thù." Nguyên tắc này không chỉ là một lời dạy về cách đối xử giữa các cá nhân, mà còn là một thông điệp mạnh mẽ về việc duy trì hòa bình xã hội.

Ví dụ về vua A Dục, sau khi trở thành một tín đồ nhiệt thành của Phật giáo, đã quyết định không sử dụng bạo lực để mở rộng lãnh thổ, thay vào đó, ông chuyển sang lan truyền Phật pháp như một cách để giải quyết xung đột và duy trì hòa bình trong vương quốc của mình.

Trong thế giới hiện đại, khi xung đột và chiến tranh vẫn diễn ra, thông điệp về phi bạo lực và giải quyết xung đột bằng hòa bình của Phật giáo trở nên đặc biệt quan trọng. Các tổ chức quốc tế và các nhà hoạt động xã hội thường dựa trên nguyên tắc này để tìm kiếm những giải pháp cho xung đột, nhấn mạnh rằng chỉ có sự hiểu biết và lòng từ bi mới có thể mang lại hòa bình lâu dài.

4. Trách Nhiệm Xã Hội của Cá Nhân

Không chỉ nhà lãnh đạo, mà mỗi cá nhân trong xã hội cũng có trách nhiệm đóng góp vào việc duy trì đạo đức và hòa bình. Trong *Kinh Đại Bát Niết Bàn* (Mahāparinibbāna Sutta), Đức Phật dạy rằng mỗi người cần tự nương tựa vào chính mình, tu tập, và phát triển trí tuệ để đóng góp vào sự phát triển của cộng đồng. Điều này phản ánh một sự cân bằng giữa trách nhiệm cá nhân và trách nhiệm xã hội, khuyến khích mỗi cá nhân tự giác ngộ và sống đạo đức, từ đó góp phần vào việc xây dựng xã hội.

Ý thức trách nhiệm cá nhân là nền tảng cho sự phát triển của bất kỳ xã hội nào. Phật giáo không chỉ tập trung vào việc giáo dục lãnh đạo, mà còn kêu gọi từng người trong cộng đồng đóng góp vào việc duy trì đạo đức và hòa bình. Đây là một triết lý có ý nghĩa sâu sắc đối với sự phát triển vững bền của xã hội hiện đại.

5. Giải Thoát Khỏi Tham Vọng Quyền Lực và Lợi Lộc Cá Nhân

Một trong những nguyên tắc quan trọng trong Phật giáo là sự từ bỏ tham ái và chấp ngã, đặc biệt là tham vọng quyền lực và sự truy cầu danh lợi. Điều này được thể hiện rõ ràng trong giáo lý về *Vô ngã* (Anatta), nhấn mạnh rằng mọi sự bám víu vào quyền lực, tiền tài, hay địa vị đều là nguyên nhân của khổ đau. Đức Phật đã nhiều lần khuyến khích các vị vua, lãnh đạo, và thậm chí cả những tín đồ bình thường, từ bỏ lòng tham và tìm kiếm sự an lạc qua con đường giác ngộ, thay vì cố gắng tích lũy quyền lực và của cải.

Trong *Kinh Kandaraka* (Trung Bộ Kinh), Đức Phật dạy về sự vô nghĩa của việc bám chấp vào danh vọng và quyền lực, khuyên mọi người rằng chỉ có sự tu tập đạo đức, thiền định, và trí tuệ mới mang lại hạnh phúc vững bền. Ngài nêu rõ rằng quyền lực thế gian không bao giờ có thể mang lại sự giải thoát thực sự; thay vào đó, sự tự do nội tâm và sự thanh thản tinh thần mới là mục tiêu tối thượng.

Vị vua Mahakappina, sau khi gặp Đức Phật và nghe giáo lý về *Vô ngã*, đã từ bỏ ngai vàng để trở thành một vị Tỳ-kheo. Câu chuyện của vua Mahakappina là một ví dụ rõ ràng về việc từ bỏ quyền lực để tìm kiếm sự giải thoát khỏi những ràng buộc của thế gian. Điều này không chỉ thể hiện sự ảnh hưởng sâu rộng của Phật pháp trong việc hướng con người từ bỏ tham vọng, mà còn là bài học cho xã hội hiện đại về giá trị của sự từ bi và trí tuệ, vượt lên trên những toan tính cá nhân.

Trong một thế giới nơi quyền lực và danh vọng thường được coi là đỉnh cao của thành công, thông điệp từ Kinh điển Phật giáo về việc từ bỏ tham vọng và tìm kiếm an lạc bên trong mang tính cách mạng. Điều này đặc biệt quan trọng đối với các nhà lãnh đạo hiện nay, khi mà lòng tham và lợi ích cá nhân thường dẫn đến bất công và xung đột. Phật giáo dạy rằng sự lãnh đạo thực sự không đến từ quyền lực bề ngoài mà từ sự thông thái và lòng từ bi bên trong, giúp lan tỏa hòa bình và hạnh phúc cho toàn xã hội.

6. Bài Học về Sự Tái Sinh Chính Trị và Xã Hội

Khái niệm về **tái sinh** trong Phật giáo thường được hiểu dưới khía cạnh cá nhân, nhưng cũng có thể được áp dụng vào lĩnh vực chính trị và xã hội. Sự tái sinh không chỉ là sự chuyển hóa của linh hồn cá nhân sau khi chết, mà còn là quá trình chuyển đổi và tái sinh của các hệ thống xã hội và chính trị qua thời gian.

Trong *Kinh Pháp Hoa* (Lotus Sutra), một trong những kinh điển quan trọng của Đại thừa Phật giáo, có đoạn miêu tả về việc Phật pháp không ngừng được tái sinh và truyền thụ qua nhiều kiếp sống và thế hệ. Điều này có thể được hiểu như một thông điệp về sự đổi mới liên tục của xã hội, khi những giá trị chân thực sẽ không bao giờ bị lãng quên, mà sẽ luôn được tái sinh và phục hồi qua thời gian.

Lịch sử Phật giáo tại Ấn Độ cho thấy nhiều triều đại, chính quyền đã cố gắng tiêu diệt Phật giáo, nhưng giáo lý của Đức Phật vẫn tồn tại và phát triển mạnh mẽ ở nhiều quốc gia khác nhau, từ Trung Quốc, Nhật Bản, cho đến Tây Tạng và Đông Nam Á. Sự tái sinh của Phật giáo trong các nền văn hóa và chính trị khác nhau là minh chứng rõ ràng cho sự sống động và ứng dụng rộng rãi của các nguyên tắc Phật giáo trong mọi lĩnh vực của cuộc sống.

Trong thế giới chính trị hiện đại, nơi các hệ thống xã hội và chính trị liên tục thay đổi và đối mặt với nhiều khủng hoảng, thông điệp về sự tái sinh chính trị và xã hội từ Phật giáo mang đến hy vọng và động lực cho việc cải cách. Khi xã hội bước vào những giai đoạn suy thoái, sự tái sinh dựa trên các giá trị từ bi, hòa bình, và công bằng có thể dẫn đến một xã hội mới tốt đẹp hơn. Điều này cũng nhắc nhở chúng ta rằng mọi hệ thống, dù mạnh mẽ đến đâu, đều phải tuân theo quy luật của sự vô thường, và do đó cần phải luôn đổi mới để đáp ứng nhu cầu của con người.

7. Hòa Bình Thế Giới và Chính Trị Quốc Tế

Một khía cạnh quan trọng khác của Phật giáo trong lĩnh vực chính trị và xã hội là thông điệp về hòa bình thế giới. Đức Phật dạy rằng sự hòa bình thực sự bắt nguồn từ sự hòa hợp bên trong mỗi cá nhân, và rằng chỉ khi con người từ bỏ lòng tham, sân, và si, thế giới mới có thể đạt được hòa bình thực sự. Trong *Kinh Bát Đại Nhân Giác* (The Sutra of Eight Realizations of Great Beings), Đức Phật chỉ ra rằng sự bám víu vào quyền lực và chiến tranh chỉ mang lại đau khổ cho cả người và vật. Ngài khuyên rằng các quốc gia, thay vì chạy đua vũ trang và gây chiến, nên hướng đến việc thực hành đạo đức và từ bi để giải quyết xung đột và xây dựng một thế giới hòa bình.

Liên Hợp Quốc, sau Thế chiến thứ hai, đã được thành lập với mục tiêu duy trì hòa bình và an ninh quốc tế. Một trong những giá trị cốt lõi mà Liên Hợp Quốc tôn vinh là sự hợp tác quốc tế và giải quyết xung đột bằng phương pháp hòa bình – một nguyên tắc đã được Đức Phật khuyến khích từ hơn hai thiên niên kỷ trước.

Trong bối cảnh hiện đại, khi mà căng thẳng giữa các quốc gia vẫn tiếp diễn và những nguy cơ về chiến tranh vẫn tồn tại, thông điệp hòa bình thế giới của Phật giáo vẫn giữ nguyên tính thời đại. Các nhà lãnh đạo chính trị và xã hội cần áp dụng những nguyên tắc từ bi và hòa giải trong việc đối phó với những mâu thuẫn quốc tế, từ đó hướng đến một thế giới ổn định và hòa bình hơn.

Bài viết này sẽ tiếp tục mở rộng và đi sâu vào các khía cạnh khác như sự vô thường trong hệ thống chính trị, giá trị của sự kiên nhẫn và từ bi trong quản trị xã hội, cùng với các bài học về sự hiền triết và lãnh đạo từ Kinh điển Phật giáo. Sự trau chuốt trong ngôn từ và cách phân tích sẽ giúp độc giả không chỉ hiểu rõ hơn về Phật giáo, mà còn nhận thức sâu sắc về các thông điệp có giá trị vĩnh cửu trong cả lĩnh vực chính trị và xã hội.

8. Sự Vô Thường và Biến Đổi Trong Hệ Thống Chính Trị

Một trong những triết lý nền tảng của Phật giáo là **vô thường** (*anicca*), khái niệm rằng mọi thứ trên thế gian đều biến đổi không ngừng. Điều này cũng áp dụng vào hệ thống chính trị và xã hội, nơi các thể chế, triều đại và quốc gia thay đổi theo thời gian. Trong Kinh Pháp Cú (Dhammapada), Đức Phật nhấn mạnh rằng không có gì là cố định: "Tất cả các pháp đều vô thường, sinh và diệt là bản chất của chúng."

Trong lịch sử, Phật giáo từng chứng kiến sự thăng trầm của nhiều đế chế, ví dụ như sự suy tàn của các triều đại ủng hộ Phật giáo ở Ấn Độ và sự trỗi dậy của các quốc gia Phật giáo ở Đông Nam Á. Ngay cả trong xã hội hiện đại, chúng ta cũng thấy sự thay đổi liên tục của các thể chế chính trị. Quy luật vô thường này là một bài học quý giá cho những nhà lãnh đạo, nhắc nhở họ về sự hạn hữu của quyền lực và quyền lực phải được sử dụng với lòng từ bi và trí tuệ, thay vì bám chấp vào nó như một thứ vĩnh viễn.

Sự sụp đổ của đế chế Maurya ở Ấn Độ là một minh chứng rõ ràng cho sự vô thường trong chính trị. Đế chế này, từng hùng mạnh dưới triều đại của vua A Dục, đã sụp đổ sau khi triều đại của ông kết thúc, mặc dù Phật giáo vẫn tiếp tục phát triển ở các vùng đất khác. Điều này phản ánh rằng không có một đế chế hay quyền lực nào có thể tồn tại mãi mãi, nhưng những giá trị chân chính, như Phật pháp, sẽ trường tồn với thời gian.

Trong bối cảnh chính trị hiện đại, khi nhiều quốc gia đối mặt với biến động và khủng hoảng, khái niệm vô thường nhắc nhở rằng những gì chúng ta đang trải qua không phải là mãi mãi. Từ đó, nó khuyến khích sự chuẩn bị, linh hoạt và không bám chấp vào quyền lực hay sự ổn định tạm thời. Một xã hội được xây dựng trên tinh thần này sẽ dễ thích nghi và tồn tại vững bền hơn.

9. Giá Trị Của Sự Kiên Nhẫn và Từ Bi Trong Quản Trị Xã Hội

Phật giáo coi **từ bi** (*karuna*) là một trong những nguyên tắc quan trọng nhất để xây dựng và duy trì hòa bình xã hội. Đức Phật đã dạy rằng sự từ bi không chỉ áp dụng trong mối quan hệ cá nhân mà còn là nền tảng để quản trị một xã hội công bằng và hòa hợp. Trong *Kinh Tứ Niệm Xứ* (Satipatthana Sutta), Đức Phật khuyến khích mỗi cá nhân thực hành từ bi trong mọi tình huống, cả đối với chính mình và với người khác.

Sự **kiên nhẫn** (*khanti*) là một phẩm hạnh được Đức Phật đề cao, đặc biệt trong việc đối mặt với các thử thách và mâu thuẫn xã hội. Kiên nhẫn là khả năng chịu đựng và vượt qua những khó khăn mà không đánh mất lòng từ bi hay sự điềm tĩnh. Trong *Kinh Pháp Cú*, Đức Phật nói rằng: “Không có ngọn lửa nào lớn hơn lửa sân hận, và không có chiến thắng nào lớn hơn sự kiên nhẫn.”

Trong thời kỳ chiến tranh và bạo loạn ở Sri Lanka, nhiều nhà lãnh đạo Phật giáo đã cố gắng áp dụng nguyên tắc từ bi và kiên nhẫn trong việc thúc đẩy hòa bình. Các nhà sư Phật giáo ở Sri Lanka đã tổ chức nhiều cuộc đàm phán hòa bình giữa các bên đối lập, dùng tinh thần từ bi để khuyến khích sự hiểu biết lẫn nhau và giải quyết xung đột mà không cần dùng đến bạo lực.

Trong thời đại hiện nay, khi nhiều quốc gia đối mặt với chia rẽ xã hội và xung đột, sự kiên nhẫn và từ bi là những phẩm chất cần thiết cho các nhà lãnh đạo. Quản trị xã hội không chỉ là việc đưa ra các chính sách hợp lý mà còn phải thực hành lòng từ bi đối với mọi thành phần trong xã hội, nhất là với những người yếu thế. Việc quản trị bằng từ bi và kiên nhẫn không chỉ tạo ra một xã hội bình an mà còn khuyến khích sự gắn kết và đoàn kết giữa các cá nhân.

10. Lãnh Đạo Hiền Triết: Bài Học Từ Kinh Điển Phật Giáo

Trong *Kinh Sigalovada Sutta* (Kinh Thiện Sinh), Đức Phật mô tả một mô hình lãnh đạo lý tưởng, nhấn mạnh rằng một nhà lãnh đạo cần phải có bốn đức tính chính: lòng từ bi, công bằng, trí tuệ, và sự kiên định. Những phẩm hạnh này không chỉ giúp một nhà lãnh đạo tạo ra các chính sách phù hợp mà còn truyền cảm hứng cho cộng đồng, khuyến khích sự hợp tác và tôn trọng lẫn nhau.

Từ bi giúp nhà lãnh đạo hiểu được nỗi khổ của dân chúng và giải quyết các vấn đề xã hội một cách nhân bản. **Công bằng** đảm bảo rằng mọi quyết định được đưa ra dựa trên lợi ích chung, không thiên vị hay phân biệt đối xử. **Trí tuệ** cho phép nhà lãnh đạo nhận diện rõ ràng thực tại, hiểu được nguyên nhân gốc rễ của các vấn đề xã hội và từ đó tìm ra giải pháp đúng đắn. Cuối cùng, **sự kiên định** giúp nhà lãnh đạo vượt qua khó khăn, không bị dao động trước những áp lực từ bên ngoài.

Một trong những ví dụ tiêu biểu về lãnh đạo hiền triết trong lịch sử là vua A Dục, người đã chuyển hóa từ một nhà lãnh đạo chiến tranh thành một người thúc đẩy hòa bình và từ bi. Sau khi nhận ra hậu quả khủng khiếp của chiến tranh, A Dục đã thực hiện các chính sách công bằng, từ bi đối với dân chúng và động vật, đồng thời khuyến khích việc truyền bá Phật pháp.

Trong xã hội hiện đại, khi mà các nhà lãnh đạo phải đối mặt với áp lực từ nhiều phía, những phẩm chất lãnh đạo hiền triết của Phật giáo vẫn giữ nguyên giá trị. Một nhà lãnh đạo không chỉ cần sự khôn ngoan trong chính trị mà còn phải có đạo đức và lòng từ bi để tạo ra những thay đổi vững bền cho xã hội. Điều này cũng đặt ra câu hỏi về vai trò của đạo đức và trí tuệ trong chính trị, khi mà những nhà lãnh đạo chỉ dựa vào quyền lực và quyền lợi cá nhân thường dẫn đến bất ổn và khủng hoảng.

11. Hướng Đi Đạo Đức Cho Xã Hội Hiện Đại

Khi chúng ta xem xét những thách thức xã hội và chính trị trong thế giới hiện đại – từ sự bất bình đẳng, chiến tranh, đến vấn đề môi trường – Phật giáo cung cấp một hướng đi rõ ràng dựa trên từ bi, trí tuệ, và sự tỉnh thức. Đức Phật dạy rằng mọi quyết định của cá nhân, từ người lãnh đạo đến người dân thường, đều phải dựa trên đạo đức, và chỉ có như vậy mới có thể mang lại sự vững bền và hòa bình cho xã hội.

Ở Bhutan, chính phủ đã áp dụng chính sách *Tổng hạnh phúc quốc gia* (Gross National Happiness), thay vì chỉ tập trung vào GDP như nhiều quốc gia khác. Chính sách này lấy cảm hứng từ Phật giáo, nhấn mạnh rằng sự phát triển của quốc gia không chỉ được đánh giá dựa trên khía cạnh kinh tế mà còn phải dựa trên hạnh phúc và phúc lợi toàn diện của người dân.

Trong bối cảnh các quốc gia trên thế giới đối mặt với những cuộc khủng hoảng xã hội và môi trường, một hướng đi đạo đức và vững bền là điều cần thiết. Phật giáo không chỉ cung cấp một hệ thống giá trị có thể được áp dụng trong cuộc sống hàng ngày mà còn là một phương pháp tiếp cận toàn diện cho quản trị xã hội và chính trị. Bằng cách thúc đẩy từ bi, trí tuệ, và đạo đức, xã hội hiện đại có thể tìm ra con đường dẫn đến sự thịnh vượng và hòa bình vững bền.

Bài viết này sẽ tiếp tục mở rộng và đi sâu hơn vào những khía cạnh khác của Phật giáo trong lĩnh vực chính trị và xã hội, từ việc thực hành đạo đức cá nhân đến việc xây dựng một xã hội công bằng và vững bền. Những ví dụ thực tế từ lịch sử và xã hội hiện đại sẽ giúp độc giả thấy rõ sự liên hệ giữa Kinh điển Phật giáo và thực tiễn xã hội, tạo nên một bức tranh toàn diện về cách mà Phật giáo có thể đóng góp cho một thế giới tốt đẹp hơn.

12. Phật Giáo và Sự Đạo Đức Hóa Trong Kinh Tế

Bên cạnh chính trị và xã hội, Phật giáo còn mang đến những thông điệp mạnh mẽ về kinh tế, nhất là về việc đạo đức hóa các hoạt động kinh tế. Đức Phật luôn nhấn mạnh rằng mọi hành động, bao gồm cả việc kiếm sống, phải dựa trên nền tảng của đạo đức và lòng từ bi. Trong *Kinh Tăng Chi Bộ* (Aṅguttara Nikāya), Đức Phật đã liệt kê *chánh mạng* (samma ajiva) – một phần của Bát Chánh Đạo – như một con đường đúng đắn để kiếm sống mà không gây hại cho người khác.

Nguyên tắc *chánh mạng* yêu cầu mỗi cá nhân khi tham gia vào các hoạt động kinh tế phải đảm bảo rằng công việc của mình không gây đau khổ, thiệt hại hoặc tổn thất cho những sinh vật khác. Điều này không chỉ áp dụng cho việc không tham gia vào các ngành nghề bất hợp pháp hay phi đạo đức, mà còn yêu cầu sự công bằng trong các giao dịch, sự từ bi trong cách đối xử với nhân viên, khách hàng và cộng đồng.

Trong lịch sử, nhiều thương gia Phật tử đã nổi tiếng về việc tuân thủ các nguyên tắc đạo đức trong kinh doanh. Ví dụ, trong thời kỳ hoàng kim của Phật giáo ở Ấn Độ, các thương gia không chỉ tạo dựng các mối quan hệ thương mại, mà còn xây dựng các cơ sở từ thiện như bệnh viện, trường học và các công trình công cộng, nhằm giúp đỡ cộng đồng xung quanh. Những hành động này không chỉ mang lại lợi ích cho họ mà còn góp phần xây dựng một xã hội thịnh vượng và hài hòa.

Trong nền kinh tế toàn cầu hóa hiện đại, khi mà lợi nhuận thường được đặt lên trên hết, nguyên tắc *chánh mạng* của Phật giáo có thể đóng vai trò là một hướng dẫn đạo đức quan trọng. Các doanh nghiệp cần phải nhận thức rằng lợi nhuận không phải là mục tiêu cuối cùng mà cần cân bằng giữa lợi nhuận và trách nhiệm xã hội. Việc kinh doanh một cách đạo đức không chỉ giúp doanh nghiệp phát triển vững bền mà còn xây dựng một xã hội công bằng và giàu tình người hơn.

13. Hệ Thống Phúc Lợi Xã Hội Trong Kinh Điển Phật Giáo

Phật giáo, qua nhiều thế kỷ, đã phát triển những nguyên tắc đạo đức và tinh thần mạnh mẽ trong việc chăm sóc người nghèo và người yếu thế trong xã hội. Đức Phật đã dạy rằng mỗi người, dù ở bất kỳ tầng lớp xã hội nào, đều có quyền được sống trong sự công bằng và an lạc. Một xã hội tốt đẹp không thể thiếu đi sự hỗ trợ và chăm sóc từ cộng đồng đối với những người khó khăn hơn.

Trong *Kinh Cakkavatti Sīhanāda Sutta* (Kinh Luân Vương), Đức Phật dạy rằng một vị vua lý tưởng phải chăm sóc cho các tầng lớp yếu thế nhất trong xã hội – từ người nghèo, người già, cho đến người bị áp bức. Ngài khuyến khích việc tạo ra những chính sách phúc lợi xã hội, giúp bảo vệ và cải thiện đời sống của những người khó khăn, như một phần của trách nhiệm đạo đức và xã hội.

Các quốc gia Phật giáo như Thái Lan và Bhutan đã áp dụng nhiều nguyên tắc từ bi và đạo đức của Phật giáo vào hệ thống phúc lợi xã hội của họ. Bhutan, chẳng hạn, không chỉ tập trung vào phát triển kinh tế mà còn chú trọng đến việc đảm bảo hạnh phúc và sức khỏe của người dân. Hệ thống phúc lợi xã hội của họ được xây dựng dựa trên triết lý Phật giáo về sự quan tâm đến tất cả mọi người, đặc biệt là những người yếu thế.

Trong một thế giới mà sự bất bình đẳng đang ngày càng gia tăng, nguyên tắc của Phật giáo về phúc lợi xã hội có thể cung cấp một hướng đi quan trọng để giải quyết các vấn đề về nghèo đói và bất công. Các chính sách dựa trên từ bi và công bằng có thể giúp xây dựng một xã hội mà trong đó mọi người đều có cơ hội để phát triển và sống trong an lạc.

14. Bảo Vệ Môi Trường Dưới Góc Nhìn Phật Giáo

Phật giáo không chỉ nói về mối quan hệ giữa con người với nhau mà còn mở rộng ra với toàn bộ thế giới tự nhiên. Đức Phật dạy rằng tất cả chúng sinh đều có quyền sống và được đối xử với lòng từ bi, không chỉ con người mà còn cả các loài động vật và môi trường sống của chúng ta. Khái niệm **liên hệ tương duyên** (*paticca-samuppada*) trong Phật giáo nhấn mạnh rằng mọi thứ trong vũ trụ đều có mối liên hệ mật thiết với nhau, và việc phá hủy một phần của môi trường sẽ gây ảnh hưởng đến toàn bộ hệ sinh thái, bao gồm cả con người.

Trong *Kinh Udana*, Đức Phật dạy rằng mọi loài sinh vật đều có sự sống và giá trị của riêng mình. Điều này dẫn đến sự tôn trọng sâu sắc đối với tất cả các hình thức của sự sống, từ con người, động vật, đến thực vật và đất đai. Thông qua giáo lý này, Đức Phật khuyến khích việc bảo vệ và duy trì sự cân bằng của môi trường tự nhiên.

Ở Thái Lan, có những khu rừng bảo vệ đặc biệt do các nhà sư quản lý, được gọi là **rừng thiền** (*Wat Pa*). Những khu rừng này không chỉ là nơi tu tập, mà còn là môi trường sống của nhiều loài động vật và thực vật quý hiếm. Các nhà sư ở đây xem việc bảo vệ rừng không chỉ là một nhiệm vụ đạo đức mà còn là một phần của việc tu tập từ bi.

Trong bối cảnh khủng hoảng môi trường hiện nay, khi mà tài nguyên thiên nhiên bị khai thác cạn kiệt và biến đổi khí hậu đe dọa cuộc sống của con người, giáo lý Phật giáo về sự tôn trọng và bảo vệ môi trường trở nên ngày càng quan trọng. Chúng ta không thể tách rời khỏi thiên nhiên mà phải sống hài hòa với nó. Các chính sách bảo vệ môi trường cần dựa trên tinh thần từ bi, quan tâm đến mọi loài sinh vật và môi trường sống của chúng.

15. Phật Giáo và Phong Trào Nhân Quyền

Phật giáo từ lâu đã đóng góp một tiếng nói quan trọng trong phong trào nhân quyền, đặc biệt là thông qua thông điệp về bình đẳng và từ bi đối với mọi chúng sinh. Ngay từ những ngày đầu truyền bá, Đức Phật đã nêu cao quyền được sống và tu tập của mọi người, không phân biệt đẳng cấp, giới tính hay chủng tộc. Trong *Kinh Kalama*, Đức Phật dạy rằng mọi người đều có quyền tự do tìm kiếm và thực hành chân lý, không bị áp đặt bởi bất kỳ quyền lực hay truyền thống nào.

Thông điệp này đã tạo cơ sở cho nhiều phong trào nhân quyền trên thế giới, đặc biệt là trong việc chống lại sự bất công và phân biệt đối xử. Tinh thần nhân quyền của Phật giáo không chỉ bảo vệ quyền lợi của con người mà còn mở rộng ra tất cả các sinh vật sống khác, yêu cầu con người đối xử công bằng và từ bi với mọi loài.

Thiền sư Thích Nhất Hạnh, một trong những nhà lãnh đạo Phật giáo nổi tiếng nhất thế giới, đã tham gia tích cực trong phong trào nhân quyền và hòa bình. Ông khuyến khích việc sử dụng lòng từ bi để giải quyết các xung đột, đồng thời lên tiếng ủng hộ quyền của những nhóm người bị áp bức và kêu gọi sự bình đẳng trong xã hội.

Trong bối cảnh thế giới hiện đại, khi mà các cuộc đấu tranh cho quyền con người và sự bình đẳng vẫn tiếp tục, Phật giáo đóng góp một góc nhìn đầy nhân văn và triết lý về cách tiếp cận những vấn đề này. Thông qua việc thực hành từ bi và trí tuệ, con người có thể xây dựng một thế giới mà ở đó, mọi người đều có quyền sống trong hòa bình và được tôn trọng như nhau.

Bài viết sẽ tiếp tục đi sâu hơn vào những khía cạnh khác của Phật giáo trong chính trị, kinh tế, xã hội và môi trường, tạo ra một cái nhìn toàn diện về cách mà các giá trị Phật giáo có thể giúp xây dựng một thế giới hòa bình, công bằng và vững bền.

Những phân tích dựa trên Kinh điển và ví dụ thực tế sẽ giúp làm nổi bật sự ứng dụng rộng rãi và lâu dài của các nguyên tắc Phật giáo trong mọi lĩnh vực của cuộc sống.

16. Tầm Quan Trọng của Sự Lắng Nghe và Đối Thoại Trong Phật Giáo và Chính Trị Xã Hội

Một trong những phẩm chất quan trọng được nhấn mạnh trong giáo lý Phật giáo là **lắng nghe** (*pariyatti*). Đức Phật dạy rằng sự lắng nghe đúng đắn không chỉ giúp hiểu thấu các vấn đề của người khác, mà còn là cơ sở cho sự cảm thông và từ bi. Trong *Kinh Giáo Thọ Thi Ca La Việt* (Kalama Sutta), Đức Phật khuyến khích mọi người không chấp nhận một sự thật chỉ vì nó đến từ một nguồn uy tín hay truyền thống, mà thay vào đó, nên lắng nghe và suy ngẫm kỹ lưỡng trước khi đưa ra quyết định.

Nguyên tắc lắng nghe không chỉ áp dụng cho đời sống cá nhân, mà còn rất quan trọng trong chính trị và quản trị xã hội. Một nhà lãnh đạo sáng suốt không chỉ đưa ra các quyết định dựa trên quyền lực, mà cần lắng nghe nguyện vọng của nhân dân, thấu hiểu những khó khăn mà họ đang đối mặt, và từ đó xây dựng các chính sách hợp lý. Đây là nền tảng cho sự đối thoại, một trong những cách thức tốt nhất để giải quyết xung đột xã hội và chính trị.

Trong cuộc đàm phán hòa bình giữa chính phủ và quân đội của Colombia với nhóm vũ trang FARC kéo dài suốt nhiều thập kỷ, sự lắng nghe và đối thoại đã trở thành yếu tố chính giúp chấm dứt cuộc xung đột đẫm máu. Quá trình đối thoại thành công được thúc đẩy bởi tinh thần của sự lắng nghe hai chiều và thấu hiểu, từ đó đạt được thỏa thuận hòa bình, chấm dứt một trong những cuộc chiến dai dẳng nhất ở Nam Mỹ.

Lắng nghe và đối thoại là nền tảng của sự hòa bình và công bằng xã hội. Trong thế giới hiện đại, nơi mà sự chia rẽ và xung đột thường xuyên xảy ra, nguyên tắc Phật giáo về sự lắng nghe và cảm thông có thể trở thành chìa khóa cho những giải pháp hòa bình. Khi các bên biết lắng nghe nhau, không chỉ từ lời nói mà còn từ tâm tư, họ có thể tìm thấy những giải pháp hợp lý và vững bền hơn.

17. Phật Giáo và Khả Năng Tự Cường Trong Xã Hội

Khả năng **tự cường** (*vīriya*) là một đức tính quan trọng mà Phật giáo đề cao. Đức Phật dạy rằng sự kiên trì, nỗ lực không ngừng nghỉ là chìa khóa để vượt qua mọi khó khăn và đạt đến giác ngộ. Tự cường không chỉ là vấn đề cá nhân mà còn liên quan đến cách mà một xã hội tự mình đối diện và vượt qua các thử thách. Phật giáo khuyến khích mỗi cá nhân phải rèn luyện sức mạnh nội tâm để vượt qua các thử thách, không chỉ dựa vào những yếu tố bên ngoài. Trong *Kinh Chuyển Pháp Luân* (Dhammacakkappavattana Sutta), Đức Phật dạy rằng cuộc sống luôn gặp nhiều khó khăn và thử thách, nhưng bằng cách rèn luyện tâm trí và thực hành đạo đức, con người có thể phát triển khả năng tự cường để vượt qua mọi khổ đau.

Trong lịch sử Phật giáo, sau khi Phật giáo bị đàn áp tại Ấn Độ, nhiều quốc gia Phật giáo khác, như Sri Lanka và Myanmar, đã nỗ lực bảo tồn và phát triển giáo lý Phật pháp. Họ không chỉ duy trì những truyền thống Phật giáo mà còn phát triển các phong trào Phật giáo toàn cầu, giúp lan tỏa giáo lý của Đức Phật đến các quốc gia phương Tây và nhiều nơi trên thế giới.

Trong bối cảnh toàn cầu hóa hiện đại, khi mà nhiều xã hội đang phải đối mặt với những cuộc khủng hoảng kinh tế, chính trị và môi trường, khả năng tự cường là một yếu tố quan trọng giúp các quốc gia và cộng đồng có thể đối phó và vượt qua các thử thách. Phật giáo không chỉ khuyến khích sự tự cường của từng cá nhân mà còn của cả xã hội, nhấn mạnh rằng chỉ khi con người tự giác ngộ và rèn luyện bản thân thì mới có thể xây dựng một cộng đồng thịnh vượng và vững bền.

18. Phật Giáo và Khái Niệm Duyên Khởi Trong Quản trị xã hội

Khái niệm **duyên khởi** (*pratītyasamutpāda*) trong Phật giáo nhấn mạnh rằng mọi hiện tượng trong vũ trụ đều phụ thuộc lẫn nhau và không có gì tồn tại độc lập. Điều này có ý nghĩa rất lớn trong việc quản trị xã hội, đặc biệt là trong các chính sách về kinh tế, môi trường và phúc lợi xã hội.

Duyên khởi không chỉ là một nguyên tắc triết học, mà còn là một phương tiện hữu ích để hiểu về mối liên hệ giữa các yếu tố trong xã hội. Ví dụ, một nền kinh tế phát triển không thể tách rời khỏi môi trường, hay sự hạnh phúc của con người không thể tách rời khỏi sự công bằng và bình đẳng trong xã hội. Do đó, các nhà lãnh đạo cần phải nhìn nhận xã hội như một tổng thể liên kết chặt chẽ, từ đó đưa ra các chính sách toàn diện, cân bằng lợi ích giữa các yếu tố.

Trong chính sách phát triển của Bhutan, khái niệm *Tổng hạnh phúc quốc gia* (Gross National Happiness) là một ví dụ nổi bật về việc áp dụng nguyên tắc duyên khởi vào quản trị xã hội. Thay vì chỉ tập trung vào tăng trưởng kinh tế, Bhutan đã xây dựng một chính sách toàn diện, quan tâm đến cả yếu tố văn hóa, môi trường và hạnh phúc của con người. Điều này giúp Bhutan duy trì sự phát triển vững bền và hòa hợp giữa con người và thiên nhiên.

Duyên khởi là một bài học quan trọng trong quản trị xã hội hiện đại. Trong thế giới ngày nay, khi mà sự chia rẽ và các vấn đề môi trường, kinh tế đang đe dọa sự phát triển vững bền, việc nhận ra mối liên hệ chặt chẽ giữa các yếu tố trong xã hội sẽ giúp các nhà lãnh đạo xây dựng các chính sách toàn diện hơn. Chỉ khi các yếu tố được cân bằng và hài hòa với nhau, xã hội mới có thể phát triển theo cách vững bền.

19. Khái Niệm Vô Ngã Trong Phật Giáo và Tư Tưởng Chính Trị

Một trong những giáo lý căn bản của Phật giáo là khái niệm **vô ngã** (*anatta*), nhấn mạnh rằng không có cái "tôi" bất biến, và mọi thứ đều là tập hợp của các yếu tố thay đổi. Điều này có ý nghĩa quan trọng đối với tư tưởng chính trị và xã hội, vì nó nhấn mạnh rằng quyền lực và sự lãnh đạo không nên dựa trên lòng tham hay sự kiểm soát, mà cần được xây dựng dựa trên sự phục vụ và từ bi.

Khái niệm vô ngã nhắc nhở rằng quyền lực không phải là công cụ để củng cố bản ngã, mà là phương tiện để giúp đỡ và nâng cao đời sống của người khác. Các nhà lãnh đạo, dù trong bất kỳ hoàn cảnh nào, cũng cần phải nhớ rằng họ không tồn tại như một thực thể độc lập, mà chỉ là một phần của một hệ thống lớn hơn, và do đó, quyết định của họ phải dựa trên lợi ích chung, không phải cá nhân.

Lịch sử Phật giáo có nhiều vị vua và nhà lãnh đạo nổi tiếng, như vua A Dục, đã thực hành vô ngã bằng cách từ bỏ tham vọng quyền lực cá nhân để cống hiến cho sự phát triển của Phật pháp và đời sống của người dân. Vua A Dục đã xây dựng các cơ sở từ thiện, bệnh viện và trường học, xem quyền lực như một phương tiện để phục vụ nhân dân, thay vì là mục tiêu cuối cùng.

Khái niệm vô ngã trong Phật giáo là một lời nhắc nhở mạnh mẽ cho các nhà lãnh đạo hiện đại rằng quyền lực không phải là đích đến cuối cùng, mà là công cụ để tạo ra một xã hội công bằng và từ bi. Chỉ khi các nhà lãnh đạo hiểu rằng họ không tồn tại độc lập mà luôn gắn kết với xã hội và những người họ phục vụ, họ mới có thể đưa ra những quyết định mang lại lợi ích lâu dài cho tất cả mọi người.

20. Phật Giáo và Tương Lai của Xã Hội

Khi xã hội hiện đại ngày càng đối mặt với nhiều thách thức phức tạp từ sự phân hóa giàu nghèo, khủng hoảng môi trường đến sự bất ổn chính trị, Phật giáo cung cấp một tầm nhìn tổng thể và vững bền cho tương lai. Thông qua các nguyên tắc từ bi, trí tuệ và vô ngã, Phật giáo khuyến khích con người không chỉ tìm kiếm hạnh phúc cá nhân mà còn góp phần xây dựng một xã hội hòa bình và thịnh vượng.

Các bài học từ Phật giáo không chỉ mang tính lý thuyết mà còn có thể được áp dụng vào thực tiễn trong nhiều lĩnh vực, từ chính trị, kinh tế, đến môi trường. Những nguyên tắc như duyên khởi, vô thường, vô ngã, và từ bi không chỉ là những triết lý đạo đức mà còn là cơ sở cho các chính sách xã hội và quản lý. Chúng giúp con người hiểu rõ hơn về mối quan hệ phức tạp giữa các yếu tố trong xã hội và cách thức để duy trì sự cân bằng và phát triển vững bền.

Kết Luận

Các thông điệp chính trị và xã hội trong kinh điển Phật giáo cổ đại không chỉ là những tư tưởng trừu tượng, mà còn là những chỉ dẫn đầy tính nhân văn cho một cuộc sống hòa hợp, vững bền và công bằng. Từ những giáo lý về vô ngã, duyên khởi, cho đến sự từ bi và trí tuệ, Đức Phật đã vạch ra con đường dẫn đến giải thoát cá nhân, đồng thời mở ra viễn cảnh cho một xã hội mà ở đó, mọi cá nhân và tập thể đều chung tay xây dựng sự hòa bình, an lạc cho tất cả.

Qua những đóng góp của Hòa thượng Thích Tuệ Sỹ và Trí Siêu Lê Mạnh Thát, chúng ta không chỉ thấy rõ sự kết nối sâu sắc giữa Phật giáo và lịch sử, văn hóa Việt Nam, mà còn nhận thức được tầm quan trọng của việc đưa các giá trị từ bi và trí tuệ vào đời sống xã hội. Các bậc thầy đã truyền tải những thông điệp ấy một cách minh nhiên, để lại cho thế hệ sau bài học về trách nhiệm và hành động.

Tuy nhiên, điều quan trọng là chúng ta, những người đang sống trong thời đại đầy biến động này, sẽ đón nhận và chuyển hóa những thông điệp đó ra sao? Phật giáo nhấn mạnh rằng sự thay đổi không đến từ việc chiêm nghiệm lý thuyết suông, mà từ chính những hành động cụ thể trong cuộc sống hàng ngày. Chúng ta có thể tiếp thu các bài học về công bằng, hòa bình và trách nhiệm xã hội từ Kinh điển, nhưng giá trị thực sự chỉ hiện diện khi những tư tưởng đó được hiện thực hóa trong hành động của mỗi cá nhân và cộng đồng.

Việc xây dựng một xã hội lý tưởng, nơi mà công bằng, hòa bình và sự thịnh vượng vững bền được lan tỏa, đòi hỏi mỗi người phải tham gia vào quá trình cải biến. Đây không phải là một hành trình dễ dàng, nhưng như Đức Phật đã dạy, thông qua sự kiên nhẫn, trí tuệ và lòng từ bi, chúng ta có thể từng bước chuyển hóa xã hội, mang lại lợi ích không chỉ cho bản thân mà cho tất cả mọi người xung quanh. Vai trò của chúng ta giờ đây không chỉ dừng lại ở việc hiểu, mà còn là hành động để biến các lý tưởng đó thành hiện thực, tạo dựng một tương lai tốt đẹp hơn cho toàn nhân loại.

Đạo Pháp Giữa Dòng Đời: Thông Điệp Ẩn Hiện trong Lịch Sử và Kinh Luận

CHÁNH HẠNH

Trên dải đất hình chữ S với lịch sử ngàn năm, Việt Nam như một bản trường ca bất tận, với mỗi nốt nhạc là tiếng vọng của những cuộc chiến đấu oai hùng và những bài học sâu thẳm từ lòng nhân ái, trí tuệ của tiền nhân. Giữa sự giao thoa của các giá trị văn hóa và tôn giáo, Phật giáo vươn mình như một cây cổ thụ với rễ bám sâu vào lòng đất, tán lá xòe rộng che chở tinh thần của dân tộc.

Từng bước, từng giọt mưa thời gian thấm vào từng phiến đá, từng ngôi chùa cổ kính, nơi mà hàng trăm thế hệ người Việt đã tìm đến để tịnh tâm, để thấu hiểu cái sâu sắc của giáo lý và lòng từ bi. Ở đây, những nhà tu hành như Thầy Tuệ Sỹ và Thầy Trí Siêu đã trở thành ngọn đuốc soi rọi sự thức tỉnh tinh thần, kết nối giữa tri thức Phật học và vận mệnh của con người. Phật giáo, với hơn hai thiên niên kỷ ảnh hưởng tại Việt Nam, là một hệ thống tư tưởng tâm linh mà còn là bức tranh phản ánh sự hòa quyện giữa đạo và đời. Trong bối cảnh lịch sử đầy biến động, những trước tác của Thầy Tuệ Sỹ và Thầy Trí Siêu đã mở ra những tầng sâu của triết lý, kêu gọi sự thức tỉnh và đấu tranh cho tự do, công lý, và lòng nhân ái trong cộng đồng.

Như dòng sông không ngừng tuôn chảy, tư tưởng của Thầy Tuệ Sỹ lặng lẽ lan tỏa, thấm sâu vào từng cõi lòng, mang theo hương vị của sự giác ngộ và trách nhiệm với nhân sinh. Thầy không những là một học giả uyên bác, mà còn là một triết gia của thời đại, người đã vượt ra ngoài những biên giới truyền thống để dựng nên một tầm nhìn toàn diện về con đường tu học và sự cống hiến cho xã hội.

Trong các trước tác của mình, Thầy giải thích những giáo lý thâm sâu của Phật giáo nhằm mang lại cho người đọc một cái nhìn đầy triết lý về cuộc sống. Thầy nhấn mạnh sự giác ngộ vừa là sự khai mở tâm thức cá nhân, vừa phải gắn bó mật thiết với trách nhiệm xã hội. Đối với Thầy, từ bi không đơn giản chỉ là lòng thương xót mà là một thái độ sống sâu sắc, thức tỉnh trước mọi bất công và khổ đau hiện diện trong cuộc sống hàng ngày.

Với Thầy, sự giải thoát của một người không thể trọn vẹn nếu cộng đồng chúng sinh còn chìm trong đau khổ. Điều này chứa đựng sức mạnh tinh thần, như một tiếng chuông ngân vang giữa đêm khuya tĩnh lặng, lay động tâm hồn những ai đang mải mê trên con đường tìm kiếm sự yên bình cho riêng mình. Thầy dạy rằng sự giác ngộ đích thực phải đi kèm với lòng can đảm, sẵn sàng đứng lên trước những bất công, cống hiến trí tuệ và lòng từ bi để xây dựng một thế giới công bằng hơn.

Qua những dòng phân tích Kinh, Luận và Luật, Thầy Tuệ Sỹ không chỉ giảng giải về con đường đạt đến Niết bàn, mà còn khơi gợi ý thức xã hội sâu sắc. Đối với Thầy, vô ngã là từ bỏ bản thân, là sự kêu gọi từ bỏ ích kỷ để hướng tới những hành động vị tha, nơi mà mọi cá nhân sẵn sàng hy sinh cho lợi ích chung, cho sự phát triển của toàn thể xã hội.

Những trang viết của Thầy không dừng lại ở việc mô tả các lý thuyết khô khan mà mở ra một không gian suy tưởng, một lời kêu gọi âm thầm nhưng mạnh mẽ hướng đến sự thức tỉnh của tâm thức tập thể. Từ bi, như Thầy giải thích, không thể là lòng nhân ái đơn thuần mà phải là một dạng thức hành động, một ngọn lửa dẫn dắt con người vượt qua những ràng buộc của lòng tham, sự sợ hãi và những toan tính cá nhân. Trí tuệ, theo cách đó, là sự hiểu biết và khả năng nhìn sâu vào bản chất của mọi việc, từ đó, hành động với tâm thế cao thượng và bền bỉ.

Những lời giảng của Thầy Tuệ Sỹ vang vọng giữa những thăng trầm của lịch sử Việt Nam, đặc biệt là trong thời kỳ khó khăn và biến động. Sự bình thản trong từng câu chữ của Thầy như một dòng nước mát lành, xoa dịu và làm mới lại sức mạnh nội tâm của từng người đọc. Thầy quan niệm rằng sự hiểu biết thực sự phải dẫn đến hành động; sự từ bi phải trở thành động lực để đấu tranh chống lại bất công và áp bức. Đây là điểm nhấn trong triết lý của Thầy: sự giác ngộ là một hành trình cá nhân và là hành động gắn bó mật thiết với sự giải thoát của cả cộng đồng.

Sự uyên thâm của Thầy Tuệ Sỹ không nằm ở kiến thức sâu rộng mà ở khả năng thấu hiểu tinh tế bản chất con người và xã hội. Qua từng lời giảng, Thầy truyền tải một thông điệp thâm thúy: trí tuệ và lòng từ bi phải song hành, giống như đôi cánh của chim đại bàng bay lên bầu trời tự do. Chỉ khi cân bằng được hai yếu tố này, con người mới thực sự đạt đến sự giác ngộ và xây dựng một xã hội công bằng, nhân ái.

Trong các bài giảng về vô ngã và từ bi, Thầy không những dẫn dắt người nghe qua những khái niệm trừu tượng mà còn làm rõ cách chúng có thể được ứng dụng trong đời sống thực tiễn. Thầy lý giải rằng vô ngã không phải là sự từ bỏ cá nhân một cách thụ động mà là sự nhận thức sâu sắc về mối liên hệ giữa cá nhân và cộng đồng. Khi hiểu rõ rằng sự tồn tại của mình phụ thuộc vào sự tồn tại của mọi người xung quanh, ta sẽ không thể sống với lòng ích kỷ, mà thay vào đó là sự hòa quyện, sẵn sàng chia sẻ và cống hiến vì lợi ích chung.

Thầy dạy, mỗi hành động thiện lành, mỗi ý niệm tốt đẹp dù nhỏ bé đều có thể lan tỏa như một làn sóng nhẹ nhàng, khơi dậy niềm hy vọng và tình thương yêu. Đây không phải là một câu nói sáo ngữ mà là một triết lý hành động thực sự. Nó nhắc nhở rằng từng hành động nhỏ nếu xuất phát từ lòng từ bi chân thành, đều có thể làm thay đổi cả một xã hội, thắp sáng hy vọng trong những hoàn cảnh đen tối nhất.

Tư tưởng của Thầy Tuệ Sỹ về giáo dục cũng đầy ý nghĩa. Thầy xem giáo dục không phải chỉ truyền dạy kiến thức mà là phương tiện quan trọng để thức tỉnh con người, giúp nhận ra trách nhiệm đối với chính mình và đối với cộng đồng. Thầy nhấn mạnh một nền giáo dục chỉ chú trọng đến sự thành công cá nhân sẽ dễ dàng dẫn đến sự mất cân bằng, tạo nên những con người ích kỷ, thiếu cảm thông. Trái lại, một nền giáo dục đặt nền tảng trên lòng từ bi và trí tuệ sẽ tạo nên những thế hệ biết yêu thương và dũng cảm đứng lên chống lại sự bất công, bảo vệ những giá trị cao đẹp.

Thầy đã sử dụng nhiều ví dụ từ lịch sử để minh họa cho triết lý của mình. Trong những thời kỳ biến động của đất nước, khi sự áp bức và khổ đau trở nên tràn lan, người Phật tử vừa đóng vai trò là người quan sát mà vừa là người tiên phong đấu tranh vì tự do và lẽ phải. Thầy chỉ ra rằng trong bối cảnh này, việc tu tập không thể tách rời khỏi trách nhiệm xã hội. Hành trình đi tìm sự giải thoát cá nhân luôn phải song hành với sứ mệnh phụng sự cộng đồng, phụng sự với tinh thần "vô ngã vị tha".

Đối với Thầy, một hành động không có từ bi là một hành động thiếu linh hồn, và trí tuệ mà không hướng đến lợi ích của mọi người sẽ trở nên khô khan, lạnh lùng. Bởi vậy, Thầy kêu gọi người tu tập phải là người vừa sâu sắc trong hiểu biết, vừa mạnh mẽ trong hành động, để có thể trở thành ánh sáng giữa đêm đen, soi rọi con đường đi đến một xã hội nhân văn, bình đẳng.

Những trang viết của Thầy chứa đựng sự thấu hiểu về những đau thương mà xã hội phải đối mặt: sự bất công, nghèo đói, và những xung đột không hồi kết. Thầy nói rằng, chỉ khi lòng từ bi trở thành động lực, con người mới có thể đẩy lùi bóng tối, chiến thắng sự hận thù và tìm thấy ánh sáng chân lý. Những lời của Thầy như một hồi chuông ngân vang, nhắc nhở rằng mỗi Phật tử phải tỉnh thức, không chỉ trong lòng mà còn trong hành động, cho bản thân và cho cả cộng đồng.

Nếu như Thầy Tuệ Sỹ là ngọn đèn trí tuệ soi sáng con đường tu học và phụng sự xã hội, thì Thầy Trí Siêu (Lê Mạnh Thát) chính là nhà biên khảo lịch sử với khả năng nhìn thấu suốt những dòng chảy văn hóa và chính trị qua lăng kính Phật giáo. Thầy đã vẽ nên một bức tranh sinh động về vai trò của Phật giáo trong việc định hình bản sắc dân tộc Việt Nam, thể hiện sự gắn kết chặt chẽ giữa tâm linh và lòng yêu nước.

Những nghiên cứu của Thầy không dừng lại ở việc ghi chép lịch sử khô khan, mà còn là những bức thư gửi tới hiện tại, nhắc nhở về bài học quý giá từ quá khứ. Trong các tác phẩm của mình, Thầy Trí Siêu luôn thể hiện niềm tin vững chắc rằng Phật giáo là một tôn giáo hướng về nội tâm và là một động lực mạnh mẽ thúc đẩy sự đoàn kết và kiên cường của dân tộc trong những thời kỳ thử thách nhất.

Thầy viết về những thời điểm mà Phật giáo đã trở thành trụ cột tinh thần, bảo vệ và khơi dậy tinh thần độc lập của người Việt trước sức mạnh ngoại bang. Thầy ghi lại các sự kiện lịch sử với đôi mắt của người chứng kiến tinh thần chiến đấu quật cường. Từ những cuộc khởi nghĩa chống lại Bắc phương đến những chiến công bảo vệ biên cương, Thầy đã làm sống lại hình ảnh của những nhà sư không chỉ tụng kinh mà còn tham gia chiến đấu, bảo vệ tổ quốc bằng cả tâm hồn và sức lực.

Một trong những điều làm nên nét độc đáo trong các nghiên

cứu của Thầy Trí Siêu là sự phân tích mối quan hệ giữa Phật giáo và chính trị. Thầy chỉ ra rằng, trong suốt chiều dài lịch sử, khi dân tộc đứng trước hiểm nguy, các nhà lãnh đạo Phật giáo đã không ngần ngại bước ra khỏi không gian tĩnh mịch của thiền thất để tham gia vào các cuộc đấu tranh bảo vệ tổ quốc. Tuy nhiên, việc tham gia này không làm mất đi bản chất từ bi và trí tuệ vốn có của Phật giáo. Ngược lại, các hành động đó được hướng dẫn bởi lý tưởng nhân bản, công lý và lòng yêu nước, không khoan nhượng trước sự bất công nhưng cũng không bao giờ mất đi sự khoan dung, từ bi.

Trong những nghiên cứu sâu sắc của mình, Thầy nhấn mạnh rằng Phật giáo Việt Nam đã trở thành một phần không thể tách rời của hồn dân tộc. Khi nhắc đến các cuộc chiến đấu bảo vệ đất nước, Thầy đề cập đến chiến thắng quân sự và nhấn mạnh đến chiến thắng tinh thần, nơi mà giáo lý từ bi và trí tuệ của Phật giáo đã giúp tạo nên lòng kiên cường và bất khuất trong mỗi người Việt Nam.

Với Thầy, Phật giáo Việt Nam là nguồn cội tinh thần, là điểm tựa để chúng ta đứng vững trước mọi thử thách của thời gian. Đây là điểm đáng tự hào về sự hiện diện bền bỉ và đóng góp to lớn của Phật giáo trong việc gìn giữ bản sắc văn hóa và thúc đẩy sự phát triển của đất nước.

Trong thời hiện đại, Thầy Trí Siêu cho rằng những giá trị cốt lõi mà Phật giáo mang lại vẫn có thể và nên được áp dụng để xây dựng một xã hội công bằng và hòa bình. Sự kết hợp giữa trí tuệ và từ bi là chìa khóa để giải quyết những vấn đề phức tạp của đời sống hiện đại, từ bất công kinh tế đến xung đột xã hội. Những lời của Thầy là sự mô tả lịch sử và là một lời kêu gọi hành động, kêu gọi sự thức tỉnh và đoàn kết để bảo vệ và phát huy những giá trị văn hóa cũng như tinh thần mà cha ông đã dày công xây dựng.

Các nghiên cứu của Thầy Trí Siêu vừa là những trang biên niên sử ghi lại quá khứ vừa là tiếng vọng từ quá khứ, thấm đẫm triết lý sâu xa về sự hòa hợp giữa đạo và đời. Thầy nhấn mạnh trong mọi giai đoạn thăng trầm của dân tộc, Phật giáo luôn đứng vững như một ngọn hải đăng, soi rọi con đường tiến về phía trước của cộng đồng người Việt. Chính những giá trị cốt lõi như lòng từ bi và trí tuệ đã trở thành ngọn nguồn sức mạnh giúp người Việt vượt qua các thử thách lớn lao của lịch sử.

Trong tác phẩm của mình, Thầy Trí Siêu phác họa một bức tranh chi tiết về vai trò của Phật giáo trong việc duy trì và phát huy tinh thần độc lập dân tộc. Vừa ghi lại những dấu mốc lịch sử vừa phân tích những bài học sâu sắc từ đó. Một trong những điểm nổi bật là việc Thầy nhấn mạnh vai trò của các nhà sư như những người tiên phong không chỉ trong việc truyền bá giáo lý mà còn trong việc lãnh đạo nhân dân chống lại ngoại xâm. Những vị sư này đã đứng lên vì một lý tưởng cao đẹp: không vì sự sống còn của riêng tôn giáo, mà vì sự tự do và độc lập của dân tộc.

Những ví dụ nổi bật mà Thầy đưa ra, chẳng hạn như việc các tăng sĩ tham gia vào các cuộc khởi nghĩa và phong trào chống lại ách đô hộ, đã minh chứng cho sự gắn kết giữa Phật giáo và lòng yêu nước. Thầy phân tích về các giá trị của Phật giáo, như lòng từ bi và ý thức nhân quả, đã truyền cảm hứng cho các phong trào dân tộc, làm nên sức mạnh đoàn kết không thể lay chuyển. Những tăng sĩ như Thiền sư Khuông Việt, sư Vạn Hạnh đã góp phần hình thành tinh thần chống giặc ngoại xâm, đồng thời gìn giữ nền văn hóa bản địa trước những làn sóng đồng hóa.

Đối với Thầy Trí Siêu, Phật giáo không bao giờ là một thực thể tách biệt khỏi đời sống của dân tộc. Trái lại, tôn giáo này luôn hòa quyện với từng nhịp sống, từng hơi thở của người dân, từ những ngày an bình đến lúc lâm nguy. Thầy từng viết:

"Chính trong những giai đoạn khó khăn nhất, khi những ngôi chùa không còn là nơi tĩnh mịch của sự tu hành mà trở thành nơi tụ hội lòng yêu nước, Phật giáo đã chứng tỏ rằng mình là linh hồn của dân tộc." Đây là một hình ảnh đầy sức sống, biểu trưng cho sự đồng hành mạnh mẽ giữa Phật giáo và xã hội.

Từ góc nhìn của Thầy, việc các nhà lãnh đạo chính trị qua các thời kỳ thường chịu ảnh hưởng từ tư tưởng Phật giáo là minh chứng cho sự hiện diện sâu sắc của tôn giáo này trong mọi mặt của đời sống. Những bài học về nhân quả, lòng từ bi và sự buông bỏ đã thấm vào cách các nhà cầm quyền định hình chính sách, từ việc chăm lo cho người dân đến bảo vệ quyền lợi của những người yếu thế. Phật giáo đã trở thành chiếc cầu nối giữa những giá trị tâm linh và những hành động chính trị nhân văn, giúp định hình một xã hội nơi công lý và lòng nhân ái được đề cao.

Thầy Trí Siêu khẳng định rằng, ngay cả trong thời hiện đại, những giá trị này vẫn mang ý nghĩa thiết thực. Ông nhấn mạnh rằng sự kết hợp giữa trí tuệ và từ bi là nền tảng để giải quyết những thách thức xã hội đương thời, như vấn đề kinh tế bất bình đẳng, tham nhũng và xung đột xã hội. Đó là lời nhắc nhở rằng mỗi hành động, mỗi quyết định cần xuất phát từ lòng từ bi và sự sáng suốt, để không chỉ mang lại lợi ích trước mắt mà còn bảo vệ và phát huy những giá trị lâu bền cho thế hệ mai sau.

Trong một thế giới đầy biến động, khi con người phải đối mặt với những thử thách từ chiến tranh, khủng hoảng kinh tế và những mâu thuẫn xã hội, triết lý từ bi và trí tuệ của Phật giáo càng trở nên thiết yếu hơn bao giờ hết. Thầy Tuệ Sỹ và Thầy Trí Siêu đã không chỉ sống và viết về giáo lý Phật giáo như một con đường tu hành tách biệt mà là một lời kêu gọi thức tỉnh, nhấn mạnh đến vai trò của mỗi cá nhân trong việc xây dựng một cộng đồng tốt đẹp hơn.

Thầy Tuệ Sỹ đã truyền đạt rằng, sự giác ngộ không phải là đích đến cuối cùng mà là một hành trình không ngừng nghỉ, trong đó con người phải đối diện với những thách thức của chính mình và xã hội. Thầy từng viết rằng, một người tu hành chân chính không tìm kiếm sự an lạc cho bản thân mà phải gắn bó sâu sắc với trách nhiệm đối với cộng đồng. Tâm thế đó giúp họ vượt qua sự tách biệt, hòa nhập và cống hiến cho sự tiến bộ của xã hội.

Thầy lý giải rằng từ bi là cội nguồn sức mạnh để thay đổi thế giới, nhưng nó cần được kết hợp với trí tuệ để tránh rơi vào lòng thương xót mù quáng hoặc hành động bốc đồng. Trí tuệ là ánh sáng soi rọi con đường để mỗi hành động xuất phát từ lòng từ bi trở nên hiệu quả và thực tế hơn. Sự kết hợp này, theo Thầy, là cách duy nhất để vượt qua những bất công và tạo nên một xã hội nhân văn, nơi mọi người được sống trong công bằng và tự do.

Thầy Tuệ Sỹ nhấn mạnh tầm quan trọng của việc truyền bá giáo lý không trong khuôn khổ của thiền môn mà ra ngoài đời sống xã hội. Thầy cho rằng việc ứng dụng các giá trị từ bi và trí tuệ của Phật giáo vào các lĩnh vực như giáo dục, quản lý xã hội và phát triển vững bền sẽ mang lại những thay đổi tích cực và lâu dài. Những giá trị này không mang tính lý thuyết mà cần được thể hiện qua những hành động cụ thể như sự giúp đỡ lẫn nhau trong cộng đồng, bảo vệ quyền lợi của những người yếu thế và phát triển những chính sách hướng tới sự bình đẳng và công lý.

Trong bối cảnh hiện đại, Thầy Trí Siêu bổ sung thêm góc nhìn về cách mà lịch sử và giáo lý Phật giáo có thể làm giàu thêm nền văn hóa và xã hội. Thầy luôn nhấn mạnh về những bài học từ lịch sử không phải là những tờ giấy mà là những kinh nghiệm sống động giúp định hướng cho hiện tại và tương lai. Qua đó, Thầy khuyến khích thế hệ trẻ tiếp tục nghiên cứu và hiểu sâu hơn về nguồn gốc và giá trị văn hóa dân tộc, để từ đó có thể áp dụng các giá trị Phật giáo vào việc giải quyết các vấn đề xã hội như sự bất bình đẳng, đói nghèo, và mất cân bằng sinh thái.

Một trong những thông điệp sâu sắc từ Thầy Trí Siêu là tầm quan trọng của sự kiên cường và lòng yêu nước trong việc bảo vệ bản sắc dân tộc. Thầy chỉ ra rằng trong mỗi giai đoạn lịch sử đầy khó khăn, Phật giáo vừa là nơi con người tìm đến để tìm kiếm sự bình an, vừa là ngọn nguồn của sức mạnh tinh thần, cổ vũ con người vượt qua mọi thử thách. Trong thời đại công nghệ hiện nay, khi mà các giá trị truyền thống dần bị mai một, Thầy nhấn mạnh việc giữ gìn và phát huy tinh thần này là vô cùng quan trọng.

Sự kết hợp giữa hai góc nhìn của Thầy Tuệ Sỹ và Thầy Trí Siêu tạo nên một bức tranh toàn diện về việc làm thế nào để con người có thể tìm thấy sự giác ngộ trong một xã hội phức tạp và làm thế nào để biến sự giác ngộ đó thành động lực cho sự thay đổi tích cực. Thầy Tuệ Sỹ kêu gọi mọi người đừng chỉ tìm kiếm niềm an vui trong thiền định mà hãy hành động với lòng từ bi và trí tuệ, góp phần xây dựng xã hội bằng cách chia sẻ, bảo vệ và phát triển những giá trị cốt lõi của nhân loại. Trong khi đó, Thầy Trí Siêu nhấn mạnh sự cần thiết của việc học hỏi từ lịch sử và áp dụng nó để định hướng các hành động trong tương lai, nhằm duy trì một xã hội hòa bình và công bằng.

Sự thức tỉnh mà Thầy Tuệ Sỹ và Thầy Trí Siêu hướng đến không những là sự tỉnh thức tâm linh đơn thuần, mà còn là một phong trào chuyển hóa tinh thần, một cuộc cách mạng từ bên trong dẫn đến sự thay đổi sâu sắc trong xã hội. Theo Thầy Tuệ Sỹ, hành trình tu tập Phật giáo phải luôn song hành với ý thức về những gì đang diễn ra xung quanh: những bất công, áp bức và đau khổ của đồng loại. Sự giác ngộ cá nhân không thể trọn vẹn nếu chỉ gói gọn trong không gian tĩnh lặng của thiền thất. Mỗi người tu tập phải trở thành một phần của thế giới này, sống và phụng sự với sự tỉnh thức cao nhất, để từ đó gieo mầm thiện lành vào cuộc sống.

Trong các bài giảng và tác phẩm của mình, Thầy thường sử dụng những câu chuyện từ kinh điển và cuộc sống để minh họa tầm quan trọng của việc gắn kết giữa giác ngộ và hành động. Khi con người biết đau đáu trước nỗi đau của người khác, chúng ta sẽ không thể thờ ơ, không thể đứng ngoài cuộc trước những thử thách của xã hội. Thầy kêu gọi mỗi cá nhân hãy sống với lòng từ bi lớn lao và trí tuệ sắc bén, để không chỉ cứu rỗi bản thân mà còn trở thành ánh sáng soi rọi cho những người xung quanh, làm dịu đi những nỗi khổ đau và bất công.

Việc thức tỉnh và hành động từ bi không dành riêng cho một số ít người đặc biệt mà là trách nhiệm của mọi người, đặc biệt trong thời đại hiện nay khi xã hội đối mặt với những thách thức phức tạp và khó lường. Sự công bằng và bình đẳng mà con người khao khát không thể đạt được nếu thiếu sự đồng lòng và ý thức từ bi từ mỗi cá nhân. Từ bi trong ý nghĩa đó không phải chỉ là lòng thương xót mà là một sức mạnh hành động, sẵn sàng hy sinh và dấn thân vì lợi ích chung. Đây là thông điệp mạnh mẽ, nhắc nhở rằng hành trình giác ngộ cần mang theo một ý chí vững bền và lòng dũng cảm để đấu tranh cho những giá trị tốt đẹp.

Trong khi đó, Thầy Trí Siêu với sự hiểu biết sâu rộng về lịch sử Phật giáo Việt Nam đã chỉ ra rằng, những giá trị này không phải là lý tưởng mơ hồ mà là hiện thực đã được minh chứng qua các thời kỳ lịch sử. Các nhà sư trong lịch sử vừa là những người cầu nguyện, vừa là những người dẫn dắt, khơi dậy tinh thần quật khởi trong cộng đồng. Thầy nhấn mạnh Phật giáo Việt Nam đã sống động với một tinh thần vừa nhân từ vừa kiên cường, góp phần bảo vệ và giữ vững bản sắc của dân tộc qua các giai đoạn đầy thử thách.

Thầy mô tả những giai đoạn lịch sử khi các tăng sĩ trở thành các chiến binh tinh thần, dùng lời dạy và hành động để tập hợp nhân dân, khơi dậy lòng yêu nước và niềm tin vào sự công bằng. Trong những thời kỳ đó, các nguyên lý về nhân quả và vô ngã đã được áp dụng không chỉ trong đời sống cá nhân mà còn trong những quyết định quan trọng của toàn dân tộc. Những người Phật tử tu tập không chỉ cho riêng mình mà còn vì lợi ích của cả cộng đồng; đó chính là sức mạnh bền bỉ giúp người Việt Nam vượt qua mọi sóng gió.

Qua những trang viết của mình, Thầy Trí Siêu nhắn nhủ thế hệ trẻ ngày nay phải tiếp nối truyền thống này, ý thức rằng sự thấu hiểu và áp dụng các giá trị Phật giáo không chỉ giúp nâng cao đời sống tinh thần mà còn là nền tảng để xây dựng một xã hội tốt đẹp hơn. Trong thời đại mới, khi sự phát triển công nghệ và những thay đổi nhanh chóng đặt ra nhiều thách thức về đạo đức và xã hội, việc giữ gìn và áp dụng các giá trị cốt lõi như từ bi và trí tuệ trở thành điều quan trọng hơn bao giờ hết.

Trong những lời giảng dạy và nghiên cứu của mình, Thầy Tuệ Sỹ và Thầy Trí Siêu đã tạo nên một hệ thống tư tưởng sâu sắc, không chỉ nói về hành trình đi tìm sự giác ngộ cá nhân mà còn nhấn mạnh về trách nhiệm của mỗi người trong việc xây dựng và bảo vệ xã hội. Những giá trị này đã trở thành nguồn cảm hứng cho nhiều thế hệ Phật tử, để chúng ta vừa tìm thấy sự bình yên trong lòng vừa có thể hành động với tâm thức tỉnh thức, tạo dựng một cộng đồng nhân ái, công bằng.

Trong các tác phẩm của Thầy Tuệ Sỹ, việc tu tập là hành trình đi tìm sự thanh thản và giải thoát khỏi những ràng buộc của đời sống mà còn là sự chuẩn bị để dấn thân vào những hoạt động xã hội, từ đó mang lại lợi ích chung. Người tu hành như những chiến binh của lòng từ bi, không dùng vũ khí mà lấy trí tuệ và lòng nhân ái làm lá chắn, bảo vệ và thúc đẩy những giá trị cao đẹp nhất của con người. Đây là sự kết hợp của sự thông thái và lòng thương yêu nhằm đạt được sự thanh tịnh nội tâm và lan tỏa ánh sáng đó ra ngoài thế giới.

Những ý tưởng về sự kết hợp giữa từ bi và trí tuệ là những lời khuyên về đạo đức cá nhân và là một lời nhắc nhở mạnh mẽ về vai trò của từng Phật tử trong xã hội hiện đại. Sự giác ngộ không thể chỉ là trạng thái cá nhân mà là một sự thức tỉnh sâu sắc về những bất công và khổ đau đang diễn ra trong cuộc sống xung quanh. Giải thoát thực sự không phải là bước ra khỏi vòng sinh tử để tự an hưởng mà là trở lại giữa cuộc đời, dấn thân trong cõi tạm để cứu giúp và sẻ chia. Thông điệp ấy vang lên như một bản hùng ca, cổ vũ mọi người hãy mạnh mẽ và dũng cảm đối mặt với những thách thức.

Về phần mình, Thầy Trí Siêu tiếp nối và mở rộng tư tưởng này bằng những nghiên cứu lịch sử, chứng minh rằng từ xa xưa, Phật giáo đã luôn đồng hành với những bước chuyển mình quan trọng của dân tộc. Thầy ghi nhận vai trò của các nhà sư như những người dẫn dắt tâm linh và như những nhà hoạt động xã hội, tiên phong trong việc bảo vệ nền văn hóa và tinh thần độc lập của đất nước. Học hỏi từ lịch sử không chỉ để biết về quá khứ mà còn để biết cách đối diện với hiện tại và chuẩn bị cho tương lai. Đó là sự kết nối giữa trí tuệ đã trải nghiệm và hành động đầy trách nhiệm.

Trong bối cảnh hiện đại, khi sự phát triển công nghệ và toàn cầu hóa đang làm thay đổi nhanh chóng mọi khía cạnh của đời sống, thông điệp từ hai Thầy càng trở nên quan trọng. Sự thức tỉnh tâm linh cần phải đi đôi với hành động có ý thức. Việc này không chỉ nhằm bảo vệ bản thân trước những cám dỗ của thời đại mà còn giúp xây dựng một xã hội biết chia sẻ, quan tâm lẫn nhau. Cả hai Thầy đều đồng ý rằng nếu chỉ có trí tuệ mà thiếu đi lòng từ bi, con người dễ rơi vào sự lạnh lùng và ích kỷ; ngược lại, nếu chỉ có từ bi mà thiếu trí tuệ, những hành động tốt đẹp dễ trở nên lạc lối và kém hiệu quả.

Từ những bài giảng đầy triết lý của Thầy Tuệ Sỹ và những nghiên cứu giàu tính lịch sử của Thầy Trí Siêu, một thông điệp sâu sắc được truyền tải: sự giác ngộ không thể tách rời khỏi đời sống xã hội. Những giá trị cốt lõi như từ bi và trí tuệ không phải là đích đến của hành trình tâm linh mà phải là phương tiện mạnh mẽ để mỗi người đóng góp vào việc xây dựng một xã hội công bằng, hòa bình và nhân ái.

Đối với thế hệ Phật tử hiện đại, điều này có nghĩa là việc tu tập phải được gắn liền với sự phụng sự nhân quần xã hội. Những giá trị mà Thầy Tuệ Sỹ và Thầy Trí Siêu đã dày công giảng dạy cần phải được thấm nhuần và phát huy, để từ đó mỗi cá nhân có thể trở thành một hạt giống của từ bi, một ngọn lửa của trí tuệ trong cộng đồng của mình. Hãy để mỗi hành động, mỗi lời nói đều mang lại lợi ích cho người khác, lan tỏa tình yêu thương và sự hiểu biết trong từng khoảnh khắc sống.

Phật giáo, giữa dòng chảy miên viễn của lịch sử, vẫn là lời nhắc nhở từ các bậc thầy rằng cuộc sống không chỉ là những ngày bình an cho bản thân mà là cả một hành trình phụng sự vì lợi ích của tất cả. Ánh sáng từ bi và trí tuệ sẽ soi rọi con đường đó, đưa con người đi từ cõi tạm đầy xáo trộn đến một thế giới nơi sự bình yên và hạnh phúc thực sự được hiện hữu.

Bấy giờ, sự cộng tác và sự gắn bó tư tưởng giữa Thầy Tuệ Sỹ và Thầy Trí Siêu là minh chứng rõ nét cho một tình bạn hiếm có, vượt qua giới hạn của thời gian và đóng góp lớn lao cho triết lý Phật-Việt. Mặc dù một người tập trung vào giảng giải, dịch thuật và truyền bá Kinh, Luận và Luật, còn người kia chuyên sâu vào nghiên cứu và biên soạn lịch sử Phật giáo, cả hai đều cùng chia sẻ một tư tưởng chung về việc kết hợp triết lý Phật giáo với lòng yêu nước và trách nhiệm xã hội.

Cả hai Thầy không chỉ đồng điệu về mặt trí tuệ mà còn chia sẻ tầm nhìn về một xã hội mà từ bi và trí tuệ là nền tảng, giúp gắn kết đạo và đời. Tình bạn của hai Thầy đã vượt qua những thử thách của thời gian, trở thành hình mẫu cho sự gắn bó, cùng nhau bảo vệ và phát huy các giá trị văn hóa, tinh thần của dân tộc Việt Nam. Sự kết hợp giữa các công trình của hai Thầy tạo nên một tổng thể triết lý Phật-Việt phong phú, có sức lan tỏa mạnh mẽ và mang lại giá trị vững bền cho xã hội.

Mối quan hệ giữa Thầy Tuệ Sỹ và Thầy Trí Siêu có thể được xem là một tình bạn tiêu biểu của thế kỷ – một sự kết hợp giữa học thuật và tâm linh, giữa lý thuyết và hành động, một sự cộng hưởng mà hiếm khi tìm thấy trong lịch sử Phật giáo và văn hóa Việt Nam.

"Ta không buồn
có ai buồn hơn nữa?
Người không đi
sông núi có buồn đi?"
— Tĩnh thất

Đạo Chính Trị Cho Những Người Không Sợ Hãi

NGUYÊN HẠNH

Trong lịch sử nhân loại, chính trị thường được nhìn nhận như một lĩnh vực của quyền lực và ảnh hưởng, nơi con người phải đối mặt với vô vàn sự mâu thuẫn, xung đột lợi ích, và tham vọng. Thế nhưng, chính trị chân chính không phải là sự thao túng hay áp đặt. Chính trị chân chính, khi được soi sáng dưới ánh sáng của đạo đức Phật giáo, lại trở thành một con đường của trí tuệ và từ bi, một hành trình vượt lên trên nỗi sợ hãi, khổ đau và bất công, để hướng đến giải thoát cho mình và cho muôn loài.

Những tấm gương rực sáng của các Thiền sư Việt Nam từ thời Lý, Trần cho đến cận đại đã thể hiện rõ sự kết hợp giữa tư tưởng Phật giáo và lòng yêu nước, giữa sự vô úy (không sợ hãi) và sự bảo vệ chính nghĩa, độc lập dân tộc. Các ngài đứng ngoài quan sát dòng chảy lịch sử, mà còn trực tiếp can dự, lãnh đạo quần chúng, cố vấn các vị vua và dùng trí tuệ thiền quán để chỉ đạo tư tưởng chính trị chân chính. Thiền sư Vạn Hạnh, người từng cố vấn cho Lý Công Uẩn, hay Trần Nhân Tông, vị vua trở thành tổ sáng lập Thiền phái Trúc Lâm, đã đóng góp vào công cuộc bảo vệ và phát triển đất nước, mà còn hướng chính trị theo đạo đức và nhân văn.

Chuyển qua thế kỷ 20, hình ảnh của những vị cao tăng trong Giáo hội Phật giáo Việt Nam Thống Nhất (GHPGVNTN) như

Hòa Thượng Thích Huyền Quang, Thích Quảng Độ, Hòa Thượng Thích Tuệ Sỹ, và Trí Siêu Lê Mạnh Thát càng làm rõ thêm ý niệm về một "đạo chính trị" vượt lên trên những lo sợ và áp bức của chính quyền thời đại. Các ngài đã không sợ hãi trước những thế lực cường quyền, dám đứng lên đấu tranh vì lẽ phải và nhân quyền, dù phải đối mặt với sự đàn áp tàn nhẫn và những mất mát không thể bù đắp. Tấm gương của các ngài là minh chứng hùng hồn cho lòng dũng cảm và chính nghĩa trong chính trị.

Những câu chuyện của quý Thầy đã khắc sâu vào trái tim của bao thế hệ, như ánh sáng chỉ đường cho những người bước theo sau – rằng chính trị không phải là cuộc chiến tranh giành quyền lợi, mà là con đường để thực hiện lý tưởng của trí tuệ và từ bi. Trong tinh thần đó, Đạo Phật không vượt lên chính trị, mà còn soi sáng, chỉ đạo tư tưởng chính trị chân chính. Chính trị, từ góc nhìn Phật giáo, phải là sự thực hành công lý, hướng đến hạnh phúc và giải thoát cho tất cả chúng sinh.

I. Chính Trị Chân Chính Qua Lăng Kính Đạo Phật: Sự Kết Hợp Giữa Đạo Đức và Trí Tuệ

Để định nghĩa "chính trị chân chính" dưới lăng kính đạo Phật, chúng ta cần quay trở về với cội nguồn của tư tưởng Phật giáo. Phật giáo không bao giờ tách biệt giữa đạo đức cá nhân và trách nhiệm xã hội. Trong đạo Phật, mọi hành động đều phải xuất phát từ lòng từ bi và trí tuệ, với mục tiêu cao nhất là giải thoát khỏi khổ đau và mang lại lợi lạc cho tất cả chúng sinh. Chính trị, xét về văn hóa đạo đức, không thể chỉ là công cụ để đạt được quyền lực hay lợi ích, mà phải là con đường thực hành công lý, bình đẳng và lòng từ bi trong việc xây dựng một xã hội hòa bình và hạnh phúc.

Trong lịch sử Phật giáo, nhiều vị thiền sư đã vận dụng giáo lý Phật pháp vào chính trị một cách vô cùng hiệu quả. Họ không dùng quyền lực để kiểm soát quần chúng, mà dẫn dắt xã hội qua lòng từ bi và trí tuệ. Thiền sư Vạn Hạnh, người đã góp công lớn trong việc đưa Lý Công Uẩn lên ngôi, luôn xem việc chính trị là một phương tiện để bảo vệ đất nước và hướng dẫn người dân theo con đường đạo đức. Ông đã sử dụng trí tuệ của mình để tạo nên một triều đại mà ở đó, lòng nhân từ và đạo đức luôn được đặt lên hàng đầu. Đây chính là một minh chứng điển hình cho sự kết hợp giữa chính trị và đạo đức trong tư tưởng Phật giáo.

Thiền sư Trần Nhân Tông, sau khi lãnh đạo đất nước chống lại quân xâm lược Nguyên-Mông, đã từ bỏ ngai vàng để xuất gia, trở thành tổ sư của Thiền phái Trúc Lâm. Đối với Trần Nhân Tông, chính trị chân chính là sự dung hòa giữa việc bảo vệ quốc gia và tu tập đạo pháp. Ngài không chỉ là một nhà lãnh đạo quân sự và chính trị tài ba, mà còn là một người tu hành đắc đạo, dạy dân chúng về sự an nhiên, tự tại giữa cuộc đời đầy biến động. Từ cuộc đời của Ngài, chúng ta có thể thấy rõ ràng rằng chính trị chân chính phải bắt nguồn từ lòng yêu thương, từ tâm và sự kiên định trước những thách thức của xã hội.

II. Gương Sáng Của Các Vị Cao Tăng GHPGVNTN Trong Thời Hiện Đại: Không Sợ Hãi, Không Khuất Phục

Trong thế kỷ 20, bối cảnh chính trị Việt Nam đã trải qua nhiều biến động lớn, với những cuộc chiến tranh giành độc lập, rồi sau đó là sự phân tranh và đấu tranh tư tưởng giữa các lực lượng chính trị. Trong thời điểm khó khăn đó, những vị cao tăng của Giáo hội Phật giáo Việt Nam Thống Nhất (GHPGVNTN) đã đứng lên, không sợ hãi trước những áp lực và đàn áp từ phía chính quyền. Hòa Thượng Thích Huyền Quang và Hòa Thượng Thích Quảng Độ là hai tấm gương sáng ngời cho lòng kiên định trước chính nghĩa, sẵn sàng chịu đựng gian khổ và tù đày để bảo vệ sự tự do tôn giáo và quyền con người.

Hòa Thượng Thích Huyền Quang, một trong những lãnh đạo sáng suốt của GHPGVNTN, đã nhiều lần lên tiếng phản đối những chính sách đàn áp tôn giáo của chính quyền. Dù bị quản thúc và cầm tù, Ngài vẫn không khuất phục trước cường quyền, tiếp tục đấu tranh cho lý tưởng tự do và hòa bình. Ngài đã chịu nhiều năm tháng trong cảnh giam cầm khắc nghiệt, mất đi sự tự do của bản thân, nhưng không bao giờ mất đi lý tưởng phụng sự đạo pháp và chúng sinh. Chính hành động kiên cường và sự dũng cảm của Ngài đã trở thành biểu tượng cho chính trị chân chính, không vì quyền lợi cá nhân mà vì hạnh phúc và giải thoát của toàn thể chúng sinh.

Hòa Thượng Thích Quảng Độ, người kế nhiệm Hòa Thượng Huyền Quang, cũng tiếp nối con đường đấu tranh không sợ hãi ấy. Ngài đã nhiều lần bị chính quyền bắt bớ, cầm tù và quản thúc tại gia, nhưng không bao giờ từ bỏ lý tưởng của mình. Ngài đã thể hiện một tinh thần vô úy (không sợ hãi), giữ vững niềm tin vào chính nghĩa và sự thật. Chính trị chân chính, theo Ngài, không phải là sự áp đặt quyền lực, mà là sự phục vụ cho nhân loại, cho công bằng và sự thật. Những bài học về lòng dũng cảm và sự kiên định của Ngài đã truyền cảm hứng cho nhiều thế hệ tiếp nối trong GHPGVNTN.

III. Hành Trạng Của Hòa Thượng Thích Tuệ Sỹ Và Trí Siêu Lê Mạnh Thát: Tình Bạn Thiêng Liêng Và Lý Tưởng Chính Trị Chân Chính

Hòa Thượng Thích Tuệ Sỹ và Trí Siêu Lê Mạnh Thát là hai nhà lãnh đạo tinh thần tiêu biểu của GHPGVNTN, bởi kiến thức uyên bác mà còn bởi lòng dũng cảm, tình bạn thiêng liêng và lý tưởng chung về chính trị chân chính. Hai Thầy là hai người bạn tâm giao, cùng chia sẻ lý tưởng bảo vệ nền đạo Phật và đấu tranh cho công lý xã hội.

Năm 1984, khi Hòa Thượng Thích Tuệ Sỹ và Trí Siêu Lê

Mạnh Thát bị chính quyền bắt giam với cáo buộc chống đối nhà nước, phải chịu đựng sự khắc nghiệt của nhà tù. Cả hai Thầy đã bị kết án tử hình, một bản án mà sau này được giảm xuống chung thân nhờ sự can thiệp quốc tế. Trong suốt thời gian chịu đựng sự bất công này, các Ngài vẫn giữ vững tinh thần bất khuất, không bao giờ từ bỏ lý tưởng.

Các Ngài, cùng trải qua những năm tháng tù đày, vẫn không ngừng nghiên cứu và dịch thuật những tác phẩm kinh điển Phật giáo. Tình bạn giữa hai Thầy không chỉ là sự gắn kết giữa hai trí thức lớn, mà còn là biểu tượng cho sự đồng hành trong lý tưởng chính trị chân chính. Những năm tháng giam cầm đã khiến họ phải chịu đựng mất mát về cả tự do lẫn sức khỏe, nhưng không bao giờ làm lung lay niềm tin vào con đường chân chính mà họ đã chọn.

IV. Từ Quan Điểm Đạo Phật Đến Đạo Chính Trị: Vô Úy Và Trách Nhiệm Trước Thời Cuộc

Đạo Phật luôn xem việc tu tập và làm lợi ích cho chúng sinh là hai nhiệm vụ không thể tách rời. Tinh thần của những người con Phật không chỉ nằm ở sự buông bỏ mọi khổ đau, mà còn là sự dấn thân vào đời, dùng trí tuệ để soi sáng và chuyển hóa khổ đau của xã hội. Chính trong sự dấn thân đó, tư tưởng về một "đạo chính trị" đã hình thành, không phải dựa trên những tham vọng quyền lực, mà là trách nhiệm đối với cộng đồng, xã hội và quốc gia.

Các vị thiền sư và cao tăng đã chọn con đường không dễ dàng, vì họ ý thức rõ rằng con đường chính trị, nếu không được dẫn dắt bởi đạo đức và lòng từ bi, sẽ dễ dàng biến thành bạo quyền. Đạo Phật, với triết lý vô ngã và sự giải thoát, giúp họ nhìn thấy rõ rằng chính trị chân chính phải là sự phục vụ nhân dân, đặt lợi ích chung của tất cả chúng sinh lên hàng đầu. Họ không bị mê hoặc bởi quyền lực hay lợi ích cá nhân, mà luôn dấn thân với tinh thần vô úy, không sợ hãi trước những khó khăn hay sự đàn áp.

Ví dụ về cuộc đời của Hòa Thượng Thích Tuệ Sỹ là minh chứng hùng hồn cho tinh thần vô úy này. Khi bị kết án tử hình vào năm 1988 vì cáo buộc chống đối nhà nước, Ngài đã đối diện với cái chết mà không chút sợ hãi. Trong thời gian chờ thi hành án, Ngài đã gửi gắm một thông điệp mạnh mẽ đến với toàn thể Phật tử: "Ta không sợ chết, ta chỉ sợ sống mà không đúng với chính mình, không sống đúng với những gì mình tin tưởng." Đây không chỉ là lời khẳng định của một bậc cao tăng mà còn là biểu tượng cho sự kiên định của một người không khuất phục trước áp lực của cường quyền. Sau đó, nhờ sự can thiệp của các tổ chức quốc tế và áp lực từ cộng đồng, án tử hình của Ngài được giảm xuống tù chung thân, nhưng những năm tháng giam cầm vẫn để lại những tổn thương tinh thần và thể chất cho Ngài.

Tình bạn tâm giao giữa Hòa Thượng Thích Tuệ Sỹ và Trí Siêu Lê Mạnh Thát cũng là một điển hình cho tinh thần đồng lòng trên con đường chính trị không sợ hãi. Trí Siêu Lê Mạnh Thát, một học giả lỗi lạc, cũng phải chịu đựng những năm tháng tù đày cùng với người bạn tâm giao của mình. Ngài bị cầm tù trong suốt thời gian dài và chịu những sự giám sát gắt gao từ chính quyền, nhưng vẫn kiên định với lý tưởng của mình. Những năm tháng tù đày đã khiến họ phải chịu đựng sự khắc nghiệt về thể chất, mất mát về tự do, nhưng không làm lung lay niềm tin vào lý tưởng và sự thật. Tình bạn thiêng liêng của họ chính là biểu tượng cho sự kiên định, lòng vô úy, và tình đoàn kết trong cuộc đấu tranh vì chính nghĩa.

V. Hòa Thượng Thích Quảng Độ Và Lý Tưởng Chính Trị Chân Chính: Đấu Tranh Để Cứu Độ Chúng Sinh

Một trong những biểu tượng sáng ngời của chính trị chân

chính thời cận đại là Hòa Thượng Thích Quảng Độ, người đã không ngừng lên tiếng đấu tranh cho tự do tôn giáo, nhân quyền và quyền tự do biểu đạt. Ngài không chỉ là một vị cao tăng uyên bác trong Phật học mà còn là một nhà lãnh đạo tinh thần dũng cảm, sẵn sàng đối đầu với những thế lực cường quyền để bảo vệ giá trị của con người.

Cuộc đời Hòa Thượng Thích Quảng Độ là một chuỗi những lần bị cầm tù và quản thúc. Ngài đã bị bắt và kết án nhiều lần bởi những hoạt động của mình trong GHPGVNTN, một giáo hội không được chính quyền công nhận và thường xuyên bị đàn áp. Năm 1977, Ngài cùng Hòa Thượng Thích Huyền Quang bị bắt giam với tội danh "chống đối cách mạng." Dù bị giam giữ trong những điều kiện khắc nghiệt, thiếu thốn lương thực và chăm sóc y tế, Ngài vẫn kiên trì viết thư gửi đến các tổ chức nhân quyền quốc tế để tố cáo những bất công và đàn áp tôn giáo tại Việt Nam.

Hòa Thượng Thích Quảng Độ đã từng bị giam lỏng tại Thanh Minh Thiền Viện ở Sài Gòn suốt nhiều năm, không được phép ra khỏi nơi cư trú và thường xuyên bị canh giữ, giám sát. Những áp lực từ chính quyền không thể khiến Ngài lùi bước. Ngài từng nói: "Nếu chúng ta không đứng lên bảo vệ chân lý, thì ai sẽ làm? Nếu chúng ta sợ hãi trước sự đàn áp, thì chính nghĩa sẽ không bao giờ chiến thắng." Cuộc đời Ngài là một biểu tượng sống động cho lòng kiên định và tinh thần vô úy. Chính sự không sợ hãi và không khuất phục này đã khiến Ngài trở thành một trong những nhân vật lãnh đạo tinh thần quan trọng nhất trong lịch sử đấu tranh vì tự do tôn giáo tại Việt Nam.

VI. Kết Luận: Chính Trị Chân Chính Cho Những Người Không Sợ Hãi

Khi nhìn lại những tấm gương thiền sư và cao tăng trong lịch sử Việt Nam, chúng ta thấy rằng chính trị chân chính không phải là sự thao túng quyền lực hay lợi ích cá nhân. Nó là con đường của trí tuệ, lòng từ bi và sự kiên định trước chính nghĩa. Đạo Phật dạy con người buông bỏ khổ đau, mà còn khuyến khích sự dấn thân vào đời, để chuyển hóa xã hội theo hướng tốt đẹp hơn.

Chính trị chân chính, xét về mặt văn hóa và đạo đức, phải là sự phục vụ nhân loại, đặt lợi ích của tất cả chúng sinh lên trên hết. Nó không phải là cuộc chiến vì quyền lực, mà là hành động vì công lý, bình đẳng và sự giải thoát cho muôn loài. Những tấm gương sáng của các Thiền sư trong lịch sử độc lập tự chủ của Việt Nam, cùng những vị cao tăng của GHPGVNTN như Hòa Thượng Thích Huyền Quang, Thích Quảng Độ, và hai người bạn thân Hòa Thượng Thích Tuệ Sỹ và Trí Siêu Lê Mạnh Thát, đã thể hiện một tinh thần vô úy, không sợ hãi, không khuất phục trước bất công và cường quyền.

Bài học của họ là lời nhắc nhở cho chúng ta rằng, trong bất kỳ hoàn cảnh nào, chính trị chân chính phải là con đường của sự thật, của lòng từ bi, và của sự phục vụ cho tất cả chúng sinh. Đạo Phật đã chỉ đạo tư tưởng chính trị qua nhiều thế hệ, và ngày nay, hơn bao giờ hết, chúng ta cần những nhà lãnh đạo không sợ hãi, kiên định với chính nghĩa và sự thật, để tiếp nối con đường ấy.

Tất nhiên, đây chỉ là những gương tiêu biểu giữa bao hành trạng nổi bật hoặc âm thầm của Phật giáo Việt Nam, trong nhiều ý nghĩa vô trú xứ bồ tát, vô cầu, vô ngã mà hành động hướng đến cứu cánh. Những đóng góp này thể hiện qua những sự kiện lớn lao mà còn qua những hy sinh thầm lặng, thể hiện lòng từ bi vô tận và sự quên mình vì hạnh phúc của nhân loại.

Duy Ma Cật: Ngôn Ngữ Của Im Lặng và Sự Giải Thoát

(Nhân đọc "Huyền Thoại Duy Ma Cật" của Thầy Tuệ Sỹ)

THIỆN GIẢ

Giữa cõi nhân sinh mênh mang, vô tận trong những tầng trời và lòng đất bao la của kiếp người. sự hiện diện của những bậc trí tuệ vượt thoát không gian và thời gian luôn làm chúng ta choáng ngợp. Duy Ma Cật, một cư sĩ tại gia, bước vào đời sống Phật giáo như một biểu tượng tinh hoa của sự giải thoát bất tư nghị – nơi mà trí tuệ, hành động, và từ bi hòa quyện thành một. Ông là hiện thân của sự tự tại giữa dòng đời đầy biến động, của một tâm hồn không bị ràng buộc bởi hình tướng, và của một sự hiểu biết vượt xa những lẽ thường của thế gian. Qua tác phẩm "Huyền Thoại Duy Ma Cật" của Thầy Tuệ Sỹ, hình ảnh của vị cư sĩ này hiện lên với tư cách một nhân vật lịch sử, mà còn như một thông điệp sống động về sự giác ngộ và chân lý tuyệt đối.

Khi bắt đầu đọc về Duy Ma Cật, chúng ta như bước vào một thế giới đầy màu sắc, nơi mỗi hình tượng và sự kiện là câu chuyện của nhân vật mà là những ẩn dụ tinh tế về lẽ sống và cái chết, về sự tồn tại và hủy diệt, về thế giới vật chất và thế giới tinh thần. Thầy Tuệ Sỹ đã khéo léo dẫn dắt chúng ta qua từng lớp ngôn ngữ ẩn dụ, giúp ta hiểu rằng Duy Ma Cật là một cư sĩ bình thường mà là biểu tượng của trí tuệ Phật đà, người đã hoàn toàn thấu triệt cảnh giới vô vi, nơi mọi hiện hữu chỉ là phản chiếu của những thực tại ảo mộng.

Tại sao một cư sĩ lại trở thành tâm điểm của một trong những tác phẩm nổi tiếng và phức tạp nhất trong kho tàng Phật giáo Đại thừa? Duy Ma Cật không phải là một vị tu sĩ khổ hạnh, cũng không phải là người ẩn dật trong chốn thanh vắng. Ông sống giữa đời thường, trải qua những vui buồn, sướng khổ như mọi người, nhưng điều khác biệt là ông luôn giữ vững được cái tâm không động, trí tuệ sáng suốt vượt ngoài mọi lý lẽ thường tình. Điều này được Thầy Tuệ Sỹ mô tả một cách đầy thơ mộng và triết lý: "Trong một căn phòng chật hẹp, lại dung chứa được ba ngàn khách từ khắp mười phương thế giới đến tham quan." Một câu nói tưởng chừng như vô lý nhưng lại mang trong mình sự chân thật tuyệt đối của tâm linh: không gian không còn bị giới hạn bởi vật lý, và thực tại không còn bị chi phối bởi sự chia cắt của tư duy phàm tục.

Duy Ma Cật, với cách sống và suy nghĩ của mình, trở thành biểu tượng của một con người toàn diện: vừa là người của đời sống thế gian, vừa là bậc giác ngộ sống giữa mọi người nhưng không bị thế giới này ràng buộc. Ông không phải là một ẩn sĩ xa lánh cuộc đời, mà là người can đảm đối diện với thực tại, nhìn thẳng vào những thăng trầm của kiếp sống mà vẫn giữ vững được sự tự tại và trí tuệ. Chính vì điều này mà ông trở thành một bậc thầy, một người mà ngay cả các đại đệ tử của Phật cũng phải kính phục.

Thầy Tuệ Sỹ đã khai mở cho chúng ta thấy được cái "thần thông du hý tam muội" mà Duy Ma Cật đã thực hiện trong mỗi hành động của mình. "Người ta có thể bắt gặp ông trong chốn quan trường nơi mà tầng lớp thống trị thường trực đấu tranh quyền lực với nhau bằng bạo lực và bằng gian dối; gặp ông trong các giảng đường, học đường nơi mà các thế hệ trao truyền cho nhau và đón nhận kiến thức tích lũy," Thầy Tuệ Sỹ viết. Duy Ma Cật không rời bỏ thế gian mà hòa mình vào đó, sử dụng trí tuệ và sự tự tại của mình để biến đổi bản thân mà cả môi trường xung quanh. Ông đã đi khắp nơi, từ những giảng đường trang nghiêm đến những ngõ hẻm tối tăm, từ cung điện xa hoa đến những nơi nghèo khó lầm than, dùng sự hiểu biết và lòng từ bi để giúp đỡ mọi người.

Thế nhưng, điểm đặc biệt của Duy Ma Cật nằm ở những hành động bề ngoài. Ông là biểu tượng của sự giải thoát vượt qua mọi tư duy hạn chế. Trong kinh điển, Duy Ma Cật thể hiện khả năng thuyết pháp không cần lời, một cảnh giới bất tư nghị mà chỉ những ai đã đạt được sự giác ngộ mới có thể hiểu thấu. Sự im lặng của ông là tiếng vang lớn nhất, là sự hiển hiện của trí tuệ và từ bi mà ngôn ngữ không thể diễn đạt. Sự bất tư nghị đó, theo Thầy Tuệ Sỹ, là hiện thân của pháp thân: một trạng thái tồn tại không còn bị giới hạn bởi hình tướng và ngôn từ. Pháp thân của Duy Ma Cật là sự hiện hữu của chân lý tuyệt đối, của sự hiểu biết vượt qua mọi biên giới của tư duy và lý luận.

Qua cái nhìn và diễn đạt đầy triết lý, thơ mộng của Thầy Tuệ Sỹ, chúng ta thấy được một Duy Ma Cật là một nhân vật trong kinh điển mà còn là biểu tượng của sự giác ngộ, của sự tự tại và giải thoát ngay giữa đời sống thế gian. Ông không phải là một người trốn tránh cuộc đời, mà là người đối diện với cuộc đời bằng một trái tim từ bi và trí tuệ vô biên. Điều này khiến cho hình ảnh của Duy Ma Cật trở nên vô cùng gần gũi nhưng cũng đồng thời cao vời vợi, như một ngọn núi sừng sững giữa biển đời đầy sóng gió.

Từ góc nhìn của Thầy Tuệ Sỹ, Duy Ma Cật là người đã vượt qua mọi biên giới của tư duy và cảm nhận, là người đã thấu hiểu rằng thực tại này chỉ là một giấc mơ, một ảo ảnh mà chúng ta thường bám víu vào. Ông đã nhận ra rằng sự thanh tịnh không đến từ việc trốn tránh cuộc đời mà đến từ việc sống giữa cuộc đời mà không bị nó chi phối. Trong mỗi hành động của ông, chúng ta thấy được sự hiện diện của pháp thân, của trí tuệ và từ bi. Và chính nhờ sự tự tại đó, ông đã biến cuộc đời này thành một sân khấu nơi mà mọi người có thể chứng kiến sự giải thoát ngay trong từng giây phút của hiện tại.

Điểm thăng hoa trong tác phẩm của Thầy Tuệ Sỹ về Duy Ma Cật là hình ảnh của một con người vượt lên trên mọi khuôn mẫu, không bị ràng buộc bởi lý thuyết hay hình thức. Ông là sự hiện thân của pháp thân, là biểu tượng của sự tự tại và trí tuệ vô biên, người đã vượt qua mọi biên giới của tư duy và cảm nhận, và chính điều đó đã làm nên huyền thoại về ông. Trong từng trang sách của Thầy Tuệ Sỹ, chúng ta thấy hình ảnh của một cư sĩ mà còn thấy cả vũ trụ vô biên của Phật pháp, nơi mà mọi hình tướng và ngôn từ chỉ là biểu hiện của chân lý tuyệt đối.

Tác phẩm Huyền Thoại Duy Ma Cật của Thầy Tuệ Sỹ là một công trình nghiên cứu sâu sắc về kinh Duy Ma Cật Sở Thuyết, mà còn là sự thể hiện tài hoa độc đáo của một học giả Phật giáo, triết gia và thi sĩ lỗi lạc. Thầy Tuệ Sỹ, một nhân vật có ảnh hưởng sâu rộng trong giới Phật học, đã góp phần đưa Phật giáo đến gần hơn với người đọc hiện đại qua ngôn ngữ tinh tế và triết lý sâu sắc.

Được viết trong giai đoạn mà Việt Nam còn chịu ảnh hưởng sâu sắc của những biến động chính trị và xã hội, tác phẩm ra đời vào năm 2007, mang theo tâm tư của một người dấn thân trong thế giới tri thức mà còn trong những tranh đấu vì tự do và lẽ phải. Qua từng trang viết, người đọc cảm nhận được sự uyên bác của Thầy về Phật học mà còn thấy được tầm nhìn triết lý sâu xa về đời sống, xã hội, và nhân sinh, vượt qua mọi giới hạn của tôn giáo.

Kinh Duy Ma Cật Sở Thuyết, từ xa xưa đã được xem như một trong những bản kinh sâu xa nhất trong Phật giáo Đại thừa, nơi bộc lộ một cách toàn diện về tinh thần Bồ-tát đạo, về trí tuệ và sự giải thoát siêu việt. Duy Ma Cật, một cư sĩ Phật tử tại gia, trở thành biểu tượng cho sự giác ngộ ngay giữa đời thường, không cần xa rời cuộc sống mà vẫn đạt đến sự giải thoát tối thượng. Tác phẩm của Thầy Tuệ Sỹ là một bình giải về nội dung của kinh Duy Ma Cật, mà còn là sự khai mở một thế giới đầy huyền bí và sâu sắc về tâm linh, triết lý và đời sống, qua cách nhìn nhận đầy thơ mộng, văn chương và triết lý của một người đã thấu hiểu sâu sắc bản chất của Phật pháp.

Tác phẩm Huyền Thoại Duy Ma Cật của Thầy Tuệ Sỹ gồm nhiều chương mục, khéo léo dẫn dắt người đọc qua từng phần của kinh Duy Ma Cật. Mỗi chương là một lát cắt của sự kết hợp giữa triết lý Phật giáo và hình tượng sống động của nhân vật Duy Ma Cật.

Chương I: Pháp hội vườn xoài – Bắt đầu với bối cảnh pháp hội tại vườn xoài, Thầy giới thiệu những triết lý khởi nguyên của Phật quốc và sự thanh tịnh của tâm Bồ-tát. Từ những hình ảnh tượng trưng như cây lọng quý hay sự gặp gỡ của các công tử Ly-xa, Thầy dẫn dắt người đọc hiểu sâu hơn về ý nghĩa của thế giới thanh tịnh do tâm thanh tịnh kiến tạo.

Chương II: Hiện thân bệnh – Hình ảnh Duy Ma Cật đang nằm bệnh tại gia được Thầy Tuệ Sỹ khai triển như một ẩn dụ về pháp thân, về sự hiện diện của giải thoát bất tư nghị ngay giữa đời sống thế gian.

Chương V: Văn Thù thăm bệnh – Chương này mô tả cuộc đối thoại đầy trí tuệ giữa Văn Thù và Duy Ma Cật, một trong những đoạn kinh nổi tiếng về việc truyền dạy trí tuệ mà không cần lời. Đây cũng là đỉnh cao của sự biểu hiện cho trí tuệ Phật đà và phương tiện thuyết pháp của Duy Ma Cật.

Chương VI: Bất tư nghị – Thầy Tuệ Sỹ phân tích cảnh giới giải thoát bất tư nghị của Bồ-tát, một cảnh giới vượt ngoài mọi lý luận thông thường và chỉ có thể cảm nhận qua trí tuệ siêu việt. Tác phẩm được sắp xếp theo trình tự của kinh văn nhưng với sự bổ sung và phân tích sâu sắc của Thầy Tuệ Sỹ, mỗi phần được khai mở như một thế giới độc lập, nhưng lại hòa quyện trong toàn bộ nội dung của kinh Duy Ma Cật Sở Thuyết.

Bút pháp của Thầy Tuệ Sỹ trong tác phẩm này đặc trưng bởi sự kết hợp giữa triết lý uyên thâm và ngôn ngữ đầy chất thơ, giàu hình ảnh. Thầy không đơn thuần diễn giải kinh văn mà còn dẫn dắt người đọc qua những tầng lớp ngôn ngữ và hình ảnh siêu việt. Trong mỗi câu văn, ta có thể cảm nhận được sự chắt lọc tinh tế từ ngôn ngữ Phật học và sự hòa quyện của trí tuệ triết học hiện đại.

Thầy sử dụng những ẩn dụ, những hình ảnh huyền thoại để mô tả những khái niệm trừu tượng như pháp thân, bất tư nghị, và giải thoát. Ví dụ, hình ảnh "trời không nói gì, nhưng bốn mùa vẫn vận hành" thể hiện cái bất khả diễn đạt của chân lý tuyệt đối, một khái niệm mà chỉ qua sự trầm lặng và suy tư sâu sắc mới có thể hiểu thấu.

Bút pháp của Thầy vừa trầm mặc, vừa bay bổng, đầy chất triết lý nhưng cũng thấm đẫm tính nhân văn. Những câu văn của Thầy như dòng suối róc rách, nhẹ nhàng chảy qua từng khúc quanh của trí tuệ, không ồn ào nhưng lại để lại ấn tượng sâu sắc trong lòng người đọc. Ngôn ngữ của Thầy là ngôn ngữ của sự giảng dạy, mà còn là ngôn ngữ của sự cảm thụ và chiêm nghiệm sâu sắc về đời sống, về những mối tương quan giữa con người và vũ trụ, giữa trí tuệ và từ bi.

Tóm lại, Huyền Thoại Duy Ma Cật của Thầy Tuệ Sỹ là một tác phẩm không dừng lại ở việc diễn giải kinh điển, mà còn là một biểu hiện tinh túy của bút pháp thơ mộng, triết lý và nhân văn. Qua tác phẩm này, chúng ta thấy được sự thâm sâu của Phật pháp mà còn cảm nhận được sự tinh tế trong cách mà

Thầy Tuệ Sỹ đưa Phật giáo vào đời sống, giúp người đọc hiểu và thực hành một cách thiết thực.

Tánh Không và Sự Giải Thoát: Văn Học Phật Giáo Trong Bối Cảnh Thời Đại

(Suy nghĩ từ "Dẫn Vào Văn Học Phật Giáo" của Hòa Thượng Thích Tuệ Sỹ)

TUỆ QUANG

Sự mâu thuẫn giữa ngôn ngữ và chân lý trong văn học Phật giáo

Văn học Phật giáo, ngay từ khi hình thành, đã đối diện với một nghịch lý cố hữu: ngôn ngữ được sử dụng để diễn tả chân lý, nhưng chân lý đó lại vượt ngoài mọi giới hạn của ngôn từ. Đây là một trong những đặc trưng nổi bật nhất, làm cho văn học Phật giáo trở nên khác biệt so với các thể loại văn học khác. Khi người ta cố gắng mô tả chân lý tuyệt đối, ngôn ngữ trở thành một phương tiện không đủ sức chứa đựng điều đó. Vì vậy, văn học Phật giáo thường phải dựa vào những biểu tượng, hình ảnh, và lối diễn đạt ẩn dụ để dẫn dắt người đọc đi qua những tầng lớp của nhận thức, từ đó đến được cái vô ngôn.

Sự mâu thuẫn giữa ngôn ngữ và chân lý là vấn đề của sự diễn đạt mà còn là vấn đề của sự trải nghiệm tâm linh. Trong văn học Phật giáo, những câu chữ có vai trò truyền tải ý nghĩa, mà còn là phương tiện để gợi lên những trạng thái tinh thần và tâm thức. Chính qua sự giới hạn của ngôn ngữ, người đọc dần dần nhận ra rằng chân lý không phải là điều mà họ có thể nắm bắt hay sở hữu, mà chỉ có thể trải nghiệm.

Tính toàn diện của văn học Phật giáo

Một trong những đặc điểm cốt lõi của văn học Phật giáo là tính toàn diện. Trong các kinh điển Phật giáo, chúng ta thường gặp khái niệm về "vô phân biệt," nghĩa là sự hòa quyện giữa mọi hiện tượng trong một thực tại duy nhất. Tương tự, văn học Phật giáo cũng không phân biệt giữa hình thức và nội dung, giữa phương tiện và cứu cánh. Một tác phẩm văn học Phật giáo là sự biểu hiện của một thông điệp tôn giáo, mà còn là sự phản ánh toàn bộ trải nghiệm sống của tác giả và người đọc.

Trong nền văn học này, mọi yếu tố từ ngôn từ đến nội dung đều tương tác lẫn nhau trong một thế giới trùng trùng duyên khởi. Mỗi ý tưởng, mỗi câu chữ đơn thuần mang ý nghĩa riêng của nó, mà còn phản ánh toàn bộ vũ trụ. Điều này làm cho văn học Phật giáo trở thành một phương tiện để người đọc trải nghiệm sự đồng nhất giữa cái cá nhân và cái toàn thể, giữa bản thân và vũ trụ.

Cảm hứng từ tính Không

Khái niệm "tính Không" (Śūnyatā) là một trong những trụ cột của triết học Phật giáo, và nó đã trở thành nguồn cảm hứng cho rất nhiều tác phẩm văn học Phật giáo. Tính Không không phải là sự trống rỗng hay vô nghĩa, mà là bản chất không thực tính của mọi sự vật và hiện tượng. Trong văn học Phật giáo, khái niệm này được diễn đạt dưới nhiều hình thức khác nhau, từ những câu chuyện ngụ ngôn đến những triết lý sâu sắc về bản chất của sự hiện hữu.

Văn học Phật giáo mô tả tính Không như một khái niệm triết học, mà còn sử dụng nó như một phương tiện để khai mở nhận thức của người đọc. Mỗi câu chuyện, mỗi biểu tượng trong văn học Phật giáo đều có thể được xem như một cách để dẫn dắt người đọc tiếp cận với bản chất không thực tính của mọi hiện tượng. Qua đó, người đọc nhận ra sự vô thường và không thực của thế giới xung quanh, mà còn hiểu rõ hơn về bản thân mình.

Văn học Phật giáo như một hành trình tâm linh

Văn học Phật giáo là một thể loại văn học, mà còn là một hành trình tâm linh. Người đọc đơn thuần tiếp nhận thông tin, mà còn tham gia vào một quá trình chuyển hóa nội tâm. Điều này làm cho văn học Phật giáo trở nên sống động và thực tiễn hơn nhiều so với các thể loại văn học khác. Mỗi câu chuyện, mỗi đoạn văn có giá trị về mặt tri thức, mà còn có khả năng dẫn dắt người đọc qua những tầng lớp sâu hơn của tâm thức và giác ngộ.

Sự cô liêu và tịch mịch trong văn học Phật giáo

Một khía cạnh đặc trưng khác của văn học Phật giáo là sự nhấn mạnh vào khái niệm cô liêu và tịch mịch. Những hình ảnh về vị tỳ kheo lẻ loi giữa rừng sâu, hay vị Bồ tát cô độc trên con đường giác ngộ, thể hiện một cách sinh động bản chất của con đường tu tập trong Phật giáo. Sự cô liêu ở đây là sự tách biệt về mặt xã hội, mà còn là sự tách biệt với mọi ràng buộc của tâm thức, mọi ảo tưởng về cái tôi và thế giới xung quanh.

Trong văn học Phật giáo, sự cô liêu không phải là một trạng thái tiêu cực, mà là điều kiện cần thiết để đạt đến sự giác ngộ. Chính trong sự cô liêu ấy, người tu tập mới có thể tiếp xúc với bản chất chân thật của mình, và từ đó nhận ra sự vô ngã và tánh Không của vạn vật. Văn học Phật giáo, vì thế, là sự diễn đạt về chân lý, mà còn là một phương tiện để thực hành sự cô liêu, một hành động từ bỏ mọi ràng buộc để đạt đến sự tự do tuyệt đối.

Văn học Phật giáo và biểu tượng

Biểu tượng là một phần không thể thiếu trong văn học Phật giáo. Từ những hình ảnh đơn giản như bông sen, ngọn đèn, cho đến những biểu tượng phức tạp hơn như vòng luân hồi, tất cả đều chứa đựng những ý nghĩa sâu sắc về triết học và tâm linh. Biểu tượng trong văn học Phật giáo là phương tiện diễn đạt, mà còn là cửa ngõ để người đọc đi sâu vào những tầng lớp ẩn sâu của chân lý.

Biểu tượng trong văn học Phật giáo thường mang tính chất đa nghĩa, và chính sự đa nghĩa này tạo nên chiều sâu cho các tác phẩm. Một biểu tượng có thể mang nhiều ý nghĩa khác nhau, tùy thuộc vào cách người đọc tiếp cận và trải nghiệm. Ví dụ, hình ảnh bông sen trong văn học Phật giáo tượng trưng cho sự giác ngộ, mà còn thể hiện sự thanh tịnh và bất nhiễm giữa đời sống thế tục. Bông sen, dù mọc lên từ bùn lầy, vẫn giữ được vẻ đẹp tinh khiết của nó, giống như tâm thức con người, dù bị vây quanh bởi vô minh, vẫn có khả năng giác ngộ.

Văn học Phật giáo như một phương tiện giáo dục

Bên cạnh vai trò diễn đạt chân lý, văn học Phật giáo còn là một phương tiện giáo dục. Các câu chuyện ngụ ngôn, các bài kinh điển đều mang tính giáo dục cao, giúp người đọc hiểu về triết lý Phật giáo mà còn áp dụng nó vào đời sống hằng ngày. Qua những bài học về vô thường, vô ngã, hay về lòng từ bi và trí tuệ, người đọc được hướng dẫn cách sống một cuộc đời tỉnh thức, hòa hợp với bản chất thật của vạn vật.

Văn học Phật giáo và sự giải phóng tâm thức

Văn học Phật giáo là sự mô tả về các khái niệm triết học mà còn là một phương tiện giải phóng tâm thức. Mỗi câu chuyện, mỗi bài kinh đều nhắm đến mục tiêu giúp người đọc vượt qua những ràng buộc của tâm thức, những ảo tưởng về bản ngã và thế giới. Chính qua quá trình đọc và suy ngẫm, người ta dần dần giải phóng mình khỏi những quan niệm sai lầm và đạt được sự tự do nội tại.

Trong các tác phẩm văn học Phật giáo, sự giải phóng này diễn ra ở mức độ tri thức mà còn ở mức độ trải nghiệm. Người đọc học cách nhận thức về bản chất thật của thế giới, mà còn học cách sống với sự nhận thức đó. Đây chính là sự giải phóng tâm thức, sự tự do thực sự mà văn học Phật giáo hướng tới.

Văn học Phật giáo và lòng từ bi

Một trong những yếu tố quan trọng nhất của văn học Phật giáo là lòng từ bi. Từ bi là một khái niệm đạo đức, mà còn là một trạng thái tâm thức cao nhất, nơi mà mọi sự phân biệt giữa cái tôi và cái khác bị xóa bỏ. Văn học Phật giáo, thông qua những câu chuyện về các vị Bồ tát, các vị thầy, đã khắc họa sâu sắc lòng từ bi này, như một lý tưởng mà còn như một phương pháp thực hành cụ thể.

Tương lai của văn học Phật giáo

Văn học Phật giáo không phải là một nền văn học khép kín trong quá khứ. Ngược lại, nó luôn luôn mở rộng và tiếp tục phát triển qua từng thời kỳ, từng giai đoạn của lịch sử. Sự linh hoạt trong cách tiếp cận và diễn đạt làm cho văn học Phật giáo có khả năng thích ứng với mọi hoàn cảnh xã hội và văn hóa khác nhau. Như vậy, trong tương lai, văn học Phật giáo sẽ giới hạn trong những tác phẩm kinh điển mà còn có thể lan tỏa vào nhiều lĩnh vực văn hóa, nghệ thuật và triết học hiện đại.

Kết nối giữa triết học Phật giáo và các khía cạnh đời sống đương đại có thể tạo ra những tác phẩm mới mẻ, vừa giữ được tính triết lý cao, vừa gắn liền với thực tiễn của xã hội hiện đại. Chính khả năng thích ứng này đã và sẽ làm cho văn học Phật giáo tiếp tục giữ vai trò quan trọng trong việc chuyển tải những giá trị nhân văn và tâm linh sâu sắc, bất chấp sự thay đổi của thời đại.

Sự tương giao giữa văn học Phật giáo và tri thức hiện đại

Văn học Phật giáo không nằm trong phạm vi các kinh điển và

triết lý cổ điển, mà còn có khả năng tương tác và đối thoại với các ngành khoa học, triết học và nghệ thuật hiện đại. Ở đây, chúng ta có thể thấy một cuộc giao thoa giữa các khái niệm về sự vô thường, vô ngã và tánh Không với các nguyên lý vật lý lượng tử, tâm lý học, và triết học hiện sinh.

Khi nhìn vào các phát hiện khoa học về bản chất của vũ trụ và vật chất, ta có thể nhận ra một số điểm tương đồng đáng ngạc nhiên với triết lý Phật giáo về tính Không. Các nghiên cứu trong vật lý lượng tử chỉ ra rằng, ở mức độ vi mô, không có sự hiện diện của bất kỳ "thực thể" cố định nào, mà chỉ có các trường năng lượng dao động không ngừng. Điều này tương ứng với quan điểm của Phật giáo về sự vô ngã và vô thường, rằng mọi hiện hữu chỉ là sự tương tác tạm thời của các yếu tố, không có tự tánh cố định.

Văn học Phật giáo, với tư cách là một phương tiện diễn đạt những chân lý sâu sắc này, có thể trở thành cầu nối giữa các ngành khoa học hiện đại và sự thực hành tâm linh. Điều này mở ra tiềm năng lớn cho sự phát triển của một nền văn học mới, vừa mang tính triết học cao, vừa có khả năng giải quyết những câu hỏi về bản chất con người và vũ trụ mà khoa học hiện đại đang tìm kiếm.

Sự giải thoát khỏi đau khổ qua văn học Phật giáo

Trong văn học Phật giáo, khổ đau không phải là một hiện tượng tạm thời hay ngẫu nhiên, mà là một phần tất yếu của cuộc sống. Nhưng đồng thời, Phật giáo cũng chỉ ra con đường để giải thoát khỏi khổ đau thông qua sự giác ngộ và từ bỏ mọi bám víu. Văn học Phật giáo, do đó, là một phương tiện để mô tả khổ đau mà còn là một công cụ dẫn dắt người đọc vượt qua những ràng buộc của nó.

Câu chuyện của đức Phật về việc giác ngộ dưới gốc cây bồ đề là một hình ảnh biểu tượng, mà còn là một bài học thực tiễn về cách giải thoát khỏi khổ đau. Trong văn học Phật giáo, việc giải thoát khỏi khổ đau không diễn ra thông qua sự thay đổi hoàn cảnh bên ngoài, mà thông qua sự thay đổi của tâm thức. Sự bám víu vào bản ngã và thế giới hiện tượng chính là nguồn gốc của khổ đau, và chỉ khi người ta từ bỏ những bám víu này, họ mới có thể đạt được sự tự do nội tại.

Từ bi và trí tuệ song hành: Một nền tảng không thể thiếu

Trong văn học Phật giáo, trí tuệ và từ bi không thể tách rời nhau. Một người có trí tuệ nhưng thiếu từ bi thì không thể thực hiện được sự giác ngộ, và ngược lại, một người có từ bi mà thiếu trí tuệ thì không thể hiểu rõ bản chất của vũ trụ và con người. Văn học Phật giáo đã thể hiện rất rõ mối quan hệ song hành này qua những câu chuyện về các vị Bồ tát, những người vừa có trí tuệ sâu sắc, vừa có lòng từ bi vô hạn.

Sự phát triển của văn học Phật giáo trong thời đại kỹ thuật số

Trong thời đại kỹ thuật số, văn học Phật giáo có thể tiếp cận một lượng lớn độc giả qua các phương tiện truyền thông mới. Sự phổ biến của internet và các công nghệ truyền thông đã mở ra những cánh cửa mới cho sự truyền bá tri thức Phật giáo. Văn học Phật giáo không còn chỉ giới hạn trong những cuốn sách in, mà còn có thể xuất hiện dưới dạng các bài viết trên mạng, video giảng pháp, podcast, và các khóa học trực tuyến.

Văn học Phật giáo và sự thách thức của tính thực dụng trong xã hội hiện đại

Một trong những thách thức lớn nhất mà văn học Phật giáo phải đối mặt trong xã hội hiện đại là sự đối lập giữa các giá trị của nó và những giá trị thực dụng của xã hội. Trong khi Phật giáo nhấn mạnh vào sự từ bỏ, buông xả, và giác ngộ nội tại, xã hội hiện đại lại đề cao sự thành công, danh tiếng và tài sản vật chất.

Văn học Phật giáo, với sứ mệnh giải thoát tâm thức, thường đối lập với những quan điểm thực dụng của xã hội, nơi mà con người bị cuốn vào vòng xoáy của tham vọng và dục vọng. Tuy nhiên, điều này cũng tạo ra một cơ hội để văn học Phật giáo trở thành một nguồn cảm hứng, một lời nhắc nhở về sự vô nghĩa của những bám víu vật chất và sự cần thiết của việc tìm kiếm sự bình an nội tại.

Văn học Phật giáo và môi trường

Một khía cạnh mới mà văn học Phật giáo có thể khai thác là mối quan hệ giữa con người và môi trường. Với sự gia tăng của các vấn đề về biến đổi khí hậu và ô nhiễm môi trường, văn học Phật giáo có thể đóng vai trò quan trọng trong việc thức tỉnh con người về trách nhiệm của họ đối với thiên nhiên.

Trong triết lý Phật giáo, mọi sự vật đều tương quan với nhau, không có gì tồn tại độc lập. Do đó, con người không thể tách rời khỏi môi trường sống của họ. Văn học Phật giáo, với những câu chuyện về sự hòa hợp giữa con người và thiên nhiên, có thể trở thành một nguồn cảm hứng cho những phong trào bảo vệ môi trường. Nó nhắc nhở con người về sự cần thiết của việc bảo vệ thiên nhiên, mà còn chỉ ra cách làm sao để sống hòa hợp với thế giới tự nhiên, thay vì khai thác và hủy hoại nó.

Kết luận

Văn học Phật giáo là một di sản văn hóa, mà còn là một nguồn tri thức và cảm hứng không ngừng phát triển. Nó đã và đang tiếp tục thể hiện sự tương tác tinh tế giữa tâm linh và đời sống, giữa trí tuệ và từ bi. Trong mỗi thời đại, văn học Phật giáo đều có khả năng thích ứng và phát triển để đáp ứng nhu cầu của xã hội, đồng thời giữ vững những giá trị cốt lõi của nó.

Những ý tưởng mới về văn học Phật giáo được đề cập trong bài viết không dừng lại ở phạm vi lý thuyết, mà còn là lời mời gọi cho sự thực hành, cho việc sống với những giá trị đó trong cuộc đời thực. Văn học Phật giáo, với sự phong phú và sâu sắc của nó, vẫn luôn là một người bạn đồng hành đáng tin cậy trên con đường tâm linh và giác ngộ của mỗi người.

Tinh Hoa Triết Lý Phật Giáo: Cầu Nối Giữa Truyền Thống và Nhận Thức Hiện Đại

HUỆ ĐAN

Trong dòng chảy không ngừng của thời gian và lịch sử, Phật giáo vẫn luôn tỏa sáng như một ngọn đèn trí tuệ, soi đường cho những ai tìm kiếm sự giác ngộ và giải thoát khỏi đau khổ. Qua những biến đổi của thế giới, Phật giáo khẳng định vai trò quan trọng của mình trong đời sống tinh thần mà còn trở thành một hệ thống triết học có khả năng thâm nhập sâu sắc vào các vấn đề nhân sinh. Trong bối cảnh toàn cầu hóa và sự phát triển nhanh chóng của khoa học công nghệ, Phật giáo tiếp tục là một nguồn lực tinh thần giúp con người đối diện với những thách thức hiện đại bằng trí tuệ, từ bi và sự an lạc nội tâm. Tác phẩm dịch *Tinh Hoa Triết Học Phật Giáo* của Thầy Tuệ Sỹ mang đến một cái nhìn sâu sắc về triết lý Phật giáo mà còn giúp người đọc thấu hiểu một cách trọn vẹn hơn thế giới quan và nhân sinh quan của Đạo Phật.

Tinh Hoa Triết Học Phật Giáo là một tác phẩm dịch đầy trí tuệ và tâm huyết của Thầy Tuệ Sỹ, giúp truyền tải những tư tưởng cốt lõi của Phật giáo một cách rõ ràng và tinh tế. Qua từng dòng dịch, người đọc cảm nhận được sự thâm nhập sâu sắc của Thầy vào thế giới triết học Phật giáo, từ đó mở ra cho người đọc những cánh cửa vào vũ trụ bao la của sự giác ngộ. Tác phẩm này không chỉ đơn thuần là một bản dịch, mà còn là sự truyền tải trọn vẹn những giá trị tinh thần, giúp người đọc thấu hiểu bản chất của sự sống và con đường dẫn đến sự giải thoát.

Phật giáo, với những triết lý về từ bi, vô ngã và tính tương tức của vạn vật, mang đến cho con người hiện đại một cách nhìn sâu sắc và toàn diện về cuộc sống. Mọi hiện tượng trong vũ trụ đều liên hệ mật thiết với nhau, không một sự vật nào tồn tại độc lập. Đây là nguyên lý "Duyên khởi" (Pratītyasamutpāda), nơi tất cả các pháp đều phát sinh từ sự tương tác của các yếu tố khác, không có sự đối lập hay phân biệt giữa "ta" và "vũ trụ."

Trong triết lý Phật giáo, "vô ngã" (anātman) là một nguyên lý cơ bản. Sự bám chấp vào cái "tôi" ảo tưởng là nguyên nhân của khổ đau, và chỉ khi con người nhận thức rõ bản chất vô ngã, họ mới có thể giải thoát khỏi vòng luân hồi. "Niết Bàn" (Nirvāṇa) trong Phật giáo không phải là sự diệt vong, mà là trạng thái giải thoát hoàn toàn khỏi những đau khổ và vô minh.

Thiền Tông đặc biệt nhấn mạnh sự giác ngộ ngay trong khoảnh khắc hiện tại. Phương pháp công án (kōan) thúc đẩy người tu hành vượt qua tư duy logic thông thường để trực tiếp thâm nhập chân lý. Satori, hay sự giác ngộ đột ngột, đến với người tu hành như một khoảnh khắc bừng sáng, khi tâm trí hoàn toàn trong sạch và không còn sự phân biệt.

Tịnh Độ Tông, với đức tin vào Phật A Di Đà và cõi Tịnh Độ, là con đường của lòng tin và hy vọng. Niệm Phật là phương pháp giúp chúng sinh tích lũy công đức, hướng tâm đến một cõi thanh tịnh, nơi mà mọi khổ đau không còn tồn tại.

Phật giáo, từ những nguyên lý triết học trừu tượng đến các thực hành thiền định và từ bi, đã chứng minh giá trị vượt thời gian của mình. Bên cạnh sự giác ngộ cá nhân, Phật giáo còn mở rộng ra việc xây dựng một xã hội hòa bình, công bằng và vững bền. Những nguyên tắc như từ bi và chánh niệm có thể được áp dụng vào đời sống hàng ngày, từ việc đối xử với nhau trong gia đình đến cách chúng ta bảo vệ môi trường và xã hội.

Từ bi trong Phật giáo dừng lại ở sự cảm thông mà còn là động lực để hành động. Đây là cơ sở để người Phật tử tham gia vào các hoạt động xã hội, từ bảo vệ môi trường đến giải quyết các vấn đề như bất công và bạo lực. Trong một thế giới đầy biến động, Phật giáo mang lại một tiếng nói hòa bình, nhắc nhở con người rằng chỉ có sự hiểu biết và lòng từ bi mới có thể giải quyết mọi xung đột.

Bản dịch của Thầy Tuệ Sỹ trong tác phẩm Tinh Hoa Triết Học Phật Giáo là một nỗ lực tuyệt vời trong việc truyền tải triết lý Phật giáo mà còn là một tấm gương về lòng kiên trì và tâm huyết trong việc bảo tồn và phát triển giáo lý của Đức Phật. Thầy đã giúp mở rộng cánh cửa cho những người tìm kiếm chân lý và sự giải thoát, mang lại cho họ một con đường rõ ràng và sáng tỏ. Qua bản dịch này, chúng ta hiểu thêm về triết lý Phật giáo mà còn nhận ra sứ mệnh cao cả của Phật giáo từ trong lịch sử cho đến thời kỳ hiện đại.

Phật giáo là con đường của sự giác ngộ cá nhân mà còn là một giải pháp tinh thần giúp con người đối diện với những thách thức của thời đại. Bằng cách áp dụng triết lý Phật giáo vào các vấn đề toàn cầu như bảo vệ môi trường, sức khỏe tâm thần, và hòa bình, chúng ta có thể xây dựng một thế giới tốt đẹp hơn cho tất cả chúng sinh. *Tinh Hoa Triết Học Phật Giáo* của Thầy Tuệ Sỹ chính là nền tảng quý giá để mỗi chúng ta thâm nhập vào thế giới quan Phật giáo một cách trọn vẹn, nhận ra giá trị vượt thời gian và không gian của giáo lý nhà Phật, từ đó hướng đến một cuộc sống an lạc và giải thoát.

I. Giới Thiệu Khái Quát

Bước chân vào thế giới của triết học Phật giáo, chúng ta đối diện với một hệ thống tư tưởng có chiều sâu triết lý, mà còn tiếp cận được những nguyên lý bất biến của đời sống và vũ trụ.

Tinh Hoa Triết Học Phật Giáo của Junjiro Takakusu là một tác phẩm nổi bật, hệ thống hóa và giới thiệu những tông phái lớn trong Phật giáo, đặc biệt là ở Trung Hoa và Nhật Bản. Bản dịch của Thầy Tuệ Sỹ đã giúp chúng ta – những người yêu mến và học hỏi Phật giáo – có cơ hội khám phá thêm chiều sâu triết lý Phật học, thông qua một lăng kính ngôn ngữ phong phú, gần gũi với truyền thống Phật giáo Việt Nam.

Junjiro Takakusu không đơn thuần viết về Phật giáo như một tôn giáo, mà ông đã tìm hiểu sâu xa về các hệ thống triết học của từng tông phái. Điều đặc biệt là ông sử dụng các buổi giảng tại Viện Đại học Hawaii vào năm 1938-1939 làm cơ sở để viết nên tác phẩm này. Tinh hoa triết lý Phật giáo được trình bày dưới góc độ hệ thống, mỗi tông phái mang một màu sắc riêng, phản ánh đặc trưng tư tưởng của từng giai đoạn phát triển.

Tuy nhiên, điểm đặc sắc của Takakusu là sự chú trọng vào hai nền triết học lớn là Phật giáo Trung Hoa và Nhật Bản. Tác giả khẳng định rằng sự tổng hợp triết học Phật giáo đã đạt đến đỉnh cao khi phát triển tại Nhật Bản, thông qua việc kết hợp những ảnh hưởng từ cả Trung Hoa và Ấn Độ. Bản dịch tài tình của Thầy Tuệ Sỹ, với sự nhạy bén về ngôn từ, đã đưa những ý tưởng sâu sắc này đến gần hơn với độc giả Việt Nam.

II. Tầm Quan Trọng Của Triết Lý Phật Giáo

Trong suốt chiều dài phát triển, triết học Phật giáo đã khẳng định rằng mọi hiện tượng đều liên quan chặt chẽ với nhau thông qua nguyên lý duyên khởi. Từ sự tồn tại của vạn vật đến hành vi và kết quả của con người, tất cả đều phụ thuộc vào những yếu tố khác. Để hiểu rõ hơn về duyên khởi, cần nhìn nhận rằng không có bất kỳ sự vật nào tồn tại độc lập, tất cả đều do những điều kiện và nhân duyên tạo thành.

Bằng cách phân tích sâu hơn về nghiệp cảm duyên khởi và chân như duyên khởi, Junjiro Takakusu đã dẫn dắt độc giả đi vào thế giới của Phật giáo Đại thừa, nơi mà mọi hiện tượng được nhìn nhận từ sự tương tác và phụ thuộc lẫn nhau. Cũng theo tinh thần này, bản dịch của Thầy Tuệ Sỹ không dừng lại ở việc dịch thuật, mà còn đóng vai trò như một cuộc đối thoại triết học, giúp khai mở nhiều góc nhìn hiện đại về Phật giáo.

Ngày nay, khi thế giới đang trải qua những thay đổi nhanh chóng về xã hội và công nghệ, những nguyên lý triết học Phật giáo về vô thường và vô ngã càng trở nên hữu ích hơn bao giờ hết. Khi con người đối mặt với sự bất ổn của cuộc sống, việc hiểu rõ rằng không có gì là thường hằng có thể giúp họ tìm thấy sự bình an trong biến động.

III. Phát Triển và Hệ Thống Hóa Triết Học Phật Giáo Tại Trung Hoa và Nhật Bản

Ảnh Hưởng Phật Giáo Tại Trung Hoa Phật giáo du nhập vào Trung Hoa vào khoảng thế kỷ đầu sau Công Nguyên và từ đó đã trải qua nhiều giai đoạn phát triển và hệ thống hóa. Khi tiếp cận với nền văn hóa, tư tưởng và triết học bản địa của Trung Hoa, Phật giáo giữ nguyên các giáo lý nguyên thủy từ Ấn Độ, mà còn tự làm mới và thích nghi với bối cảnh mới, từ đó sinh ra nhiều tông phái khác nhau.

Takakusu nhấn mạnh rằng, trong giai đoạn lịch sử từ đời Tùy đến Đường, các học phái Phật giáo Trung Hoa đã đạt đến đỉnh cao của sự phát triển. Thiền tông (Zen), Hoa Nghiêm tông (Avatamsaka), và Thiên Thai tông (Tendai) là ba tông phái nổi bật nhất, và chúng đã để lại dấu ấn về mặt tôn giáo mà còn ảnh hưởng đến văn hóa và triết học Trung Hoa.

Thiền tông đặc biệt quan trọng khi nó đại diện cho sự tinh túy của việc thực hành và suy ngẫm trong Phật giáo. Sự nhấn mạnh vào trực giác và việc buông bỏ lý luận biện chứng để đạt đến giác ngộ đã làm cho Thiền trở thành một phương pháp tu học tinh tế và có sức lan tỏa mạnh mẽ.

Tuy nhiên, các tông phái Phật giáo tại Trung Hoa phát triển trên phương diện triết học mà còn tạo nên một hệ thống tư tưởng xã hội có khả năng đáp ứng nhu cầu tâm linh và đạo đức của người dân. Takakusu khéo léo trình bày sự tương tác giữa Phật giáo và các học thuyết như Nho giáo và Đạo giáo, tạo nên một bức tranh đa chiều về sự dung hợp tôn giáo và triết học trong bối cảnh lịch sử Trung Hoa.

Hệ Thống Hóa Phật Giáo Tại Nhật Bản Phật giáo chính thức du nhập vào Nhật Bản qua Bách Tế (một quốc gia cổ trên bán đảo Triều Tiên) vào năm 552, nhưng phải đến thời kỳ của Thánh Đức Thái Tử (Shōtoku Taishi) vào thế kỷ thứ 6 thì Phật giáo mới thực sự trở thành một phần quan trọng của nền văn hóa Nhật Bản. Theo Takakusu, Nhật Bản có một đặc điểm rất độc đáo trong việc tiếp thu và phát triển các tư tưởng Phật giáo: mặc dù hầu hết các tông phái lớn của Phật giáo từ Ấn Độ và Trung Hoa đều có mặt tại Nhật, nhưng không tông phái nào chiếm ưu thế hoàn toàn mà thay vào đó, Nhật Bản đã bảo tồn một sự đa dạng phong phú trong triết học Phật giáo.

Điều đặc biệt ở Nhật Bản là sự tồn tại song hành của nhiều tông phái Phật giáo, từ Chân Ngôn Tông (Mantra - Mật tông) đến Thiền Tông, Hoa Nghiêm Tông, và Thiên Thai Tông. Nhật Bản trở thành nơi bảo tồn và phát triển của triết học Phật giáo trong bối cảnh tôn giáo mà còn trong các hoạt động nghiên cứu hàn lâm. Takakusu đặc biệt chú trọng đến Hệ thống triết học Phật giáo Nhật Bản khi ông phân tích rằng Nhật Bản đã phát triển một hệ thống triết lý cân bằng giữa trực giác và lý luận, giữa thực hành thiền định và lý thuyết triết học.

Chân Ngôn Tông, hay còn gọi là Phật giáo Mật tông, đã phát triển mạnh mẽ ở Nhật Bản và đóng một vai trò quan trọng trong việc kết hợp giữa triết học và thực hành huyền bí. Điều đáng chú ý là tại Nhật Bản, Mật tông dừng lại ở các nghi thức lễ bái mà còn phát triển thành một triết lý vững chắc, giúp con người tiếp cận với các thực tại sâu xa của tâm thức.

IV. Những Nguyên Tắc Căn Bản Của Triết Học Phật Giáo Qua Lăng Kính Hiện Đại

Trí Tuệ Qua Thiền Định Một trong những đóng góp lớn nhất của Phật giáo đối với triết học hiện đại là sự nhấn mạnh vào thiền định như một phương pháp trực tiếp để đạt được trí tuệ. Thiền là một công cụ tâm linh mà còn là một phương tiện giúp con người thoát khỏi những lo lắng, sợ hãi, và đau khổ. Trong tác phẩm của mình, Junjiro Takakusu đã giải thích rõ ràng về tầm quan trọng của thiền trong việc giải phóng tâm trí khỏi những điều kiện ngoại tại, để từ đó con người có thể đạt đến chân như, tức là sự thật tối thượng của vũ trụ.

Ngày nay, trong bối cảnh của sự phát triển khoa học công nghệ và sự căng thẳng của cuộc sống hiện đại, các phương pháp thiền định không chỉ được công nhận bởi Phật giáo mà còn được áp dụng rộng rãi trong tâm lý học, y học và các ngành khoa học xã hội khác. Điều này cho thấy rằng, những nguyên tắc của thiền đã vượt ra khỏi biên giới của tôn giáo, trở thành một phần quan trọng của việc chăm sóc sức khỏe tinh thần và thể chất.

Takakusu cũng phân tích về sự khác biệt giữa thiền định của Phật giáo và các triết học khác, chẳng hạn như chủ nghĩa hiện sinh của phương Tây. Trong khi chủ nghĩa hiện sinh tìm cách giải phóng con người khỏi những ràng buộc của xã hội thông qua sự nổi loạn và tự do cá nhân, thì thiền của Phật giáo lại đưa con người vào một trạng thái giác ngộ, nơi mà cá nhân không còn bị gò bó bởi những ranh giới của cái ngã.

Nguyên Lý Tương Đối và Tương Dung Một trong những nguyên tắc căn bản trong triết học Phật giáo mà Takakusu nhấn mạnh là nguyên lý tương đối và tương dung. Điều này có nghĩa là mọi sự vật, hiện tượng trong vũ trụ đều tương đối và phụ thuộc vào những yếu tố khác nhau. Không có gì tồn tại độc lập, và không có gì là tuyệt đối. Sự hiểu biết này mang lại cho chúng ta một cái nhìn cởi mở và bao dung hơn trong cách đối xử với thế giới xung quanh.

Trong bối cảnh khoa học hiện đại, nguyên lý tương đối của Phật giáo có thể được so sánh với thuyết tương đối của Einstein. Trong vật lý, không gian và thời gian không phải là những thực thể tách biệt mà chúng liên quan mật thiết với nhau, phụ thuộc vào vận tốc và khối lượng của vật chất. Tương tự, trong triết học Phật giáo, mọi thứ đều thay đổi và biến dịch không ngừng, không có gì tồn tại mãi mãi.

Sự tương dung, hay khả năng dung hòa và chấp nhận những khác biệt, cũng là một phần quan trọng của triết học Phật giáo. Đây chính là điểm mạnh của Phật giáo khi nó có thể hòa nhập và phát triển trong nhiều nền văn hóa và xã hội khác nhau mà không mất đi bản chất của mình.

Tôi sẽ tiếp tục phát triển thêm các phần còn lại của bài, đặc biệt là phần kết hợp triết học và tôn giáo, cũng như phân tích vai trò của Thầy Tuệ Sỹ trong việc truyền dịch và phát triển triết học Phật giáo. Bạn có muốn tôi tiếp tục không?

V. Sự Kết Hợp Giữa Triết Học và Tôn Giáo

Triết Lý Phật Giáo Trong Đời Sống Hiện Đại Phật giáo là một tôn giáo mà còn là một triết lý về cuộc sống, giúp con người vượt qua khổ đau và đạt được trạng thái bình an. Trong thế giới hiện đại, con người ngày càng đối mặt với nhiều thách thức như áp lực công việc, biến đổi khí hậu, sự bất bình đẳng xã hội và sự phát triển công nghệ chóng mặt. Trong bối cảnh đó, các triết lý Phật giáo, đặc biệt là về từ bi và trí tuệ, mang lại những giá trị vô giá để con người có thể giải quyết những vấn đề của mình.

Takakusu khẳng định rằng trí tuệ là con đường giải thoát

khỏi khổ đau và giúp con người nhận thức rõ bản chất của sự tồn tại. Đối với nhiều người hiện nay, triết học Phật giáo giúp họ đối diện với những thay đổi không ngừng trong cuộc sống và nhận ra sự tạm bợ của các yếu tố ngoại tại. Sự thấu hiểu về vô thường và vô ngã trở thành chìa khóa giúp họ đối phó với những biến động trong thế giới hiện đại, từ đó giảm bớt sự lo âu và tìm được hạnh phúc nội tại.

Một điểm nổi bật của triết học Phật giáo là nguyên tắc trung đạo, tức là con đường tránh xa các cực đoan, không rơi vào lối sống hưởng lạc, nhưng cũng không ép xác khổ hạnh. Đây là một bài học quý giá cho thế hệ trẻ ngày nay, những người đang bị cuốn vào cuộc sống vật chất và thường đánh mất đi sự cân bằng trong tinh thần. Triết lý này khuyến khích họ tìm kiếm sự cân bằng giữa việc theo đuổi thành công cá nhân và việc chăm sóc tâm hồn, giữ gìn sự thanh tịnh bên trong.

Tôn Giáo và Giải Thoát Giải thoát, hay còn gọi là Niết bàn, là mục tiêu tối hậu của Phật giáo. Tuy nhiên, Takakusu nhấn mạnh rằng giải thoát không phải chỉ là một trạng thái tôn giáo tách biệt khỏi đời sống thường nhật, mà là một tiến trình nội tại mà con người có thể đạt được thông qua việc tu học và thực hành. Trong triết lý Phật giáo, Niết bàn là sự giải thoát khỏi mọi ràng buộc của sinh tử và những khổ đau trong thế giới dục vọng.

Điều đặc biệt ở đây là Phật giáo không dừng lại ở khái niệm từ bỏ mà còn hướng con người đến sự nhận thức rõ ràng về bản chất của vũ trụ và nhân sinh. Theo triết lý này, giải thoát không phải là trốn chạy khỏi đời sống, mà là việc hiểu sâu sắc về bản chất của mọi hiện tượng và từ đó sống một cuộc sống an lạc và hạnh phúc, dù đang ở giữa những khổ đau và biến động.

Takakusu cũng nhấn mạnh đến sự liên hệ giữa triết học Phật giáo và các vấn đề xã hội hiện đại. Trong khi xã hội ngày càng chú trọng đến việc giải quyết các vấn đề ngoại tại như kinh tế, công nghệ, và chính trị, Phật giáo lại mang đến một cách tiếp cận khác: giải thoát phải bắt đầu từ bên trong. Điều này có nghĩa là, thay vì chỉ cố gắng thay đổi môi trường xung quanh, con người cần thay đổi chính mình, tu dưỡng tâm hồn, và từ đó tạo ra sự thay đổi tích cực trong xã hội.

VI. Vai Trò Của Thầy Tuệ Sỹ Trong Việc Truyền Dịch và Phát Triển Triết Học Phật Giáo

Tài Năng Dịch Thuật Không thể phủ nhận rằng, bản dịch của Thầy Tuệ Sỹ đối với tác phẩm Tinh Hoa Triết Học Phật Giáo đã tạo ra một sự kết nối sâu sắc giữa tư tưởng triết học phương Đông và độc giả Việt Nam. Với sự am hiểu sâu sắc về triết học Phật giáo cũng như sự nhạy bén về ngôn ngữ, Thầy đã mang lại cho độc giả một bản dịch trung thành với nguyên tác mà còn toát lên được những tinh túy của tư tưởng Phật giáo.

Đặc biệt, phong cách dịch thuật của Thầy Tuệ Sỹ thể hiện sự uyển chuyển, kết hợp giữa ngôn ngữ hiện đại và ngôn ngữ cổ truyền Phật giáo, tạo nên một cảm giác gần gũi và sâu sắc cho người đọc. Những khái niệm như chân như, duyên khởi, vô ngã được Thầy dịch và chú giải một cách mạch lạc, giúp độc giả có thể tiếp cận dễ dàng hơn với những triết lý sâu xa của Phật giáo mà không đánh mất đi bản chất triết học của chúng.

Những Tư Tưởng Phát Triển Từ Hiểu Biết Hiện Đại Bên cạnh việc dịch thuật, Thầy Tuệ Sỹ còn đóng góp thêm những nhận định và phân tích sâu sắc dựa trên sự hiểu biết hiện đại. Thầy dịch các khái niệm mà còn thêm vào đó những chú thích quan trọng, giúp độc giả hiểu rõ hơn về bối cảnh triết học và tôn giáo mà tác phẩm muốn truyền tải. Những chú giải này không chỉ dựa trên hiểu biết truyền thống mà còn kết nối với các tư tưởng hiện đại, mở ra nhiều chiều hướng mới trong việc tiếp cận triết học Phật giáo.

Một trong những điểm mạnh của Thầy là khả năng diễn giải những tư tưởng trừu tượng và phức tạp của triết học Phật giáo thành những hình ảnh cụ thể và dễ hiểu. Thông qua sự kết nối giữa lý thuyết và thực hành, Thầy giúp người đọc không chỉ hiểu mà còn áp dụng được các tư tưởng Phật giáo vào cuộc sống thường nhật.

VII. Lời Kết:

Triết Học Phật Giáo và Sự Ứng Dụng Trong Thời Đại Mới Sự phát triển của triết học Phật giáo, như được trình bày qua tác phẩm của Junjiro Takakusu và bản dịch của Thầy Tuệ Sỹ, đã chứng minh rằng những giá trị truyền thống không tồn tại mà còn có thể phát triển mạnh mẽ trong bối cảnh hiện đại. Những nguyên lý về duyên khởi, vô ngã và giải thoát là những khái niệm triết học mà còn là những giải pháp thực tiễn cho cuộc sống, giúp con người đối mặt với những thách thức của thời đại mới.

Trong một thế giới đầy biến động, triết học Phật giáo mang lại cho chúng ta một cách nhìn nhận cuộc sống sâu sắc hơn, từ đó giúp chúng ta tìm thấy sự cân bằng giữa tâm hồn và thế giới vật chất. Triết lý này khuyến khích con người không ngừng tu dưỡng, cải thiện bản thân, và từ đó góp phần xây dựng một xã hội hài hòa, công bằng và bình an hơn.

Triết học Phật giáo, với tinh thần từ bi và trí tuệ, chính là con đường giúp con người nhận thức rõ bản chất của cuộc sống, vượt qua khổ đau và đạt được hạnh phúc thực sự. Với sự kết hợp giữa truyền thống và hiện đại, triết lý này chắc chắn sẽ tiếp tục phát triển và mang lại giá trị cho nhiều thế hệ trong tương lai.

Trong khuôn khổ hạn chế của tạp chí, tôi xin mượn đôi lời bày tỏ lòng cảm kích và tri ân sâu sắc từ góc nhìn của một hậu học. Những công trình tri thức tâm linh nói chung, đặc biệt là tác phẩm dịch và chú giải *Tinh Hoa Triết Học Phật Giáo* của Thầy Tuệ Sỹ, đã phần nào dẫn dắt chúng ta bước vào một thế giới trí tuệ sâu xa. Giữa muôn vàn sai biệt và biến động của cuộc sống, những tinh hoa trong triết học Phật giáo ấy đã trở thành ngọn đuốc sáng soi đường, giúp chúng ta hiểu sâu hơn về bản chất của vũ trụ và nhân sinh

"Người đi đâu bóng hình mòn mỏi
Nẽo tới lui còn dấu nhạt mờ
Đường lịch sử Bốn nghìn năm dợn sóng
Để người đi không hẹn bến bờ"
— Tĩnh thất

Thơ Tuệ Sỹ: Hành Trình Thiên Lý Độc Hành, Từ Cõi Đọa Đày Đến Phương Trời Viễn Mộng

TUỆ NĂNG

Tuệ Sỹ – người lữ hành bước đi trên con đường vô định, nơi mà mỗi viên đá cuội dưới chân cũng trắc trở vô tình, dựng thành những đêm dài u uẩn nhưng, ở đó vẫn chứa đựng niềm hy vọng mỏng manh của một ánh trăng xa. Thơ của Thầy cất lên như tiếng vọng của trái tim gồng gánh thương đau, nhưng là lời tha thiết mời gọi người người hướng đến giải thoát. Ở đó tâm hồn có thể vươn cánh bay cao lên bầu trời cao rộng bao la, vượt qua những ràng buộc kiếp phận con người. Đây không còn là hành trình của một cá nhân, mà của bao thế hệ, của những ai luôn khát khao tìm đến sự giải thoát, bất chấp những thăng trầm và đọa đày của cuộc đời.

“*Khổ đau là khối tình chung,*
Ai nâng cõi Thế qua bùn tử sinh?”
(Tiểu khúc Phật Đản)

Trong nhiều dòng thơ của Tuệ Sỹ, người ta có thể cảm nhận được sự kết hợp của đau thương và hy vọng, sự sâu lắng và khát khao, như sự phản chiếu giữa hai thế giới – một bên là đọa đày và một bên là phương trời viễn mộng. Cõi đọa đày trong thơ Thầy Tuệ Sỹ không phải là một không gian cụ thể, mà là biểu tượng của sự trói buộc, vô minh và những gánh nặng mà con người phải đối diện trong cuộc sống. Hình ảnh “ngục tù” trong “Ngục Trung Mị Ngữ” là một hiện thân cho sự giam cầm của thể xác mà còn của tâm hồn. Những chén cơm tù, những đôi bàn tay lặng lẽ dâng lên trời cao – tất cả đều gợi lên một không gian của sự chịu đựng, nhưng cũng là sự phản chiếu của lòng từ bi vô lượng, của sự nhẫn nhục và tĩnh lặng vượt lên trên nỗi đau con người.

"Hai tay nâng chén cơm tù
Cúng dường Tối Thắng Tôn"
(Ngục Trung Mị Ngữ)

Giữa không gian ấy, người đọc tìm thấy một Tuệ Sỹ đầy nội lực và bản lĩnh, một con người dám đối diện với khổ đau nhưng không bao giờ bị đánh bại bởi nó. Cảnh ngục tù, với những bức tường ẩm thấp và ánh sáng hiếm hoi từ kẽ hở, đã trở thành nơi mà Thầy tìm đến sự thanh tịnh của tâm hồn. Những hình ảnh của "suối nguồn xa", "núi lạnh" trong "Giấc Mơ Trường Sơn" đã biến đổi từ những hình ảnh thiên nhiên bình thường trở thành biểu tượng cho sự chịu đựng, cho nỗi cô đơn và cả sự kiên định trên hành trình tìm kiếm tự do, mà trong ý nghĩa sâu xa hơn là, giải thoát.

"Giờ ngó lại bốn vách tường ủ rũ
Suối nguồn xa ngược nước xuôi ngàn"
(Giấc Mơ Trường Sơn)

Vì vậy, suốt hành trình từ cõi đọa đày đến phương trời viễn mộng, ta thấy hiện lên hình ảnh cánh chim trời, như một biểu tượng của sự tự do và hy vọng. Cánh chim ấy bay cao, vượt qua những ngọn núi, những đỉnh trời để tìm kiếm một miền đất, nơi mà sự bình an của tâm hồn trở thành hiện thực. Đây không phải là sự trốn tránh khỏi thực tại mà là vượt thoát, là khát vọng vượt lên trên mọi ràng buộc, mọi sự hạn chế mà cõi đời vây hãm.

Thơ của Thầy luôn tràn ngập những hình ảnh thiên nhiên, từ núi non, dòng suối, đến cánh chim trời, nhưng tất cả không đơn thuần là cảnh vật mà là biểu tượng của những trạng thái tinh thần, những nỗi niềm và khát khát. Hình ảnh "núi lạnh, suối nguồn xa" vừa mang lại cảm giác của sự hùng vĩ, cô độc nhưng đồng thời mời gọi người đọc bước vào một không gian khác nơi mà chúng ta có thể đối diện với chính mình, đối diện với những khát vọng thầm kín và cuối cùng, tìm ra con đường để tự giải thoát.

Bấy giờ, giữa tất cả những hình ảnh ấy, tư thái độc hành thiên lý của Thầy nổi bật như một dấu ấn cá tính đầy khí phách. Ông tự bước đi trên con đường của chính mình, một mình đối diện với tất cả bao thử thách như những bức tường vô hình trên cõi đời mà không phải ai cũng dám đối diện, nhất là đối diện với sự cô độc. Nhưng với Tuệ Sỹ, sự cô đơn ấy chính là một phần không thể thiếu trong hành trình tìm kiếm chân lý. Nơi đó bày ra chuỗi thơ tĩnh tại như "Tĩnh Thất", thể hiện rõ sự tĩnh lặng trong tâm hồn, cảnh giới không cần đến sự công nhận từ người đời, không cần đến những lời ca tụng hay an ủi mà chỉ cần sự yên bình thực sự từ bên trong.

Trong ngữ cảnh thơ ca của Tuệ Sỹ, sự hòa quyện giữa triết lý Đông phương và tư tưởng Tây phương đã tạo nên một phong cách đầy triết lý và thi vị. Thầy lấy cảm hứng từ triết lý Phật giáo mà còn kết hợp với những tư tưởng siêu hình phương Tây, tạo nên những dòng thơ vừa mang âm hưởng cổ điển vừa hiện đại. "Khung Trời Cũ" là một khổ thơ tiêu biểu cho sự hòa quyện này, khi sử dụng những hình ảnh như "đôi mắt ướt tuổi vàng" để diễn tả sự hoài niệm về quá khứ, nhưng cũng mang một ý nghĩa triết học về thân phận và sự vô thường.

Hình ảnh "đôi mắt ướt tuổi vàng" mang tính gợi nhớ và tạo nên sự liên kết cảm xúc với một quá khứ đẹp đẽ nhưng đã qua, ẩn chứa sự trầm tư về tính chất phù du của kiếp người. Ở cấp độ cảm xúc, nó gợi lên hình ảnh của những kỷ niệm, những khoảnh khắc đã qua mà vẫn còn lại dấu vết sâu sắc trong tâm hồn. Đôi mắt ướt cho thấy cảm giác nuối tiếc, như đang nhìn lại những gì quý giá nhất của quá khứ, tạo ra một không gian hoài niệm, một sự lưu luyến không thể níu giữ.

Hành trình thơ của Tuệ Sỹ là sự đối diện không ngừng nghỉ với chính mình, với tất cả những thử thách mà đời sống mang lại. Trong mỗi câu chữ, người đọc có thể thấy sự pha trộn tinh tế giữa cái vô hạn của thiên nhiên và sự hữu hạn của kiếp người, giữa sự an nhiên của tĩnh lặng và khát vọng vươn cao đến những chân trời mơ ước.

"Khói ơi bay thấp xuống đi
Cho ta nắm lại chút gì thanh xuân
Ta đi trong cõi Vĩnh hằng
Nhớ tàn cây nhỏ mấy lần rụng hoa."
(Tĩnh Thất)

Đâu đó, cái cảnh bóng nguyệt lưng đèo, mây hoang hoải hiện lên như một bức tranh buồn nhưng đầy thi vị, nơi mà sự mênh mông của thiên nhiên hòa vào sự trầm mặc của tâm hồn. Đó là nơi mà con người cảm nhận rõ nhất sự cô đơn, nhưng đồng thời cũng là nơi mà niềm hy vọng được ươm mầm và vươn lên. Mây phủ mờ non thẳm như những nỗi niềm chất chứa, nhưng ánh trăng trên lưng đèo vẫn chiếu sáng, tượng trưng cho ánh sáng của sự tỉnh thức, sự vượt lên trên bóng tối của vô minh.

Hình ảnh cánh chim trời trong thơ Tuệ Sỹ là biểu hiện cho sự tự do, mà còn mang theo tinh thần kiên định của người hành giả. Cánh chim ấy bay xa, vượt qua những khó khăn của đời người, như lời thơ "một cánh chim trời, bay xa mãi mãi" (Tĩnh Tại), thể hiện sự khát khao tìm kiếm một bầu trời nơi sự bình yên của tâm hồn trở thành thực tại. Đó là khát vọng giải thoát, khát vọng vượt lên trên tất cả những gì hữu hạn để chạm đến cái vô biên, cái mà con người luôn mơ ước nhưng ít ai đủ can đảm để theo đuổi.

Những bài thơ như "Tĩnh Thất" đưa người đọc vào một

không gian của sự tĩnh lặng, nơi mà cuộc sống bận rộn không còn ý nghĩa, chỉ còn lại sự an nhiên, tự tại của tâm hồn đã vượt qua mọi phiền não. Trong những khoảnh khắc tĩnh lặng đó, Tuệ Sỹ tựa như một người thiền giả ngồi đối diện với chính mình, tìm thấy sự bình yên không phải từ những thứ bên ngoài, mà từ sự tự do nội tại, từ sự hiểu thấu bản chất của mọi sự vật hiện tượng.

Sự hòa quyện giữa thiên nhiên và triết lý trong thơ Tuệ Sỹ mang lại cho người đọc những cảm xúc sâu lắng, mà còn mở ra những suy tư triết học về cuộc sống. Hình ảnh thiên nhiên trong thơ ông như là biểu tượng cho những trạng thái tinh thần, cho những nỗi niềm ẩn khuất, và cũng là phương tiện giúp ông thể hiện những triết lý sâu sắc. "Khung Trời Cũ", với "đôi mắt ướt tuổi vàng", gợi lên sự nuối tiếc về những kỷ niệm đã qua, mà còn nhắc nhở chúng ta về tính chất vô thường của cuộc sống, về sự mong manh của mọi thứ mà chúng ta trân quý. Đôi mắt ấy là biểu hiện của cảm xúc, mà còn là cánh cửa mở ra những suy ngẫm về sự tồn tại và sự chuyển hóa không ngừng của vạn vật.

Cõi thơ Tuệ Sỹ, vì vậy, đã trở thành một tấm kính soi chiếu sâu thẳm vào hành trình nội tại của con người, khơi dậy niềm khát khao tìm kiếm một lộ trình đích thực giữa sự mênh mông vô định của kiếp sống. Hành trình của thơ, cũng là hành trình của hành giả từ cõi đọa đày đến phương trời viễn mộng, quả thực không dễ dàng. Đó là cuộc đối diện không nguôi với chính mình, với tất cả những đau thương và thử thách mà đời sống mang lại. Đây là một hành trình của ánh sáng giữa bóng tối, của sự giải thoát giữa ràng buộc và của lòng kiên định giữa những bấp bênh trần thế.

Những câu thơ này nhắc nhở chúng ta rằng hành trình của mỗi con người luôn chất chứa sự mơ hồ và bấp bênh, nhưng cũng là một sự tìm kiếm không bao giờ dừng lại. Tuệ Sỹ đã vượt qua những bão tố của cuộc đời, không để cho mình bị cuốn đi bởi dòng chảy của sự vô minh, mà luôn tìm kiếm và giữ lấy ánh sáng của sự giác ngộ. Thơ ông là lời nhắc nhở về lòng dũng cảm, về sự quyết tâm không bao giờ bỏ cuộc, dù con đường có mịt mờ và gập ghềnh.

Kết thúc hành trình từ cõi đọa đày đến phương trời viễn mộng của Tuệ Sỹ, người đọc nhận ra rằng đó không phải là một cuộc hành trình có điểm dừng, mà là một hành trình vô tận của sự tìm kiếm và chuyển hóa. Sự giải thoát không phải là điểm kết thúc, mà là một trạng thái mà tâm hồn luôn hướng tới, luôn tìm kiếm trong mỗi khoảnh khắc của cuộc sống. Những bài thơ của ông không để lại cho người đọc một câu trả lời tuyệt đối, mà chỉ để lại những câu hỏi đầy day dứt, những suy tư miên man về sự vô thường và bất tử của tâm hồn.

Trên mỗi cánh chim bay xa, từng dòng suối nguồn, nơi núi lạnh và gió lộng, người ta thấy được sự độc hành nhưng cũng thấy được sự kết nối sâu sắc với tất cả. Hành trình thơ của Tuệ Sỹ bấy giờ là lời mời gọi chúng ta hãy can đảm đối diện với nỗi đau của chính mình, vượt qua những đọa đày của đời sống để tìm đến phương trời viễn mộng, nơi mà tâm hồn có thể bay lên nhẹ nhàng như bao cánh chim trời xoải bay, tự do giữa không gian vô tận.

Cái kết không phải là một sự giải thoát hoàn toàn, mà là sự nhận ra rằng hành trình Thiên Lý Độc Hành ấy chưa bao giờ kết thúc. Những nỗi đau, những khát vọng, những cuộc tìm kiếm – tất cả đều tiếp tục, nhưng trong mỗi khoảnh khắc đó, sự tĩnh lặng và bình yên cũng được tìm thấy. Thơ Tuệ Sỹ để lại cho người đọc một nỗi nhớ da diết, một sự hoài vọng về sự thanh thản giữa thế gian đầy bão tố. Đó là niềm hy vọng không bao giờ tắt, là sự mong mỏi một cánh chim bay mãi, mang theo những ước mơ đến những chân trời vô thỉ vô chung.

Bấy giờ, Thơ Tuệ Sỹ mở ra một cuộc lữ miên trường, phù sinh, nhưng thơ mộng và lôi cuốn.

Thủy Mộ Quan: Từ Oan Khiên Xương Máu Đến Khát Vọng Đoàn Viên

(Nhân đọc Thuyền Ngược Bến Không)

THIÊN NHẠN

Có những mùa đông đến mang theo nỗi hoài cảm dịu dàng nhưng mãnh liệt, như một cơn mưa lặng thầm thấm dần vào tâm hồn, không gấp vội, nhưng chẳng thể chối từ. Đọc lại "Thuyền Ngược Bến Không" của Thầy Tuệ Sỹ, giữa không gian tĩnh mịch của đêm đông, người ta như nghe thấy tiếng thời gian rì rào bên tai, nhẹ nhàng khua sóng trên dòng sông ký ức. Hai mươi bốn năm trôi qua kể từ ngày bài viết ra đời, từng lời bình trong đó vẫn rung lên, da diết và sống động, như một tiếng vọng từ cõi xa xăm mịt mùng, nơi quá khứ và hiện tại hòa quyện trong nhau.

Thầy Tuệ Sỹ, bằng tâm thức của một bậc thiền sư đã vén mở những tầng sâu thẳm của thơ Viên Linh, làm sống dậy một thế giới mà ở đó, hận thù và tình yêu đan xen, giữa hiện thực đau thương và khát vọng an bình. "Thuyền Ngược Bến Không" như một hành trình nội tại, là cuộc hành trình nhân thế mà còn là cuộc hành trình tâm linh của mỗi con người, tìm kiếm bến bờ giải thoát trong cõi phù trầm.

Trong từng dòng chữ, Thầy như muốn gửi gắm một lời nhắn nhủ rằng: cuộc sống này, dù đầy dẫy những đau khổ, chia lìa và vô thường, vẫn luôn tiềm ẩn những khoảnh khắc bình yên, nếu ta biết cách dừng chân, lắng nghe và cảm nhận. Chiếc thuyền nhỏ ngược dòng tìm đến bến không – một bến bờ không phải của sự mất mát, mà là của sự tự tại, của sự giải thoát khỏi khổ đau và của sự hoà hợp với bản chất vô thường của cuộc đời. Những dòng thơ trong Thủy Mộ Quan của Viên Linh, qua sự bình giải của Thầy Tuệ Sỹ, là tiếng lòng của một nhà thơ trước những biến động thời đại, mà còn là tiếng nói của một kiếp nhân sinh đang tìm cách vượt thoát khỏi khổ đau và bi lụy. Trong từng câu thơ, chúng ta như thấy rõ hình ảnh của những con người sống sót giữa cơn bão táp của lịch sử, kẻ lên rừng, người xuống biển, nhưng rồi vẫn luôn khắc khoải với một nỗi niềm chung: làm sao để tìm lại mình trong một thế giới đầy biến loạn?

"Chiều về trên một nhánh sông
Bên tôi con nước đỏ lòng quanh co
Nước loang dưới đáy trời dò
Buồn tôi thánh thót trên lò nhân sinh"
(Dư Tập, Thủy Mộ Quan)

Trong bốn câu thơ ấy, ta thấy dòng sông chảy xiết cuốn trôi những ký ức về một thời đã qua, mà còn thấy cả nỗi buồn thăm thẳm của một kẻ đứng bên dòng đời, chứng kiến những đau thương và mất mát. Đối với Thầy Tuệ Sỹ, "dòng nước đỏ" là máu của những người đã khuất, mà còn là hình tượng của những trầm tích ký ức không thể rửa trôi, luôn lẩn khuất trong tâm thức mỗi người, âm ỉ như vết thương không bao giờ lành. Thầy đã nhận ra trong thơ Viên Linh là sự biểu hiện của nỗi buồn, mà còn là một nỗi khát khao được hòa tan vào dòng chảy của thời gian, để tìm về sự bình yên nơi "bến không." Thuyền ngược dòng – một hình ảnh biểu trưng cho sự phản kháng lại những quy luật tự nhiên của đời người – cũng là biểu tượng cho lòng can đảm dám đối mặt với sự vô thường, để rồi cuối cùng nhận ra rằng chỉ có trong cái vô thường ấy mới có thể tìm thấy sự an bình đích thực.

Sự đối nghịch giữa "thuyền ngược" và "bến không" trong cách cảm nhận của Thầy là một cuộc giằng co nội tại mà mỗi con người đều phải trải qua. Thuyền ngược không phải là hành động tìm kiếm sự chối bỏ hay né tránh cuộc đời, mà ngược lại, là cách để tiếp cận và hiểu thấu nỗi đau, để từ đó buông bỏ những gì không thuộc về mình. Bến không, do đó, không phải là một nơi chốn cố định, mà là trạng thái tự do hoàn toàn khỏi những ràng buộc, khỏi những chấp niệm về tình yêu, hận thù, và sự mất mát. Đó là khi con thuyền nhỏ giữa biển đời rộng lớn không còn bị cuốn trôi bởi sóng gió, mà nhẹ nhàng tìm thấy sự an nhiên giữa lòng đại dương vô hạn.

Trong từng lời bình của Thầy, người đọc thấy hình bóng của một nhà tư tưởng sâu sắc, mà còn cảm nhận được tâm hồn của một con người đã trải qua nhiều bão táp. Những hình ảnh trong thơ Viên Linh là sự phản ánh của thực tại chiến tranh và hòa bình, mà còn là biểu tượng cho những gì còn tồn tại sâu thẳm trong tâm hồn con người. Qua từng câu chữ, Thầy Tuệ Sỹ đã khơi dậy trong ta một nhận thức mới về đời sống – một đời sống mà sự đối nghịch và vô thường không phải là điều phải trốn tránh, mà chính là con đường để tìm thấy sự giải thoát.

Trong sự bình giải của Thầy Tuệ Sỹ, Thủy Mộ Quan của Viên Linh dường như là một tác phẩm thi ca mà còn là một quyển nhật ký tâm linh, ghi lại những cuộc hành trình vượt qua nỗi đau khổ, mất mát và cả những giằng xé nội tâm. Mỗi câu thơ là một nốt nhạc trầm lắng, ngân vang trong lòng người đọc, như muốn kéo họ vào một thế giới mà sự thật và ảo tưởng đan xen, nơi hận thù và tình yêu cùng nhau tồn tại trong một vũ điệu bất tận của đời sống.

"Ngồi trên đỉnh đồi Trại Thủy, giữa thành phố Nha Trang, Nhìn xuống bên dưới, từ trong làng kéo ra một đoàn thiếu nhi Tiểu học, Hô vang khẩu hiệu chào mừng cách mạng, Đả đảo văn hóa giáo dục phản động, đồi trụy."

Bức tranh hiện thực trong đoạn văn này là cảnh một thời kỳ đầy biến động của xã hội Việt Nam, mà còn là một bức tranh tâm thức, nơi mà những giá trị văn hóa và tinh thần bị đảo lộn. Đứng từ trên cao, nhìn xuống thế gian, con người như bị lạc lối giữa những khẩu hiệu, những âm thanh của thời cuộc. Thầy Tuệ Sỹ đã nhận ra trong hình ảnh này một sự tương phản đau đớn giữa lý tưởng và thực tại – giữa khát vọng hòa bình, sự thanh thản và thực tại đầy hỗn loạn, nơi con người không còn nhận ra chính mình. Đỉnh đồi Trại Thủy, như một biểu tượng của sự quan sát từ xa, cho thấy sự cô lập và lạc lõng của những người sống giữa thời đại mà niềm tin và lý tưởng của họ bị bẻ cong bởi những sức ép xã hội.

Với Thầy, những gì đang diễn ra dưới chân đồi là một biểu hiện bề mặt của thời đại, mà còn là dấu hiệu của một sự xáo trộn sâu xa hơn trong lòng người. Những tiếng hô vang không phải là tiếng nói của hòa bình, mà là tiếng vọng của những tâm hồn bị trói buộc trong sự chia rẽ, trong nỗi hận thù không bao giờ nguôi ngoai. Cảnh tượng này nhắc nhớ người đọc rằng, trong một xã hội bị xé toạc bởi chiến tranh và bạo lực, thì niềm tin và tình yêu thương là những gì mong manh nhất, dễ dàng bị lãng quên nhất.

Nhưng trong cái thế giới đầy mâu thuẫn ấy, thơ của Viên Linh lại bừng sáng như một điểm tựa tinh thần, nơi mà những ai tìm kiếm có thể tìm thấy sự an ủi và giải thoát.

"Thân chìm xuống băng tuyền giờ tận biệt
Sóng bạc đầu hối hả phủ trùng dương."
(Thủy Mộ Quan)

Trong những dòng thơ này, hình ảnh "thân chìm xuống băng tuyền" là một sự biến mất, một sự hòa tan vào cái vô hạn của dòng nước, như một sự kết thúc không thể tránh khỏi. Nhưng đồng thời, những con sóng bạc đầu không ngừng phủ lên đại dương lại tượng trưng cho sự tồn tại vĩnh hằng của cuộc sống. Trong cái chết, trong sự tan biến của một kiếp người, vẫn còn đó những dấu vết của sự sống, những con sóng nối tiếp nhau mãi mãi không ngừng.

Thầy Tuệ Sỹ đã nhìn thấy trong hình ảnh này một triết lý Phật giáo sâu xa về sự vô thường và luân hồi. Trong Phật giáo, mọi thứ trên đời đều là tạm bợ, không có gì tồn tại mãi mãi, và cái chết chỉ là một phần của chu kỳ sinh tử. Dòng nước không bao giờ dừng lại, và cũng như những con sóng bạc đầu kia, sự sống vẫn tiếp tục dù cho thân thể có tan biến vào hư không. Sự vô thường không phải là nỗi sợ hãi, mà chính là bản chất của cuộc đời. Và trong sự thấu hiểu đó, người ta có thể tìm thấy sự an nhiên, không còn vướng bận bởi những khổ đau của kiếp nhân sinh.

"Rồi đất nước hòa bình, dân tộc đang trở mình từ trong khói lửa, để cho hận thù hóa thân thành tình yêu."

Thầy Tuệ Sỹ, trong sự lý giải của mình, đã gợi lên một khát vọng cao cả: rằng cuối cùng, mọi hận thù rồi cũng sẽ biến mất và tình yêu sẽ là thứ còn lại. Nhưng tình yêu ở đây không phải là tình yêu của thế gian, mà là lòng từ bi, là sự bao dung và giải thoát khỏi những chấp niệm cá nhân. Thơ của Viên Linh, qua lăng kính của Thầy, trở thành một thông điệp nhân văn sâu sắc về sự hàn gắn, về khát vọng hòa bình trong một thế giới đầy chia rẽ. Và đó cũng chính là thông điệp mà Thầy Tuệ Sỹ muốn gửi gắm: rằng trong cõi đời đầy phù trầm này, chỉ có lòng từ bi mới có thể mang lại sự bình an đích thực.

Trong từng dòng thơ của Thủy Mộ Quan, Viên Linh đã vẽ

nên một bức tranh khắc khoải về những kiếp người lạc lõng, những linh hồn lênh đênh giữa biển cả vô tận của số phận. Nhưng chính Thầy Tuệ Sỹ, qua sự thấu hiểu về bản chất vô thường của cuộc đời, đã giải mã những nỗi đau ẩn chứa trong thơ, để từ đó làm sáng tỏ một chân lý mà ít ai nhận ra: chính trong cái vô thường ấy, người ta mới có thể tìm thấy sự an bình. Những hình ảnh trong thơ Viên Linh, khi được chiêm nghiệm qua lăng kính của Thầy, là biểu hiện của sự mất mát, chia lìa, mà còn là lời nhắc nhở về sự hòa hợp giữa con người và vũ trụ, giữa cá nhân và cộng đồng.

"Lưu vực điêu tàn ở Biển Đông
Xương bầy như thú cháy rừng hoang
Nhưng rừng không cháy nào đâu thú
Người chết thân chìm Thủy Mộ Quan."
(Thủy Mộ Quan)

Cảnh tượng này, đầy những hình ảnh đổ vỡ và hủy diệt, như thể hiện một thế giới đầy hỗn loạn, nơi mà sự sống và cái chết không còn ranh giới rõ ràng. "Xương bầy như thú cháy rừng hoang" là hình ảnh của sự hủy diệt về thể xác, mà còn là sự tan rã của các giá trị tinh thần, của những gì con người từng nắm giữ như là biểu tượng của sự tồn tại. Biển Đông, với những linh hồn bị chìm đắm, trở thành một biểu tượng cho những nỗi đau không lời, những ký ức bị vùi lấp bởi sự tàn phá của thời gian và lịch sử.

Nhưng Thầy Tuệ Sỹ, với ánh nhìn từ bi của một thiền sư, không dừng lại ở nỗi đau. Người nhìn thấu vào bản chất của những hình ảnh ấy, nhận ra rằng, trong cái đổ vỡ ấy, có một sự thật bất diệt về sự tiếp diễn của đời sống. Sự hủy diệt chỉ là một bước trong vòng tuần hoàn vô tận của sinh tử luân hồi, và chỉ có những ai thấu hiểu được điều đó mới có thể bước qua được nỗi sợ hãi của cái chết.

Trong triết lý Phật giáo, sự sống và cái chết không đối nghịch nhau mà chúng là hai mặt của một bản thể duy nhất. Những linh hồn bị lãng quên dưới biển sâu, những thân xác bị chôn vùi trong cát bụi, tất cả đều trở về với cái vô hạn của vũ trụ, hòa tan vào dòng chảy bất tận của nhân duyên và nghiệp quả. Trong cái nhìn ấy, sự chia lìa và mất mát không còn là điều đáng sợ, mà ngược lại, nó là con đường để trở về với cội nguồn chân thực của sự sống.

"Trong rêu xanh ngân ngật bóng sơn hà
Lướt hải phận về dưới trời cố quốc."
(Thủy Mộ Quan)

"Rêu xanh" và "bóng sơn hà" là những hình ảnh tự nhiên, mà còn là biểu tượng cho sự trường tồn của đất nước, của văn hóa và lịch sử. Qua hàng ngàn năm, những giá trị ấy vẫn tiếp tục tồn tại, dẫu cho bao nhiêu biến cố đã xảy ra. Và những linh hồn lênh đênh giữa biển cả cũng như đang trên hành trình trở về với "trời cố quốc" – không phải là một quốc gia cụ thể, mà là một trạng thái của tâm hồn, nơi mà họ được an nghỉ, được hòa mình vào sự bình yên của vũ trụ.

Trong sự bình giải của Thầy Tuệ Sỹ, thơ Viên Linh mang một ý nghĩa lớn hơn những gì nó biểu hiện. Nó là lời nhắc nhở về sự cần thiết phải chấp nhận bản chất vô thường của cuộc đời, phải buông bỏ những chấp niệm về hận thù và tình yêu, để rồi từ đó tìm thấy sự tự do và giải thoát. Thầy viết:

"Người sống vẫn mang mãi ân tình của người đã chết, dù trên rừng hay dưới biển, vì oan nghiệt riêng tư hay vì tình chung dân tộc."

Lời bình của Thầy gợi nhắc chúng ta về mối liên kết bất diệt giữa những người còn sống và những người đã khuất. Sự tồn tại của chúng ta là sự hiện diện của thể xác mà còn là sự kết nối với quá khứ, với những linh hồn đã từng hiện diện trên cõi đời này. Thầy nhận ra rằng, sự chia lìa là nỗi đau của riêng mỗi cá nhân, mà còn là nỗi đau chung của cả một dân tộc, của cả một lịch sử dài đằng đẵng. Và chính trong sự thấu hiểu ấy, người ta mới có thể bước qua nỗi đau, để sống tiếp, để gìn giữ những giá trị tốt đẹp đã được trao truyền từ thế hệ này sang thế hệ khác. Cuối cùng, qua sự bình giải của Thầy Tuệ Sỹ, Thủy Mộ Quan không còn là một tác phẩm thi ca về cái chết và sự mất mát, mà còn là một bức tranh toàn cảnh về sự sống, về hy vọng và về lòng từ bi. Những linh hồn lênh đênh trên biển cả ấy, những thân xác chìm xuống đáy đại dương, tất cả đều là biểu tượng cho cuộc hành trình vô tận của con người, từ sinh đến tử, từ đau khổ đến giải thoát. Và trong cuộc hành trình ấy, chỉ có lòng từ bi, chỉ có sự thấu hiểu về bản chất vô thường của cuộc đời, mới có thể mang lại cho chúng ta sự bình an đích thực.

24 năm sau, đọc lại Thủy Mộ Quan qua lời bình giải của Thầy Tuệ Sỹ trong Thuyền Ngược Bến Không, người ta thấy bề mặt của một câu chuyện vượt biên hãi hùng và những nấm mồ chôn tập thể hay đơn chiếc dưới lòng biển Đông. Những đau đớn của sự ly tán nhân sinh, những nỗi buồn thẳm sâu trong câu thơ của Viên Linh, không còn là những hình ảnh đơn thuần về sự mất mát và hủy diệt. Thay vào đó, sâu thẳm trong lời bình của Thầy, từng câu từng chữ lại mở ra một bầu trời vô hạn, nơi thời gian và không gian đều trở nên vô thỉ vô chung. Bằng con mắt của một thiền sư, Thầy Tuệ Sỹ đã kéo người đọc từ cái cụ thể, hữu hạn của đời sống – như những nấm mồ lạnh lẽo dưới lòng biển, như những cuộc vượt biên sinh tử – vào một chiều không gian khác, nơi mà mọi khổ đau và chia lìa đều trở thành những hạt bụi nhỏ nhoi trước sự bao la của vũ trụ. Trong thế giới ấy, con người không còn bị trói buộc bởi biên giới của hận thù hay sự chia cắt của địa lý, mà thay vào đó là một sự hòa nhập sâu sắc với bản chất của tồn tại, nơi mà sự đoàn tụ là của riêng từng cá nhân, mà còn là khát vọng chung của cả một dân tộc.

Thầy Tuệ Sỹ, qua lời bình giải của mình, đã khéo léo đưa người đọc từ nỗi đau cá nhân, từ những oan khiên nợ nần máu xương, đến một tầm nhìn rộng lớn hơn về tương lai. Một tương lai mà ở đó, sự đoàn tụ là sự gặp gỡ lại của những người đã từng ly tán, mà còn là sự hòa hợp của cả một dân tộc đã chịu quá nhiều thương đau. Đó không phải là sự đoàn tụ vật lý, mà là sự đoàn tụ về tinh thần, về lòng trắc ẩn, bao dung và từ bi – là những giá trị sẽ giúp hàn gắn mọi vết thương, mọi chia rẽ trong lòng người.

Trong từng lời bình của Thầy, người ta cảm nhận được một niềm hy vọng lặng lẽ nhưng mãnh liệt về một tương lai mà ở đó, mọi đau thương của quá khứ sẽ được xoa dịu bởi sức mạnh của lòng từ bi và sự thấu cảm. Hình ảnh những nấm mồ trên biển không còn là biểu tượng của cái chết và sự mất mát, mà trở thành những cột mốc nhắc nhở ta về một hành trình dài mà dân tộc Việt Nam đã và đang trải qua. Trên hành trình ấy, dù có bao nhiêu khó khăn, chia rẽ, thì cuối cùng, niềm khát vọng đoàn tụ và hòa bình vẫn là ánh sáng dẫn bước, đưa con người trở về với nhau.

Qua Thuyền Ngược Bến Không, Thầy Tuệ Sỹ đưa ra những phân tích sâu sắc về thơ của Viên Linh, mà còn mang đến cho người đọc một cái nhìn mới về sự sống và cái chết, về hận thù và lòng từ bi. Đó là một cuộc hành trình nội tâm mà mỗi chúng ta đều phải trải qua, để rồi từ đó nhận ra rằng: sự giải thoát không đến từ việc tránh né nỗi đau, mà từ việc thấu hiểu và chấp nhận nó như một phần không thể thiếu của cuộc đời. 24 năm sau, cho dù niềm mong mỏi của Thầy được khắc họa bằng bốn câu thơ cuối của Viên Linh:

“Sinh ở đâu mà giạt bốn phương
Trăm con cười nói tiếng trăm giòng
Ngày mai nếu trở về quê cũ
Hy vọng ta còn tiếng khóc chung.”

Những câu thơ này thể hiện ước vọng giản dị mà sâu sắc về sự đoàn tụ, không chỉ là sự quay về quê hương của những con người lưu lạc, mà còn là sự thống nhất trong tâm hồn của cả một dân tộc đã chịu quá nhiều ly tán. Đây là nỗi niềm của những kẻ tha hương, hy vọng rằng sau bao nỗi trôi dạt, chúng ta vẫn còn có thể chia sẻ cùng một nỗi đau, một tiếng khóc chung, để từ đó tìm lại được sự đoàn kết trong lòng người. Thế nhưng, toàn bộ bài thơ Thủy Mộ Quan của Viên Linh dừng lại ở sự hy vọng ấy. Bằng trí tuệ và lòng từ bi, Thầy Tuệ Sỹ đã khai yểm tác phẩm, mở ra những chiều sâu triết lý ẩn tàng bên trong, làm sáng tỏ thêm những tầng ý nghĩa mà người đọc có thể dễ dàng lướt qua.

Thầy Tuệ Sỹ đã thấy trong Thủy Mộ Quan là tiếng vọng của quá khứ, mà là một không gian vũ trụ vô tận, nơi mà nỗi đau cá nhân hòa lẫn vào nỗi đau chung của nhân loại và từ đó biến thành khát vọng siêu việt về sự giải thoát. Qua sự bình giải của Thầy, những hình ảnh của sự chia lìa, mất mát và cái chết trong thơ Viên Linh là những nỗi buồn hữu hạn, mà trở thành những biểu tượng cho một hành trình nội tâm lớn hơn – hành trình đi tìm sự hòa giải và bình yên.

Trong từng câu thơ, Thầy đã nhận ra sự đối nghịch giữa cái hữu hạn của cuộc sống và cái vô hạn của sự tồn tại. Những con người "giạt bốn phương" là biểu tượng cho những kiếp sống tha hương, mà còn là hình ảnh của những linh hồn đang trôi nổi trong vòng luân hồi vô tận, tìm kiếm một nơi chốn để trở về, một quê hương tinh thần để có thể tìm thấy sự an lành. Nhưng quê hương ấy không là một nơi chốn vật lý – đó là một trạng thái tâm thức, nơi mà mọi chia lìa và đau thương đều có thể tan biến, để lại sự tự tại và giác ngộ.

"Ngày mai nếu trở về quê cũ
Hy vọng ta còn tiếng khóc chung."

Thầy Tuệ Sỹ đã thổi vào câu thơ này một ý nghĩa vượt xa khỏi sự chia sẻ nỗi đau thông thường. "Tiếng khóc chung" là biểu hiện của nỗi buồn và sự mất mát, mà còn là sự thể hiện của lòng từ bi – tiếng khóc cho riêng mình, mà cho tất cả những ai đã từng chịu đựng khổ đau. Qua tiếng khóc ấy, con người tìm thấy sự liên kết với nhau, tìm thấy sự đồng cảm và từ đó tìm ra con đường để vượt qua sự vô thường của kiếp sống. Không gian mà Thầy Tuệ Sỹ đã khai mở qua bài thơ là một không gian của thời gian và ký ức, mà còn là không gian của tâm thức, nơi mà mỗi con người đều có thể nhận ra bản chất thực sự của sự sống và cái chết. Đó là không gian của sự tỉnh thức, nơi mà mọi khổ đau đều trở nên có ý nghĩa và sự đoàn tụ là giấc mơ xa vời, mà trở thành sự thật ngay trong từng khoảnh khắc hiện tại.

Bấy giờ, Thầy đã đưa người đọc từ cái hữu hạn của cuộc đời – những biên giới, những nấm mồ, những cuộc đời tha hương – vào cái vô hạn của tâm linh, nơi mà mọi thứ đều tan biến vào sự tĩnh lặng của tâm thức. Và chính trong sự tĩnh lặng ấy, ta tìm thấy câu trả lời cho mọi câu hỏi về cuộc sống: sự hóa giải chỉ có thể đạt được qua lòng từ bi và sự buông bỏ, và sự đoàn tụ đích thực chỉ đến khi con người không còn bị ràng buộc bởi những nỗi đau của quá khứ.

Tánh Không
và Sự Hủy Diệt Tư Tưởng

(Nhân đọc "Sự hủy diệt của một trào lưu tư tưởng")

TUỆ HUY

Trong triết học Phật giáo, tư tưởng về "Tánh Không" được xem là một trong những cốt lõi sâu sắc và khó nắm bắt nhất. Đối với Thầy Tuệ Sỹ, sự hủy diệt của một trào lưu tư tưởng không đơn giản là sự suy tàn hay biến mất của một hệ tư tưởng, mà là một quá trình tự nhiên của sự biến đổi và chuyển hóa, mang tính vô thường – một khái niệm thiết yếu của Phật giáo. Từ góc nhìn này, Thầy đã đi sâu vào bản chất của sự hủy diệt, không chỉ là kết thúc mà còn là sự tái sinh của tư tưởng, một hình thức khác biệt nhưng sâu sắc hơn.

Khi tư tưởng được soi xét dưới ánh sáng của Tánh Không, nó hiện lên không phải như một thể vững chắc, bất biến, mà như một hiện tượng nhất thời, sinh khởi và diệt mất trong sự biến đổi của vũ trụ. Điều này phản ánh rõ ràng triết lý vô thường của Phật giáo: mọi thứ trong vũ trụ, kể cả tư tưởng, đều không có tự tánh (svabhava) cố định. Thế giới của chúng ta là một chuỗi nhân duyên sinh khởi, và do đó, mọi tư tưởng hay trào lưu tư tưởng cũng sinh khởi từ những nguyên nhân và điều kiện tương ứng. Khi những điều kiện này không còn nữa, tư tưởng ấy sẽ diệt mất. Tuy nhiên, sự hủy diệt không mang nghĩa tuyệt đối, mà nó là sự chuyển hóa, giống như sự chuyển đổi từ hình thức này sang hình thức khác, từ hiện tượng này sang hiện tượng khác.

Trong luận điểm "Tánh Không", Thầy Tuệ Sỹ chỉ ra rằng sự hủy diệt của một trào lưu tư tưởng không phải là sự biến mất hoàn toàn mà là một tiến trình tất yếu của sự thay đổi. Tư tưởng, giống như mọi hiện tượng khác, tồn tại trong một chuỗi các nhân duyên. Khi các nhân duyên tạo điều kiện cho sự tồn tại của tư tưởng không còn nữa, thì tư tưởng ấy cũng sẽ không còn. Nhưng chính trong quá trình hủy diệt này, những mầm mống của tư tưởng mới được sinh ra. Tánh Không không phải là sự phủ định tuyệt đối, mà là khả năng của sự tái sinh, sự phát triển từ không gian của vô ngã, vô tự tánh.

Thầy Tuệ Sỹ giải thích rằng sự hủy diệt của một trào lưu tư tưởng không nên được hiểu như một điều tiêu cực. Ngược lại, nó là một phần của chu trình tự nhiên của sự sinh và diệt, một bước chuyển hóa cần thiết để những tư tưởng mới, những sự thật sâu sắc hơn có thể xuất hiện. Như một ngọn lửa đốt cháy mọi thứ và cuối cùng tự tiêu biến, quá trình hủy diệt này không để lại bất kỳ dấu vết nào của cái cũ, nhưng đồng thời mở đường cho sự xuất hiện của cái mới. Điều này tương đồng với khái niệm Niết Bàn trong Phật giáo: sự chấm dứt của những khổ đau không phải là một trạng thái trống rỗng, mà là một sự an lạc tuyệt đối, một sự giải thoát khỏi vòng sinh tử luân hồi.

Từ quan điểm của Tánh Không, mọi thứ chỉ tồn tại khi có sự tương quan với những thứ khác. Không có cái gì có thể tồn tại độc lập, mà luôn phụ thuộc vào các yếu tố bên ngoài. Do đó, sự hủy diệt của một trào lưu tư tưởng không phải là sự kết thúc của nó, mà là sự biến đổi của những yếu tố xung quanh nó. Những yếu tố này thay đổi, và do đó, tư tưởng cũng thay đổi. Sự hủy diệt là một phần của quá trình này, nơi mà cái cũ được thay thế bởi cái mới, hoặc cái cũ chuyển hóa thành một hình thức khác. Chính sự nhận thức này làm nên cốt lõi của triết học Tánh Không và sự hiểu biết sâu sắc về sự hủy diệt và tái sinh của tư tưởng.

Tánh Không, theo Thầy Tuệ Sỹ, vừa là một khái niệm triết học, vừa là một cách nhìn nhận về bản chất của mọi sự vật và hiện tượng. Nó là sự phủ định của tất cả những định nghĩa, những hệ tư tưởng, những giáo điều cố định. Khi chúng ta cố gắng bám chặt vào một hệ tư tưởng nào đó, chúng ta tự giam mình trong những khái niệm hạn hẹp và không thấy được tính linh động của tư tưởng. Tánh Không giúp chúng ta nhận ra rằng không có một hệ tư tưởng nào là tuyệt đối, và sự hủy diệt của nó là một phần tất yếu của chu trình biến đổi liên tục của tư tưởng. Khi một hệ tư tưởng bị hủy diệt, chúng ta không nên tiếc nuối, mà nên thấy đó là cơ hội cho sự xuất hiện của những hệ tư tưởng mới, sâu sắc hơn.

Trong triết lý Mādhyamika, mà Thầy Tuệ Sỹ thường nhắc đến, mọi thứ đều phải chịu sự chi phối của Tánh Không, và do đó, không có gì có thể tồn tại mãi mãi. Thầy đã chỉ ra rằng mọi khái niệm, mọi hệ tư tưởng đều chỉ là những biểu hiện tạm thời, không có giá trị vĩnh cửu. Điều này có nghĩa rằng sự hủy diệt của một trào lưu tư tưởng không chỉ là sự kết thúc của nó, mà là một phần của chu trình sinh – diệt – tái sinh vô tận. Tư tưởng này sẽ chuyển hóa và trở thành một phần của một hệ tư tưởng khác, một giá trị khác. Sự hủy diệt không mang ý nghĩa tiêu cực mà ngược lại, nó là dấu hiệu của sự thay đổi, của sự phát triển.

Thầy Tuệ Sỹ đã lấy ví dụ về các học giả Phật giáo Âu Châu như Louis de la Vallée-Poussin và Stcherbatsky, những người đã tỏ ra bối rối và thất vọng trước triết lý Mādhyamika của Phật giáo. Họ cố gắng hiểu triết lý này từ một góc nhìn khoa học, logic, nhưng lại vấp phải những mâu thuẫn nội tại. Thầy Tuệ Sỹ giải thích rằng chính sự mâu thuẫn này là bản chất của Tánh Không: mọi tư tưởng, mọi khái niệm đều không tự nó tồn tại, mà phụ thuộc vào các yếu tố khác. Khi không còn những yếu tố đó, tư tưởng sẽ tự hủy diệt. Đây chính là cách mà Thầy Tuệ Sỹ diễn giải sự hủy diệt của một trào lưu tư tưởng: nó không phải là sự sụp đổ mà là sự trở về với bản chất Tánh Không của nó, để rồi từ đó, những tư tưởng mới sẽ sinh ra.

Sự hủy diệt, theo Thầy Tuệ Sỹ, là một phần của hành trình tâm linh, nơi mà con người phải buông bỏ những chấp trước về tư tưởng và giáo điều để đạt đến sự tự do. Chỉ khi chúng ta không còn bám víu vào một hệ tư tưởng nào đó, chúng ta mới có thể thực sự đạt đến giác ngộ. Trong Phật giáo, giác ngộ không phải là sự đạt được một trạng thái cố định, mà là sự nhận thức rằng mọi thứ đều vô thường, không có gì là vững bền. Từ đó, chúng ta không còn sợ hãi trước sự hủy diệt của tư tưởng, mà ngược lại, chúng ta thấy nó là một phần của sự chuyển hóa và tiến bộ.

Tánh Không vừa là một triết lý, mà còn là một con đường để giải thoát con người khỏi những ràng buộc của tư tưởng và nhận thức sai lầm về thực tại. Thầy Tuệ Sỹ đã chỉ ra rằng, khi chúng ta hiểu được Tánh Không, chúng ta sẽ không còn lo lắng về sự hủy diệt của bất kỳ hệ tư tưởng nào. Thay vào đó, chúng ta sẽ chấp nhận rằng đó là một phần của sự tiến hóa tự nhiên, nơi mà mọi thứ đều thay đổi và không có gì tồn tại mãi mãi. Từ trong lòng Tánh Không, sự hủy diệt của một trào lưu tư tưởng chỉ là một bước trên con đường của sự phát triển liên tục, nơi những tư tưởng cũ nhường chỗ cho những hiểu biết mới.

Chính sự nhận thức về bản chất của Tánh Không sẽ giúp chúng ta không còn lo lắng hay bám chấp vào những giá trị và tư tưởng đã qua. Thầy Tuệ Sỹ đã chỉ ra rằng, sự hủy diệt của tư tưởng không bao giờ là kết thúc, mà luôn là một phần của sự chuyển hóa, một sự trở về với bản chất vô thường và vô tự tánh của mọi hiện tượng. Từ đó, những tư tưởng mới sẽ tiếp tục sinh ra và phát triển, mang theo những giá trị mới, những hiểu biết mới, sâu sắc hơn và phù hợp hơn với thời đại.

Tóm lại, sự hủy diệt của một trào lưu tư tưởng, theo Thầy Tuệ Sỹ, là một hiện tượng tự nhiên, là sự trở về với bản chất của Tánh Không, nơi mà mọi thứ đều không có tự tánh và luôn thay đổi. Sự hủy diệt này không phải là điều tiêu cực, mà là cơ hội cho sự phát triển và tiến hóa của những tư tưởng mới. Tánh Không là bản chất của mọi hiện tượng, và khi chúng ta hiểu được điều này, chúng ta sẽ không còn lo sợ hay tiếc nuối trước sự hủy diệt của bất kỳ hệ tư tưởng nào. Thay vào đó, chúng ta sẽ chấp nhận nó như một phần của hành trình tâm linh, nơi mà sự hủy diệt luôn đồng hành cùng sự tái sinh.

Con Đường Tư Tưởng: Từ Vực Thẳm Đến Ánh Sáng Của Hiện Thể

HUỆ ĐAN

Đặc san "Tư Tưởng" là một tạp chí học thuật quan trọng, được xuất bản bởi Đại Học Vạn Hạnh, một trung tâm giáo dục và triết học Phật giáo hàng đầu tại miền Nam Việt Nam trước năm 1975. Được sáng lập bởi Hòa thượng Thích Minh Châu cùng với sự đóng góp quan trọng của nhiều trí thức uy tín như Thầy Thích Nhất Hạnh, Thầy Thích Tuệ Sỹ, và các học giả tiêu biểu như Bùi Giáng, Phạm Công Thiện, Lê Mạnh Thát, Đoàn Viết Hoạt..., tạp chí "Tư Tưởng" đã trở thành một diễn đàn sâu sắc về triết học, nhân văn và Phật học, góp phần kiến tạo nên một dòng chảy tư tưởng độc đáo trong bối cảnh Việt Nam đương đại.

Với những bài viết sâu sắc, "Tư Tưởng" phản ánh các vấn đề triết lý mà còn đặt lại các câu hỏi căn bản về nhân sinh, đạo đức, và vai trò của con người trong xã hội. Qua nhiều số báo, đặc san này đã nỗ lực đưa tư tưởng Phật giáo Việt Nam hòa nhập vào dòng triết học thế giới, đồng thời giữ vững giá trị truyền thống văn hóa Việt. Sự hiện diện của các học giả lớn trong mỗi số tạp chí đã làm cho "Tư Tưởng" trở thành biểu tượng của tri thức và phản tư, với tầm ảnh hưởng lớn trong các giới trí thức Việt Nam vào thời kỳ đó.

Trong bối cảnh xã hội Việt Nam nhiều biến động, đặc san

này là nơi tập trung những ý tưởng triết học mà còn là không gian giao lưu giữa nhiều hệ tư tưởng Đông - Tây, với mong muốn xây dựng nền tảng đạo đức và trí tuệ mới cho thế hệ người Việt. Những nội dung đăng tải trên "Tư Tưởng" đã góp phần khơi mở nhiều vấn đề quan trọng, như việc tái định nghĩa về con người và vai trò của con người trong thế giới hiện đại.

Tập san năm 1969, với sự xuất hiện của bài viết của Thầy Thích Tuệ Sỹ, đặc biệt nhấn mạnh ý nghĩa của "tư tưởng" như một con đường dẫn dắt đến sự tựu thành của hiện thể. Trong bài viết này, Thầy Tuệ Sỹ khai thác khía cạnh triết học về tư tưởng mà còn làm nổi bật khái niệm "bóng dáng con người." Điều này không đơn thuần nói về sự hiện diện vật lý của con người trong thế giới, mà còn là sự khắc họa hình ảnh con người trong sự tựu thành, thông qua quá trình suy tư và tự thức tỉnh. "Bóng dáng con người" chính là biểu hiện sâu sắc của hiện thể trong ánh sáng của tư tưởng và thể tính, một ý niệm quan trọng mà Heidegger và các triết gia hiện đại đã đề cập.

Bài viết của Thầy Tuệ Sỹ trong số này chính là điểm nhấn của tập san "Tư Tưởng" năm đó, với tinh thần khơi gợi sâu xa về triết lý con người và sự tồn tại trong một thế giới hoang vu của tri thức. Qua đó, tạp chí đưa ra những thảo luận mang tính học thuật, mà còn đặt lại câu hỏi về bản chất con người, một trong những vấn đề trọng yếu của triết học và Phật học. Tư tưởng, theo cách mà Thầy Tuệ Sỹ trình bày, chính là con đường để con người khám phá và hiện thực hóa bản ngã, từ đó tìm thấy ý nghĩa trong hành động và trong sự tựu thành của hiện thể.

Trong dòng chảy triết học và sự diễn giải về bản chất con người, tư tưởng luôn là một mảnh đất phức tạp, đầy thách thức và bí ẩn. Tuy nhiên, điều làm nên sự đặc biệt của tư tưởng nằm trong bản chất khép kín của nó, mà còn ở khả năng mở ra những chiều không gian mới cho con người nhận thức về bản thân và vũ trụ. Qua sự dẫn dắt của Thầy Tuệ Sỹ, bài viết này đặt ra câu hỏi căn bản: "Tư tưởng là gì?" và từ đó mở rộng một hành trình khám phá ý nghĩa thực sự của tư tưởng, không như là một phương tiện để giải quyết vấn đề, mà như một con đường dẫn dắt con người đến sự tựu thành của hiện thể.

Triết lý căn bản mà Thầy Tuệ Sỹ trình bày là một sự thách thức đối với những định nghĩa thông thường về tư tưởng. Ở đây, tư tưởng không phải là một phương tiện đơn thuần để đạt được kiến thức khoa học, không phải là một sự khôn ngoan hữu ích trong việc xử thế, và cũng không giải quyết bất kỳ bí ẩn nào của thế giới. Tư tưởng, theo quan điểm của thầy, không phải là một phương tiện để hành động trực tiếp, mà là một quá trình sâu xa hơn, một sự cưu mang sự thể mà con người chưa thể nắm bắt trọn vẹn. Điều này, theo Heidegger, chính là bản chất thật sự của tư tưởng – một con đường, một sự mời gọi.

Thầy Tuệ Sỹ mở ra câu hỏi này bằng việc so sánh tư tưởng với những hành vi đặt lại giá trị trong cuộc sống hàng ngày. Khi chúng ta đặt lại một sự vụ, chúng ta thực chất đang thực hiện một hành vi mang tính chất triết lý: chúng ta di chuyển thể tính đã xong từ một vị trí này sang một vị trí khác, bởi vì trước đó, thể tính ấy đã không được đặt đúng chỗ. Ở đây, có sự hiện diện của một nghịch lý: chúng ta có thể nhận thức về thể tính đã xong như một thực tại, nhưng chúng ta không thể thay đổi nó, chỉ có thể điều chỉnh vị trí của nó trong tư duy của mình. Điều này phản ánh sự hạn chế của con người trong việc nhận thức và tương tác với thế giới – chúng ta luôn chỉ có thể sửa đổi, nhưng không bao giờ có thể hoàn toàn đổi thay bản chất của những gì đã xảy ra.

Vì vậy, tư tưởng – hay đúng hơn, hành vi tư tưởng – không phải là một hành động trực tiếp tạo ra sự thay đổi, mà là một quá trình liên tục di chuyển, liên tục sửa đổi những gì đã xong. Nó là một hành trình không ngừng, mà ở đó, con người luôn đứng trước sự lựa chọn giữa việc chấp nhận hiện tại hay tìm cách di chuyển nó. Sự khác biệt giữa cái chưa xong và cái đã xong, giữa khả thể và hữu thể, trở thành một yếu tố quyết định trong việc chúng ta nhận thức về bản thân và thế giới xung quanh.

Trong thế giới tri thức hiện đại, sự đặt lại giá trị này thường được biểu hiện qua cách chúng ta liên tục cập nhật kiến thức, đặt ra những câu hỏi mới, và tìm cách trả lời chúng bằng những dữ kiện mới mẻ. Tuy nhiên, như Thầy Tuệ Sỹ đã chỉ ra, đây chỉ là một bước thụt lùi trong hành trình tư tưởng. Bởi lẽ, thay vì tiến lên phía trước, chúng ta đang di chuyển ngược lại, quay về với những giá trị đã qua, cố gắng đặt chúng trong một ngữ cảnh mới mà không thể nào thay đổi bản chất của chúng. Sự đặt lại này, do đó, trở thành một hành vi lặp đi lặp lại, mà cuối cùng dẫn chúng ta vào một sa mạc tri thức – nơi mà mọi giá trị đều trở nên cứng đọng và không có khả năng mang lại sự sống động cho nhận thức.

Điều này đưa chúng ta đến với câu hỏi cốt lõi: liệu chúng ta có thực sự đang tư tưởng? Thầy Tuệ Sỹ, qua sự phân tích của mình, chỉ ra rằng trong nhiều trường hợp, chúng ta không tư tưởng, mà chỉ đang tính toán. Tư tưởng đích thực, theo thầy, là một sự cưu mang, một quá trình để cho hiện thể tự bộc lộ thông qua sự phơi mở của thể tính. Tuy nhiên, trong thế giới hiện đại, chúng ta thường nhầm lẫn tư tưởng với những hành vi tính toán, với sự phân tích các dữ kiện và tìm kiếm cách sử dụng chúng một cách có lợi nhất. Đây là một sự đánh đổi nguy hiểm, bởi nó dẫn chúng ta rời xa bản chất thực sự của tư tưởng, khiến chúng ta trở thành những chuyên viên người máy, chỉ biết thực hiện những hành động mà không hiểu rõ ý nghĩa sâu xa của chúng.

Trong khía cạnh này, tư tưởng trở thành một con đường mà ở đó, chúng ta không di chuyển trong không gian tri thức, mà còn trong không gian tinh thần. Đây không phải là một hành trình dễ dàng, bởi nó đòi hỏi sự sẵn lòng đối diện với những khoảng trống, những vực thẳm của tư duy. Nhưng chính trong sự mời gọi này, chúng ta mới có thể nhận thức rõ hơn về bản chất của hiện thể, về vai trò của mình trong vũ trụ, và từ đó, hành động của chúng ta mới mang lại ý nghĩa thực sự.

Điều này làm nổi bật sự phân biệt quan trọng giữa tư tưởng và hành động. Tư tưởng, theo cách Thầy Tuệ Sỹ diễn giải, không phải là một hành vi dẫn đến hành động trực tiếp, nhưng lại là nguồn cội của mọi hành động có ý nghĩa. Khi tư tưởng trở thành con đường, nó mở ra một không gian mới cho hành động, nơi mà mọi hành vi đều được thực hiện trong ánh sáng của thể tính. Tư tưởng không đơn thuần là một sự suy nghĩ, mà là một sự mời gọi để hành động trong sự tựu thành của hiện thể. Điều này đưa chúng ta trở lại với ý tưởng cốt lõi của bài viết: tư tưởng không mang lại kiến thức như khoa học, không giải quyết các bí ẩn của thế giới, nhưng nó lại là con đường mà qua đó, con người có thể tìm thấy ý nghĩa thực sự trong hành động.

Như thế, tư tưởng không phải là một quá trình đơn thuần để giải quyết vấn đề, mà là một sự mời gọi, một tiếng gọi từ trong sâu thẳm của hiện thể. Tư tưởng là con đường, và chính qua con đường này, chúng ta mới có thể bắt gặp bóng dáng con người thật sự – con người trong sự tựu thành của hiện thể, trong ánh sáng của thể tính. Và chính từ đây, hành động mới trở nên có ý nghĩa, không phải vì nó mang lại hiệu quả trực tiếp, mà vì nó diễn ra trong sự phơi mở của tư tưởng.

Thầy Tuệ Sỹ đã khép lại bài viết của mình với một câu kết đầy sâu sắc: "*Tư tưởng không trực tiếp mang lại những thế lực cho hành động. Mà tư tưởng là Con Đường – là Đạo và là Tiếng Gọi mời ta lên đường.*" Đây không chỉ là một sự tổng kết cho những luận điểm mà thầy đã trình bày, mà còn là một lời mời gọi cho tất cả chúng ta – những người đang tìm kiếm ý nghĩa trong cuộc sống

– hãy lên đường, hãy bước vào con đường của tư tưởng, để từ đó, chúng ta có thể bắt gặp bản thân trong sự tựu thành của hiện thể, và từ đó hành động với ý nghĩa chân thực.

Tư tưởng, rút cuộc lại, theo Thầy Tuệ Sỹ, phải là "Con Đường – là Đạo và là Tiếng Gọi mời ta lên đường. Chính bằng và trên Con Đường ấy chúng ta mới có thể bắt gặp được bóng dáng con người." Khám phá ấy không phải là của ai khác, mà là khám phá chính bản thân mỗi người. Trên con đường tư tưởng, con người đối diện với những vấn đề của thế giới, mà còn đối diện với chính mình, khai mở những tầng sâu thẳm của hiện thể. Đây là hành trình tìm kiếm bản ngã, không qua sự nhận thức mà qua hành động, để tựu thành trong ánh sáng của thể tính và sự tự do tinh thần.

Duy Tuệ Thị Nghiệp: Từ Trí Tuệ Phật Giáo Đến Sự Phát Triển Nền Giáo Dục Nhân Bản

VẠN ĐỨC

Sau năm 1954, Việt Nam bước vào một thời kỳ đầy biến động và chia cắt, về mặt địa lý, tư tưởng và chính trị. Sự phân chia đất nước thành hai miền với hai chế độ chính trị khác biệt đã tạo ra những thách thức chưa từng có cho hệ thống giáo dục và văn hóa của dân tộc. Miền Bắc, dưới sự lãnh đạo của một hệ thống chính trị xã hội chủ nghĩa tập trung, và miền Nam, dù đối diện với nhiều xáo trộn, vẫn duy trì một môi trường văn hóa và giáo dục cởi mở hơn, nơi các giá trị tôn giáo, dân tộc được phát huy và phát triển.

Trong bối cảnh đó, giới trí thức miền Nam, đặc biệt là những bậc thạc đức Phật giáo và các trí thức tên tuổi, đã đứng lên gánh vác trách nhiệm phát triển hệ thống giáo dục nhân bản, kết hợp giữa tinh hoa tri thức toàn cầu và bản sắc văn hóa dân tộc. Một trong những biểu tượng của sự nỗ lực này chính là sự ra đời của Đại học Vạn Hạnh vào năm 1964. Đây là trung tâm tri thức Phật giáo và là nơi tập trung và phát triển các giá trị văn hóa, triết học và khoa học.

Vai Trò Của Các Công Trình Văn Hóa Và Học Thuật

Ngoài sự thành lập của Đại học Vạn Hạnh, những công trình văn hóa và học thuật như Tạp chí Tư Tưởng và các ấn phẩm của Tu Thư Vạn Hạnh đã đóng vai trò không thể thiếu trong việc lan tỏa tư tưởng nhân bản và Phật giáo. Tạp chí Tư Tưởng, một trong những diễn đàn học thuật hàng đầu, là nơi hội tụ của nhiều nhà tư tưởng lớn, tạo điều kiện để các vấn đề triết học, tôn giáo và văn hóa được thảo luận một cách tự do, mở ra không gian sáng tạo và khai phá tri thức.

Tu Thư Vạn Hạnh, thông qua việc xuất bản nhiều tác phẩm có giá trị, đã góp phần không nhỏ vào việc truyền bá các giá trị văn hóa và giáo dục nhân bản. Những công trình này giúp sinh viên và giới học giả hiểu rõ hơn về vai trò của Phật giáo trong văn hóa Việt Nam và khuyến khích sự sáng tạo và tinh thần tự do trong nghiên cứu học thuật.

Triết Lý Duy Tuệ Thị Nghiệp

Với phương châm "Duy Tuệ Thị Nghiệp," Đại học Vạn Hạnh đã khẳng định vai trò cốt lõi của trí tuệ trong giáo dục và cuộc sống. Phương châm này là kim chỉ nam cho mọi hoạt động giáo dục tại đây. Trí tuệ, theo triết lý Phật giáo, là sự hiểu biết thế giới và khả năng thấu hiểu bản chất của thực tại, giúp con người vượt qua khổ đau và đạt được giác ngộ. Đại học Vạn Hạnh đã tạo ra một môi trường học tập nơi sinh viên được trau dồi tri thức và rèn luyện đạo đức, biết yêu thương và sống với tâm hồn từ bi.

Sự Khác Biệt Của Đại Học Vạn Hạnh Trong Hệ Thống Giáo Dục

Đại học Vạn Hạnh, ngay từ những ngày đầu thành lập, đã khẳng định vị thế độc đáo của mình trong hệ thống giáo dục miền Nam Việt Nam. Khác với nhiều cơ sở giáo dục đương thời, Đại học Vạn Hạnh chú trọng đến việc phát triển trí tuệ song song với việc rèn luyện tinh thần. Điều này xuất phát từ sự gắn bó mật thiết với triết lý giáo dục Phật giáo, nhấn mạnh việc xây dựng một nhân cách toàn diện, nơi mà sự hiểu biết về thế giới không thể tách rời với sự tu tập về tâm linh.

Chương trình giáo dục tại Đại học Vạn Hạnh tập trung không chỉ vào các môn học truyền thống như triết học, văn hóa và khoa học xã hội mà còn đưa vào chương trình các môn học về Phật học, tâm lý học và đạo đức học. Đây là những bộ môn có vai trò quan trọng trong việc giúp sinh viên hiểu rõ hơn về bản chất con người, về mối quan hệ giữa con người với thế giới và với nhau. Đặc biệt, sự kết hợp giữa kiến thức thế gian và các giá trị tâm linh đã tạo nên một nền tảng giáo dục khác biệt, giúp sinh viên không chỉ có kiến thức mà còn có khả năng tự soi rọi bản thân, phát triển một cách toàn diện về cả trí tuệ lẫn đạo đức.

Triết lý "Duy Tuệ Thị Nghiệp" đã được áp dụng một cách nhất quán trong mọi hoạt động giảng dạy và nghiên cứu tại Đại học Vạn Hạnh. Không dừng lại ở việc truyền đạt kiến thức, trường còn chú trọng đến việc tạo điều kiện để sinh viên có thể trải nghiệm, chiêm nghiệm và áp dụng những giá trị mà mình học được vào cuộc sống. Đây cũng là điều làm nên sự khác biệt rõ rệt của Đại học Vạn Hạnh trong hệ thống giáo dục đương thời, khi mà phần lớn các cơ sở giáo dục khác chỉ tập trung vào việc đào tạo tri thức thuần túy.

Góp Phần Xây Dựng Một Thế Hệ Trí Thức Nhân Bản

Vai trò của Đại học Vạn Hạnh trong việc đào tạo một thế hệ trí thức mới không thể phủ nhận. Thế hệ trí thức được đào tạo từ ngôi trường này có khả năng tư duy sáng tạo, độc lập và ý thức sâu sắc về trách nhiệm đối với xã hội và dân tộc. Đây là những con người không chỉ được trang bị kiến thức chuyên môn mà còn các giá trị nhân bản và đạo đức, sẵn sàng đóng góp cho sự phát triển của xã hội một cách tích cực.

Trong thời kỳ đầy biến động của xã hội miền Nam Việt Nam trước năm 1975, những trí thức này đã trở thành những nhân tố quan trọng trong việc bảo vệ và phát triển văn hóa dân tộc, khi các giá trị truyền thống phải đối mặt với sự thay đổi nhanh chóng và sự xâm nhập của các tư tưởng ngoại lai. Đại học Vạn Hạnh đã trở thành điểm tựa tinh thần cho giới trí thức, giúp họ duy trì một tầm nhìn nhân bản và đạo đức trong khi đối diện với những thách thức lớn lao của thời đại.

Môi Trường Học Thuật Tự Do Và Sáng Tạo

Một trong những yếu tố quan trọng giúp Đại học Vạn Hạnh tạo nên sự khác biệt là môi trường học thuật tự do và sáng tạo. Trường khuyến khích sinh viên suy nghĩ độc lập, tạo điều kiện để họ tự do nghiên cứu và phát triển những ý tưởng mới. Các giảng viên tại Đại học Vạn Hạnh không chỉ là những người truyền đạt kiến thức mà còn là những người dẫn dắt tư duy, giúp sinh viên nhìn nhận cuộc sống và xã hội một cách toàn diện và sâu sắc hơn.

Môi trường học tập tại Đại học Vạn Hạnh luôn mở rộng cửa cho những tư tưởng khác nhau, không ngừng khuyến khích sự trao đổi, thảo luận và tìm kiếm chân lý. Điều này không chỉ giúp sinh viên mở mang kiến thức mà còn phát triển khả năng tư duy phản biện, một yếu tố cực kỳ quan trọng trong việc xây dựng một xã hội phát triển và tiến bộ. Chính nhờ môi trường học thuật tự do này mà nhiều thế hệ sinh viên của Đại học Vạn Hạnh đã trở thành những nhà nghiên cứu, nhà tư tưởng có tầm ảnh hưởng, đóng góp to lớn cho nền học thuật và văn hóa Việt Nam.

Sứ Mệnh Của Đại Học Vạn Hạnh Trong Bối Cảnh Xã Hội Biến Động

Trước những biến động của xã hội miền Nam Việt Nam, Đại học Vạn Hạnh không chỉ đơn thuần là một cơ sở giáo dục mà còn là một trung tâm văn hóa và tinh thần, nơi mà các giá trị nhân bản và Phật giáo được bảo tồn và phát huy. Trường không chỉ cung cấp tri thức mà còn giúp sinh viên hiểu rõ vai trò của mình trong việc bảo vệ và phát triển văn hóa dân tộc.

Trong bối cảnh chiến tranh và xung đột, khi những giá trị đạo đức truyền thống bị thử thách, Đại học Vạn Hạnh đã khẳng định sứ mệnh của mình là truyền bá những giá trị nhân bản và Phật giáo, giúp sinh viên đối diện với thực tại và tìm thấy con đường phát triển tinh thần và trí tuệ. Đây là một sứ mệnh mang tính nhân văn sâu sắc, thể hiện rõ trong mọi hoạt động giảng dạy, nghiên cứu và phát triển của trường.

Đại Học Vạn Hạnh Và Tinh Thần Phật Giáo Trong Giáo Dục

Một trong những điểm nổi bật của Đại học Vạn Hạnh là khả năng kết hợp nhuần nhuyễn giữa tri thức thế gian và triết lý Phật giáo. Điều này giúp trường tạo ra một nền giáo dục toàn diện, nơi mà tri thức không chỉ dừng lại ở việc tích lũy mà còn là phương tiện để thấu hiểu bản chất của cuộc sống. Triết lý Phật giáo, với sự tập trung vào từ bi và trí tuệ, trở thành kim chỉ nam cho mọi hoạt động giáo dục tại Đại học Vạn Hạnh.

Trong bối cảnh xã hội miền Nam Việt Nam trước năm 1975, khi các tư tưởng phương Tây dần chiếm lĩnh các hệ thống giáo dục và văn hóa, Đại học Vạn Hạnh khẳng định một vị thế khác biệt. Trường trở thành biểu tượng cho sự kiên định với các giá trị truyền thống, đặc biệt là tinh thần Phật giáo. Các chương trình giảng dạy không chỉ dừng lại ở các môn học về khoa học hay văn hóa mà còn đưa sinh viên tiếp xúc với các giá trị nhân bản, từ bi và vô ngã của Phật giáo, giúp họ phát triển không chỉ về trí tuệ mà còn về tinh thần.

Nhờ vào việc lồng ghép triết lý Phật giáo vào các môn học, sinh viên tại Đại học Vạn Hạnh được trang bị không chỉ kiến thức chuyên môn mà còn khả năng tự nhận thức, thấu hiểu bản chất con người và thế giới. Điều này giúp họ không chỉ thành công trong sự nghiệp mà còn sống với tinh thần từ bi và trách nhiệm đối với xã hội. Đây là sự khác biệt quan trọng mà triết lý "Duy Tuệ Thị Nghiệp" mang lại cho hệ thống giáo dục tại trường.

Vai Trò Của Đại Học Vạn Hạnh Trong Việc Phát Triển Văn Hóa

Đại học Vạn Hạnh không chỉ là một trung tâm giáo dục mà còn là một biểu tượng văn hóa quan trọng tại miền Nam Việt Nam. Trường trở thành điểm tựa cho sự phát triển của nhiều công trình văn hóa, học thuật, góp phần bảo tồn và phát huy các giá trị văn hóa dân tộc. Các ấn phẩm từ Tu Thư Vạn Hạnh và các hoạt động học thuật tại đây đã góp phần quan trọng trong việc truyền bá tri thức và văn hóa Việt Nam ra thế giới.

Ngoài ra, Đại học Vạn Hạnh còn đóng vai trò cầu nối giữa các giá trị văn hóa phương Đông và phương Tây, giúp giới trí thức và sinh viên hiểu rõ hơn về những tinh hoa của các nền văn hóa trên thế giới. Thay vì bị chi phối bởi các tư tưởng ngoại lai, trường đã khéo léo chọn lọc và tích hợp những yếu tố văn hóa phù hợp với truyền thống dân tộc và triết lý Phật giáo. Điều này giúp bảo vệ và phát triển một nền văn hóa đặc thù, có sức sống và khả năng thích nghi với các biến động của thời đại.

Đại Học Vạn Hạnh Và Tư Tưởng Nhân Bản

Một trong những điểm nhấn quan trọng trong triết lý giáo dục của Đại học Vạn Hạnh là tư tưởng nhân bản. Trong bối cảnh chiến tranh và xung đột, khi các giá trị nhân văn đang dần bị mai một, Đại học Vạn Hạnh đã kiên định với sứ mệnh phát triển con người toàn diện, nơi mà tri thức đi liền với đạo đức và trách nhiệm xã hội. Các chương trình giảng dạy tại trường không chỉ nhằm mục tiêu đào tạo ra những người có kiến thức chuyên môn mà còn là những cá nhân có lòng từ bi, sẵn sàng cống hiến cho cộng đồng.

Tinh thần nhân bản này không chỉ thể hiện qua các môn học mà còn qua các hoạt động ngoại khóa và thực tập xã hội. Sinh viên tại Đại học Vạn Hạnh không chỉ học trong lớp mà còn được khuyến khích tham gia vào các hoạt động phục vụ cộng đồng, giúp họ hiểu rõ hơn về vai trò của mình trong xã hội và trách nhiệm đối với người khác. Đây cũng là một trong những giá trị mà Đại học Vạn Hạnh đã kiên định trong suốt quá trình hoạt động của mình và cũng là yếu tố tạo nên sự khác biệt so với các cơ sở giáo dục khác.

Sự Đóng Góp Của Đại Học Vạn Hạnh Đối Với Tương Lai Của Phật Giáo

Trong lịch sử phát triển của Phật giáo tại Việt Nam, Đại học Vạn Hạnh đóng một vai trò quan trọng trong việc phát triển và truyền bá triết lý Phật giáo. Không chỉ dừng lại ở việc giảng dạy, trường còn tạo ra nhiều công trình nghiên cứu về Phật học, góp phần quan trọng trong việc phổ biến và bảo tồn các giá trị Phật giáo cho thế hệ sau. Nhiều thế hệ học giả và trí thức Phật giáo đã được đào tạo tại Đại học Vạn Hạnh, xây dựng nền tảng cho sự phát triển của Phật giáo Việt Nam trong và ngoài nước.

Trong bối cảnh toàn cầu hóa hiện nay, khi các giá trị truyền thống đang phải đối diện với những thách thức mới, Đại học Vạn Hạnh là một biểu tượng cho việc bảo vệ và phát triển các giá trị Phật giáo. Triết lý "Duy Tuệ Thị Nghiệp" không chỉ là khẩu hiệu mà còn là kim chỉ nam cho mọi hoạt động giáo dục và nghiên cứu tại trường, giúp sinh viên và giới trí thức không chỉ học cách làm giàu tri thức mà còn học cách sống có ý nghĩa, sống với tâm từ bi và trách nhiệm xã hội.

Tương Lai Của Giáo Dục Phật Giáo

Dù Đại học Vạn Hạnh không còn hoạt động sau năm 1975, những giá trị và triết lý giáo dục mà trường để lại vẫn còn vang vọng đến ngày nay. Các nguyên tắc giáo dục của Đại học Vạn Hạnh vẫn là bài học quý giá cho hệ thống giáo dục Phật giáo hiện tại, đặc biệt trong bối cảnh xã hội ngày càng thay đổi và đối diện với nhiều thách thức mới. Việc bảo tồn và phát triển giáo dục Phật giáo trong bối cảnh toàn cầu hóa đòi hỏi sự kiên định với các giá trị cốt lõi của đạo Phật, đồng thời phải có sự sáng tạo và linh hoạt để thích nghi với thời đại.

Giáo Dục Phật Giáo Trong Bối Cảnh Toàn Cầu Hóa

Trong kỷ nguyên toàn cầu hóa, khi mà các giá trị truyền thống đối diện với sự thay đổi nhanh chóng từ các xu hướng toàn cầu, vai trò của giáo dục Phật giáo ngày càng trở nên quan trọng hơn bao giờ hết. Đại học Vạn Hạnh, với triết lý "Duy Tuệ Thị Nghiệp," đã chứng minh rằng giáo dục không chỉ là phương tiện để phát triển trí tuệ mà còn là nền tảng để xây dựng nhân cách, góp phần vào sự phát triển vững bền của xã hội.

Ngày nay, toàn cầu hóa mang đến nhiều cơ hội nhưng cũng đặt ra không ít thách thức cho nền giáo dục Phật giáo. Sự phát triển nhanh chóng của công nghệ và văn hóa phương Tây có thể làm lu mờ các giá trị truyền thống nếu chúng ta không kịp thời gìn giữ và phát huy. Điều này đòi hỏi giáo dục Phật giáo phải tiếp tục giữ vững các giá trị cốt lõi, đồng thời phải có sự điều chỉnh phù hợp để thích ứng với bối cảnh mới. Trong bối cảnh đó, một trong những thách thức lớn nhất mà giáo dục Phật giáo đang đối diện là làm thế nào để kết hợp giữa tri thức hiện đại và các giá trị Phật giáo, sao cho phù hợp với nhu cầu của xã hội toàn cầu mà không đánh mất bản sắc riêng. Đây là một quá trình đòi hỏi sự cân bằng tinh tế giữa việc bảo tồn các giá trị truyền thống và sáng tạo trong cách tiếp cận giáo dục.

Sự Cần Thiết Của Một Nền Giáo Dục Nhân Bản

Triết lý giáo dục nhân bản mà Đại học Vạn Hạnh từng theo

đuổi vẫn giữ nguyên giá trị trong thời đại ngày nay. Một nền giáo dục không chỉ chú trọng vào việc phát triển trí tuệ mà còn phải quan tâm đến sự phát triển của tâm hồn, nhân cách và đạo đức của mỗi cá nhân. Điều này đòi hỏi giáo dục phải hướng đến việc nuôi dưỡng những con người có lòng từ bi, biết yêu thương và có ý thức sâu sắc về trách nhiệm đối với cộng đồng.

Trong bối cảnh toàn cầu hóa, khi mà con người dễ bị cuốn vào dòng chảy của chủ nghĩa tiêu thụ và tư tưởng cá nhân chủ nghĩa, giáo dục Phật giáo đóng vai trò như một ngọn đèn sáng soi đường, giúp con người tìm lại những giá trị nhân bản, biết sống vì người khác và vì lợi ích chung. Triết lý "Duy Tuệ Thị Nghiệp" không chỉ là phương châm của riêng Đại học Vạn Hạnh mà còn có thể trở thành kim chỉ nam cho toàn bộ hệ thống giáo dục trong kỷ nguyên mới.

Một nền giáo dục nhân bản cần phải được xây dựng trên các giá trị cốt lõi của Phật giáo, bao gồm từ bi, trí tuệ và vô ngã. Những giá trị này giúp con người thấu hiểu được bản chất của khổ đau, vượt qua mọi chướng ngại trong cuộc sống và hướng đến sự giác ngộ. Chính sự kết hợp giữa trí tuệ và lòng từ bi sẽ giúp con người phát triển một cách toàn diện, không chỉ thành công về mặt tri thức mà còn sống với trái tim yêu thương và tinh thần trách nhiệm xã hội.

Phát Triển Giáo Dục Phật Giáo Vững Bền

Sự phát triển vững bền của giáo dục Phật giáo không thể tách rời khỏi các giá trị truyền thống mà Đại học Vạn Hạnh từng đại diện. Trong thời đại hiện nay, để duy trì và phát triển giáo dục Phật giáo một cách vững bền, chúng ta cần tiếp tục khuyến khích các thế hệ trẻ tìm hiểu và thực hành các giá trị Phật giáo. Đây không chỉ là việc giảng dạy kiến thức mà còn là quá trình nuôi dưỡng một tâm hồn biết yêu thương, biết hy sinh vì người khác và sống với tinh thần trách nhiệm.

Các mô hình giáo dục Phật giáo trong thời đại mới cần phải được cải tiến để phù hợp với nhu cầu của xã hội hiện đại. Tuy nhiên, mọi sự cải tiến cần phải dựa trên nền tảng của những giá trị cốt lõi mà Phật giáo mang lại. Đó là sự tỉnh thức, lòng từ bi và khả năng thấu hiểu bản chất của cuộc sống. Chỉ khi giáo dục Phật giáo được xây dựng trên những giá trị này thì nó mới có thể đóng góp vào sự phát triển vững bền của xã hội.

Bên cạnh đó, sự phát triển của công nghệ thông tin và các phương tiện truyền thông xã hội cũng tạo ra những cơ hội lớn cho việc truyền bá và phát triển giáo dục Phật giáo. Những khóa học Phật học trực tuyến, các diễn đàn trao đổi về triết lý Phật giáo hay các ứng dụng di động về thiền định và giáo lý Phật giáo đều là những phương tiện hiệu quả để đưa giáo dục Phật giáo đến gần hơn với cộng đồng toàn cầu. Điều này giúp mở rộng phạm vi ảnh hưởng của Phật giáo, không chỉ giới hạn trong một quốc gia mà còn vươn ra toàn thế giới.

Kết Nối Giữa Giáo Dục Phật Giáo Và Sự Phát Triển Xã Hội

Trong lịch sử, giáo dục Phật giáo không chỉ đóng vai trò quan trọng trong việc phát triển tri thức mà còn góp phần xây dựng xã hội nhân bản và từ bi. Đại học Vạn Hạnh là một ví dụ điển hình cho sự kết nối giữa giáo dục và sự phát triển của xã hội. Trường đã không chỉ đào tạo ra những người có khả năng tư duy sáng tạo mà còn giúp họ trở thành những người có đạo đức, sẵn sàng cống hiến cho cộng đồng và xã hội.

Trong thời đại hiện nay, vai trò này càng trở nên quan trọng hơn bao giờ hết. Khi mà xã hội đang phải đối mặt với những thách thức như bất bình đẳng, khủng hoảng môi trường và xung đột văn hóa, giáo dục Phật giáo có thể cung cấp những giải pháp nhân bản để giúp con người sống hòa hợp với nhau và với thiên nhiên. Những giá trị mà Phật giáo mang lại như từ bi, vô ngã và trí tuệ có thể trở thành những nguyên tắc chỉ đạo cho việc xây dựng một xã hội công bằng, vững bền và hòa bình.

Giáo Dục Phật Giáo Và Giải Pháp Cho Các Thách Thức Toàn Cầu

Trong thời đại toàn cầu hóa, giáo dục Phật giáo không thể chỉ giới hạn trong phạm vi truyền thống mà cần phải mở rộng để đáp ứng các yêu cầu mới. Những thách thức toàn cầu như biến đổi khí hậu, khủng hoảng xã hội và sự đe dọa của chủ nghĩa tiêu thụ đòi hỏi chúng ta phải xây dựng một nền giáo dục hướng đến sự vững bền, bảo vệ môi trường và phát triển nhân bản. Giáo dục Phật giáo, với các giá trị cốt lõi về từ bi, trí tuệ và sự tỉnh thức, có thể đóng góp một vai trò quan trọng trong việc cung cấp các giải pháp.

Một trong những giải pháp để giáo dục Phật giáo phát triển trong bối cảnh toàn cầu là tích hợp các giá trị Phật giáo vào chương trình giảng dạy về môi trường và đạo đức sinh thái. Phật giáo từ lâu đã nhấn mạnh tầm quan trọng của sự hòa hợp giữa con người và thiên nhiên, điều này phù hợp với các phong trào bảo vệ môi trường hiện đại. Chẳng hạn, khái niệm "vô ngã" trong Phật giáo giúp con người thấu hiểu rằng chúng ta không tách biệt khỏi môi trường xung quanh mà là một phần của nó. Vì vậy, bảo vệ môi trường không chỉ là hành động vì lợi ích cá nhân mà còn vì sự sống còn của toàn bộ hệ sinh thái.

Hơn nữa, giáo dục Phật giáo cũng cần chú trọng đến việc xây dựng một tinh thần từ bi và trách nhiệm đối với cộng đồng. Trong thời đại mà chủ nghĩa cá nhân và tiêu thụ đang lan tràn, giáo dục Phật giáo có thể mang lại một phương hướng mới, giúp con người nhận ra rằng hạnh phúc không đến từ sự tích lũy vật chất mà từ lòng từ bi và sự sẻ chia. Các bài học về từ bi và lòng thương yêu tất cả chúng sinh có thể giúp xây dựng một xã hội hòa hợp và vững bền hơn, nơi mà con người biết yêu thương và tôn trọng lẫn nhau.

Sử Dụng Công Nghệ Để Truyền Bá Giáo Dục Phật Giáo

Trong kỷ nguyên kỹ thuật số, một trong những cơ hội lớn nhất cho giáo dục Phật giáo là sử dụng công nghệ để truyền bá các giá trị Phật giáo rộng rãi hơn. Công nghệ thông tin không chỉ là phương tiện để truyền tải tri thức mà còn có thể trở thành phương tiện giúp con người tiếp cận gần hơn với triết lý Phật giáo, từ đó phát triển trí tuệ và từ bi.

Các khóa học trực tuyến về Phật học và thiền định đã trở nên phổ biến trên khắp thế giới. Điều này không chỉ giúp cho việc học Phật giáo trở nên dễ tiếp cận hơn mà còn mở rộng phạm vi truyền bá các giá trị nhân bản của Phật giáo đến với đông đảo quần chúng. Việc phát triển các nền tảng trực tuyến về Phật giáo cũng cho phép người học ở khắp nơi có thể tiếp cận các bài giảng, tác phẩm kinh điển và các khóa tu tập dù ở bất kỳ đâu trên thế giới.

Đồng thời, sự phát triển của mạng xã hội cũng mang đến cơ hội để giới trẻ kết nối với nhau và chia sẻ kinh nghiệm về thực hành Phật giáo. Các diễn đàn, trang web và nhóm thảo luận trên mạng có thể trở thành nơi để trao đổi, học hỏi và thực hành các giá trị Phật giáo một cách linh hoạt, tự do và cởi mở. Điều này sẽ giúp tạo nên một cộng đồng Phật tử toàn cầu, nơi mà mọi người có thể cùng nhau xây dựng một nền giáo dục Phật giáo nhân bản, dựa trên sự tương hỗ và tôn trọng lẫn nhau.

Khôi Phục Giá Trị Giáo Dục Phật Giáo Trong Xã Hội Hiện Đại

Trong bối cảnh giáo dục hiện nay, khi mà nhiều nền tảng đạo đức và tinh thần đang bị thử thách, việc khôi phục lại các giá trị cốt lõi của giáo dục Phật giáo là điều cần thiết. Giáo dục Phật giáo không chỉ là phương tiện để truyền bá kiến thức mà còn là phương tiện để xây dựng một xã hội đạo đức, nơi mà con người biết tôn trọng lẫn nhau, sống hòa hợp và từ bi.

Một nền giáo dục Phật giáo hiện đại phải luôn kết hợp giữa việc giảng dạy tri thức và việc rèn luyện nhân cách. Đây không phải là điều mới mẻ mà đã được thể hiện rõ qua những nỗ lực của Đại học Vạn Hạnh trong những năm trước 1975. Tuy nhiên, điều này càng trở nên quan trọng hơn trong bối cảnh hiện nay, khi mà nhiều giá trị truyền thống đang dần mai một dưới sự tác động của nền kinh tế thị trường và xu hướng tiêu thụ vô độ.

Phật giáo, với triết lý sâu sắc về sự vô thường và vô ngã, có thể giúp con người nhận thức rõ ràng về giá trị thực sự của cuộc sống, từ đó sống chậm lại, biết yêu thương và tôn trọng lẫn nhau. Một nền giáo dục Phật giáo cần phải hướng con người đến sự tự nhận thức, không chỉ về tri thức mà còn về chính tâm hồn mình, giúp họ vượt qua mọi khổ đau và xung đột trong cuộc sống.

Phát Triển Một Nền Giáo Dục Toàn Diện: Tri Thức Và Tâm Linh

Một trong những mục tiêu quan trọng của giáo dục Phật giáo là phát triển một con người toàn diện, cả về tri thức và tâm linh. Trong khi nhiều hệ thống giáo dục hiện nay chỉ chú trọng vào việc phát triển các kỹ năng chuyên môn, giáo dục Phật giáo mang lại một cách tiếp cận toàn diện hơn, hướng đến sự phát triển cân bằng giữa trí tuệ và đạo đức. Điều này không chỉ giúp con người thành công trong công việc mà còn sống một cuộc đời hạnh phúc và có ý nghĩa.

Sự kết hợp giữa tri thức và tâm linh đã được Đại học Vạn Hạnh thực hiện thành công trong quá khứ và đó cũng là con đường mà giáo dục Phật giáo cần tiếp tục phát huy trong thời đại mới. Phát triển một con người toàn diện không chỉ là việc cung cấp cho họ những kiến thức chuyên sâu về một lĩnh vực nhất định mà còn là việc hướng dẫn họ cách thấu hiểu bản thân và thế giới, để từ đó họ có thể sống với lòng từ bi, yêu thương và trách nhiệm.

Trong quá trình này, các phương pháp như thiền định và giáo dục tâm linh có thể đóng vai trò quan trọng trong việc giúp con người đạt được sự bình an trong tâm hồn, thấu hiểu và vượt qua những đau khổ. Điều này không chỉ giúp họ đối diện với những thách thức trong cuộc sống mà còn giúp xây dựng một xã hội hòa bình, vững bền và hạnh phúc.

Giáo Dục Phật Giáo Và Sự Tái Định Hình Nhận Thức

Một trong những đóng góp lớn của giáo dục Phật giáo là khả năng giúp con người tái định hình nhận thức của mình về thế giới và cuộc sống. Khác với nhiều hệ thống giáo dục chỉ tập trung vào việc phát triển kiến thức chuyên môn, giáo dục Phật giáo đặt trọng tâm vào việc thay đổi góc nhìn của con người về bản chất cuộc sống, về sự vô thường và sự khổ đau.

Khái niệm "Duy Tuệ Thị Nghiệp" là một ví dụ cụ thể cho thấy trí tuệ không chỉ là phương tiện để phát triển tri thức mà còn là phương tiện giúp con người thấu hiểu bản chất thực sự của cuộc sống. Trí tuệ, theo quan niệm Phật giáo, không chỉ đơn thuần là sự tích lũy thông tin hay hiểu biết về thế giới vật chất mà còn là khả năng nhận ra sự vô ngã, vượt qua những ám ảnh và ràng buộc của bản ngã. Đây là một dạng trí tuệ cao hơn, không chỉ giúp con người thành công trong cuộc sống mà còn mang lại sự bình an trong tâm hồn.

Sự tái định hình nhận thức này đặc biệt quan trọng trong thời đại toàn cầu hóa, khi con người dễ bị cuốn vào những ảo ảnh của sự thịnh vượng vật chất và sự tranh đua không ngừng nghỉ. Phật giáo khuyến khích con người dừng lại, quay trở về với chính mình và đặt câu hỏi về những giá trị thực sự của cuộc sống. Giáo dục Phật giáo, vì thế, không chỉ giúp con người hiểu biết về thế giới mà còn dạy họ cách sống sao cho có ý nghĩa, sống với lòng từ bi và sự tỉnh thức.

Giáo Dục Phật Giáo Và Vai Trò Của Thiền Định

Thiền định là một phần không thể thiếu của giáo dục Phật giáo, đặc biệt trong việc giúp con người phát triển khả năng tự nhận thức và bình an nội tâm. Trong khi nhiều hệ thống giáo dục hiện đại chú trọng đến việc phát triển các kỹ năng tư duy logic và giải quyết vấn đề, thiền định mang đến một khía cạnh khác của trí tuệ: khả năng thấu hiểu bản chất của tâm và tìm kiếm sự an lạc từ bên trong.

Thiền định không chỉ là phương pháp rèn luyện tinh thần mà còn là phương tiện mạnh mẽ để phát triển trí tuệ, từ bi và khả năng tự nhận thức. Trong quá trình thiền định, con người học cách quan sát suy nghĩ và cảm xúc của mình mà không bị chúng chi phối. Điều này giúp họ phát triển một cái nhìn khách quan hơn về bản chất cuộc sống, nhận ra rằng mọi khổ đau đều bắt nguồn từ những ám ảnh của tâm thức và sự bám víu vào bản ngã.

Thiền định cũng đóng vai trò quan trọng trong việc phát triển sự đồng cảm và lòng từ bi. Khi con người học cách lắng nghe tâm hồn mình, họ cũng trở nên nhạy cảm hơn với nỗi đau và niềm vui của người khác. Điều này giúp xây dựng một xã hội dựa trên tình yêu thương và sự thấu hiểu, nơi mà con người biết cách sống hòa hợp với nhau và với môi trường xung quanh.

Giáo Dục Phật Giáo Và Trách Nhiệm Xã Hội

Một trong những mục tiêu chính của giáo dục Phật giáo là phát triển trách nhiệm xã hội ở mỗi cá nhân. Khác với nhiều hệ thống giáo dục chỉ tập trung vào việc giúp con người đạt được thành công cá nhân, giáo dục Phật giáo luôn nhấn mạnh rằng hạnh phúc của mỗi cá nhân phải gắn liền với sự phát triển của cộng đồng và xã hội.

Phật giáo dạy rằng mọi chúng sinh đều liên kết chặt chẽ với nhau trong một mạng lưới nhân duyên và rằng mọi hành động của chúng ta đều có ảnh hưởng đến người khác. Do đó, một nền giáo dục dựa trên tinh thần Phật giáo không chỉ giúp con người phát triển kiến thức mà còn dạy họ cách sống với trách nhiệm, biết yêu thương và bảo vệ người khác. Điều này rất quan trọng trong thời đại hiện nay, khi các vấn đề như bất bình đẳng xã hội, khủng hoảng môi trường và sự xung đột về văn hóa đang trở nên ngày càng nghiêm trọng.

Giáo dục Phật giáo có thể cung cấp những giải pháp thực tế cho các vấn đề này bằng cách xây dựng ý thức trách nhiệm trong từng cá nhân. Các bài học về lòng từ bi, sự vô ngã và tinh thần tương hỗ có thể giúp con người nhận ra rằng hạnh phúc cá nhân không thể tách rời khỏi hạnh phúc của xã hội và rằng mọi hành động của họ đều có tác động đến người khác.

Giáo Dục Phật Giáo Và Sự Phát Triển Vững Bền

Trong bối cảnh toàn cầu hóa và biến đổi khí hậu hiện nay, giáo dục Phật giáo có thể đóng vai trò quan trọng trong việc xây dựng một xã hội phát triển vững bền. Các giá trị như từ bi, sự tỉnh thức và trách nhiệm xã hội không chỉ giúp con người sống một cuộc đời có ý nghĩa mà còn thúc đẩy họ bảo vệ môi trường và duy trì sự cân bằng giữa phát triển kinh tế và bảo tồn thiên nhiên.

Phật giáo từ lâu đã nhấn mạnh mối quan hệ chặt chẽ giữa con người và thiên nhiên. Khái niệm về sự phụ thuộc lẫn nhau trong Phật giáo có thể giúp con người hiểu rõ hơn về trách nhiệm của mình đối với môi trường và hệ sinh thái. Giáo dục Phật giáo, thông qua việc giảng dạy về sự vô thường và sự phụ thuộc lẫn nhau, có thể giúp thế hệ trẻ nhận ra rằng bảo vệ thiên nhiên không chỉ là trách nhiệm của chính phủ hay các tổ chức quốc tế mà còn là trách nhiệm của mỗi cá nhân.

Bên cạnh đó, giáo dục Phật giáo cũng có thể thúc đẩy tinh thần tiết kiệm và tránh xa sự tiêu thụ vô độ. Phật giáo luôn khuyến khích con người sống giản dị, biết đủ và không bị cuốn vào sự ham muốn vô hạn. Điều này rất phù hợp với các phong trào bảo vệ môi trường hiện đại, khi các nguồn tài nguyên thiên nhiên đang ngày càng bị cạn kiệt. Sống theo tinh thần Phật giáo không chỉ giúp con người tìm thấy hạnh phúc trong sự đơn giản mà còn góp phần bảo vệ hành tinh cho các thế hệ tương lai.

Giáo Dục Phật Giáo Và Sự Phát Triển Của Các Giá Trị Đạo Đức

Giáo dục Phật giáo không chỉ chú trọng đến sự phát triển trí tuệ mà còn đặc biệt nhấn mạnh vào việc hình thành và phát triển các giá trị đạo đức. Một trong những mục tiêu quan trọng của giáo dục Phật giáo là giúp con người xây dựng một nền tảng đạo đức vững chắc, từ đó sống với lòng từ bi, biết ơn và tôn trọng tất cả mọi chúng sinh.

Trong thời đại hiện nay, khi các chuẩn mực đạo đức đang ngày càng bị thách thức bởi những ảnh hưởng từ chủ nghĩa tiêu thụ và văn hóa cá nhân, giáo dục Phật giáo có thể mang lại những nguyên tắc và giá trị nền tảng để giúp con người tìm lại sự cân bằng và đạo đức trong cuộc sống. Những bài học về lòng từ bi, về vô ngã và tinh thần trách nhiệm không chỉ giúp cá nhân phát triển mà còn đóng góp vào việc xây dựng một xã hội hài hòa và công bằng.

Phật giáo dạy rằng, đạo đức không chỉ là những quy chuẩn được áp đặt từ bên ngoài mà là kết quả của quá trình rèn luyện tâm thức. Con người cần học cách kiểm soát các cảm xúc tiêu cực như tham, sân, si và phát triển các phẩm chất tích cực như từ bi, hỷ xả và trí tuệ. Đây là một quá trình tự rèn luyện, tự giác ngộ mà giáo dục Phật giáo luôn khuyến khích thông qua các hoạt động học tập và thực hành thiền định.

Các giá trị đạo đức này không chỉ có ý nghĩa trong cuộc sống cá nhân mà còn có thể đóng góp lớn cho xã hội. Một xã hội được xây dựng trên nền tảng của lòng từ bi và tinh thần tương trợ sẽ trở nên vững bền và hài hòa hơn. Do đó, giáo dục Phật giáo có thể được xem là một phương tiện để xây dựng một xã hội đạo đức, nơi mọi người sống với nhau bằng tình thương và sự tôn trọng lẫn nhau.

Kết Luận: Con Đường Phát Triển Vững bền Của Giáo Dục Phật Giáo

Giáo dục Phật giáo không chỉ là phương tiện để truyền đạt kiến thức mà còn là con đường để con người phát triển toàn diện, cả về trí tuệ lẫn tâm hồn. Trong thời đại toàn cầu hóa và sự biến đổi xã hội nhanh chóng, giáo dục Phật giáo vẫn giữ vai trò quan trọng trong việc xây dựng một nền tảng đạo đức vững chắc, giúp con người sống với lòng từ bi, vô ngã và sự tỉnh thức.

Phát triển vững bền của giáo dục Phật giáo đòi hỏi sự kết hợp giữa các giá trị truyền thống và sự đổi mới trong cách tiếp cận, đặc biệt là việc sử dụng công nghệ hiện đại để truyền bá triết lý Phật giáo đến với mọi người. Những bài học về lòng từ bi, sự tỉnh thức và trách nhiệm xã hội cần được lồng ghép vào chương trình giáo dục để giúp thế hệ trẻ hiểu rõ hơn về trách nhiệm của mình đối với cộng đồng và thế giới xung quanh.

Chỉ khi giáo dục Phật giáo được phát triển trên nền tảng của các giá trị cốt lõi và đồng thời thích ứng với sự thay đổi của thời đại, nó mới có thể đóng góp một cách hiệu quả vào sự phát triển vững bền của xã hội. Đây không chỉ là một con đường giáo dục mà còn là con đường của sự giác ngộ và hòa hợp, dẫn dắt con người đến một cuộc sống an lạc và hạnh phúc.

Giáo Dục Phật Giáo Và Vai Trò Của Lòng Biết Ơn

Lòng biết ơn là một trong những giá trị quan trọng trong triết lý Phật giáo và giữ vai trò trung tâm trong giáo dục Phật giáo. Phật giáo dạy rằng con người cần phải biết trân trọng những gì mình có, biết ơn cha mẹ, thầy cô và tất cả những người đã giúp đỡ mình trên con đường tu học và trưởng thành.

Trong bối cảnh xã hội hiện đại, khi con người dễ bị cuốn vào lối sống vật chất và quên đi những giá trị tinh thần, lòng biết ơn là một giá trị cần thiết để con người tìm lại sự kết nối với nguồn gốc và những người xung quanh. Giáo dục Phật giáo, thông qua các bài học về hiếu đạo và lòng biết ơn, giúp thế hệ trẻ hiểu rõ hơn về trách nhiệm của mình đối với gia đình, cộng đồng và xã hội.

Việc khơi dậy lòng biết ơn không chỉ giúp con người sống hài hòa hơn với môi trường xung quanh mà còn giúp họ trân trọng những giá trị truyền thống và văn hóa của dân tộc. Điều này rất quan trọng trong thời đại mà những giá trị cũ đang dần bị thay thế bởi lối sống hiện đại, xa lạ với nền văn hóa Á Đông. Lòng biết ơn cũng là nền tảng để con người phát triển lòng từ bi, sống với tinh thần sẵn sàng chia sẻ và giúp đỡ người khác.

Giáo Dục Phật Giáo Và Tinh Thần Vô Ngã

Một trong những khái niệm cơ bản nhất của Phật giáo là vô ngã, và giáo dục Phật giáo luôn tìm cách truyền đạt khái niệm này cho thế hệ trẻ. Vô ngã, theo Phật giáo, là nhận thức rằng bản thân chúng ta không phải là một thực thể cố định, mà là kết quả của sự tương duyên, không có cái tôi tách biệt với mọi thứ xung quanh.

Giáo dục Phật giáo, thông qua việc giảng dạy và thực hành vô ngã, giúp con người nhận ra rằng những tham lam, sân hận và si mê đều bắt nguồn từ sự bám víu vào bản ngã. Khi hiểu rõ điều này, con người sẽ dễ dàng buông bỏ những ám ảnh và khổ đau, từ đó sống với lòng từ bi, không bị ràng buộc bởi sự ích kỷ hay ganh đua.

Tinh thần vô ngã cũng giúp con người xây dựng một xã hội hài hòa hơn. Khi mọi người nhận thức rằng hạnh phúc cá nhân của họ không thể tách rời khỏi hạnh phúc của người khác, họ sẽ trở nên sẵn lòng hỗ trợ và sống vì lợi ích chung. Giáo dục Phật giáo khuyến khích sự phát triển của tinh thần này, giúp con người không chỉ sống cho mình mà còn sống vì cộng đồng, biết yêu thương và tôn trọng tất cả chúng sinh.

Trong bối cảnh xã hội hiện đại, khi sự ganh đua và cá nhân chủ nghĩa đang chiếm ưu thế, giáo dục Phật giáo có thể mang lại một sự cân bằng, giúp con người nhìn nhận lại giá trị thực sự của cuộc sống. Khi từ bỏ sự bám víu vào cái tôi, con người sẽ có khả năng sống tự do hơn, không bị chi phối bởi sự ham muốn hay những cám dỗ của xã hội vật chất.

Vai Trò Của Sự Tỉnh Thức Trong Giáo Dục Phật Giáo

Sự tỉnh thức là một trong những mục tiêu chính của giáo dục Phật giáo. Tỉnh thức có nghĩa là sống với ý thức trọn vẹn về hiện tại, nhận thức rõ ràng về bản chất của mọi sự vật và hiện tượng. Giáo dục Phật giáo luôn nhấn mạnh rằng sự tỉnh thức không chỉ giúp con người vượt qua mọi đau khổ mà còn là nền tảng để họ đạt được giác ngộ.

Trong thời đại mà con người thường bị cuốn vào những căng thẳng và lo âu do áp lực công việc và cuộc sống, sự tỉnh thức là một phương tiện hữu hiệu giúp họ tìm thấy sự bình an trong tâm hồn. Giáo dục Phật giáo, thông qua việc dạy thiền định và thực hành chánh niệm, giúp con người học cách sống trong hiện tại, buông bỏ quá khứ và không lo lắng về tương lai.

Sự tỉnh thức không chỉ mang lại lợi ích cá nhân mà còn có tác động lớn đối với xã hội. Khi mọi người sống với sự tỉnh thức, họ sẽ trở nên nhạy cảm hơn với những gì đang diễn ra xung quanh, từ đó đưa ra những quyết định đúng đắn, có lợi cho bản thân và cộng đồng. Điều này đặc biệt quan trọng trong bối cảnh hiện nay, khi mà những quyết định cá nhân của mỗi người có thể ảnh hưởng lớn đến sự phát triển của toàn xã hội.

Giáo Dục Phật Giáo Và Sự Phát Triển Cân Bằng Giữa Trí Tuệ Và Đạo Đức

Mục tiêu tối thượng của giáo dục Phật giáo là phát triển một con người toàn diện, kết hợp cả trí tuệ và đạo đức. Trong khi nhiều hệ thống giáo dục hiện nay chỉ tập trung vào tri thức, Phật giáo nhấn mạnh rằng trí tuệ không thể tách rời khỏi lòng từ bi và tinh thần trách nhiệm đối với người khác.

Giáo dục Phật giáo không dừng lại ở việc truyền đạt các khái niệm tri thức mà còn đào sâu vào các giá trị đạo đức cốt lõi, giúp sinh viên không chỉ hiểu biết mà còn sống đúng với những giá trị mình đã học. Từ các bài học đạo đức, lòng biết ơn, vô ngã đến sự tỉnh thức và lòng từ bi, giáo dục Phật giáo hướng tới việc xây dựng một xã hội mà con người sống hài hòa với nhau và với thiên nhiên.

Kết Luận: Giáo Dục Phật Giáo – Một Hướng Đi Vững Chắc Cho Tương Lai

Giáo dục Phật giáo là một con đường giáo dục toàn diện, vừa thúc đẩy tri thức vừa nuôi dưỡng tâm hồn và các giá trị nhân bản. Trong kỷ nguyên toàn cầu hóa, khi mà các giá trị truyền thống dễ bị lãng quên, giáo dục Phật giáo mang lại một sự cân bằng quý giá, giúp con người không chỉ thành công trong công việc mà còn sống một cuộc đời ý nghĩa và an lạc.

Sự phát triển vững bền của giáo dục Phật giáo đòi hỏi chúng ta phải giữ vững các giá trị cốt lõi của Phật giáo như lòng từ bi, trí tuệ và vô ngã, đồng thời kết hợp với những đổi mới trong cách tiếp cận và ứng dụng công nghệ hiện đại. Chỉ khi có sự cân bằng giữa những giá trị truyền thống và sự đổi mới phù hợp, giáo dục Phật giáo mới có thể tiếp tục đóng góp vào sự phát triển của xã hội, xây dựng một tương lai an bình và vững chắc cho tất cả mọi người.

Giáo dục Phật giáo, dù trong bất kỳ bối cảnh nào, cũng sẽ tiếp tục là nguồn ánh sáng soi đường, giúp con người đạt được sự giác ngộ và sống một cuộc sống tràn đầy từ bi và trí tuệ. Đây là sứ mệnh thiêng liêng mà giáo dục Phật giáo đã, đang và sẽ tiếp tục đảm nhận trong hành trình phát triển của nhân loại.

Duy Tuệ Thị Nghiệp: Sự Nghiệp Tuệ Giác Và Vai Trò Giáo Dục Của Tăng Sĩ Phật Giáo

QUẢNG TUỆ

Trong thế giới Phật giáo, cụm từ "Duy Tuệ Thị Nghiệp" của Thầy Thích Tuệ Sỹ từng đề cập không đơn thuần là một lời nhắc nhở về con đường tu tập, mà còn là một chỉ dẫn tinh tế về lý tưởng giáo dục Phật giáo. Ở đây, "tuệ" không chỉ mang ý nghĩa là trí tuệ, mà là một trí tuệ đặc thù, tuệ giác, tức là sự hiểu biết sâu sắc về bản chất của thực tại, vượt qua mọi giới hạn của kiến thức thông thường. Trong toàn bộ truyền thống Phật giáo, sự nghiệp giáo dục không chỉ nằm trong việc truyền dạy kiến thức mà là hướng dẫn chúng sinh tiến tới sự giác ngộ, giải thoát khỏi sự ràng buộc của sinh tử.

1. Tuệ Giác Là Nền Tảng Của Giáo Dục Phật Giáo

Trong giáo lý Phật giáo, giáo dục không chỉ đơn giản là quá trình học hỏi và truyền đạt kiến thức. Thay vì đó, nó là sự khai mở trí tuệ, nơi mà người học không chỉ thụ nhận tri thức mà còn phát triển khả năng tự phản tỉnh, tự chiêm nghiệm, và quan sát sâu xa về bản chất của đời sống. Điều này có nghĩa rằng, mọi giáo dục Phật giáo đều phải hướng đến việc khai sáng tuệ giác, giúp người học thoát khỏi vô minh và đạt đến chân lý.

Thầy Tuệ Sỹ đã khẳng định rằng, sự nghiệp giáo dục không nên bị giới hạn bởi những phương pháp hay kỹ thuật giảng dạy, mà phải đặt trọng tâm vào tuệ giác. Trong bối cảnh Phật giáo hiện đại, khi mà các giá trị thế tục, thực dụng dường như đang chiếm ưu thế, việc nhấn mạnh rằng giáo dục Phật giáo không nên chạy theo những mô hình giáo dục hiện đại chỉ nhằm phục vụ các nhu cầu thế gian. Thay vào đó, sự nghiệp giáo dục phải đặt nền tảng trên sự tu tập và khai sáng tâm thức, để người học có thể vượt qua những giới hạn của cuộc sống trần tục, từ đó đạt đến sự giải thoát.

Sự khác biệt giữa giáo dục Phật giáo và giáo dục thế gian nằm ở mục đích cuối cùng của nó. Trong khi giáo dục thế gian thường nhắm đến việc trang bị cho con người những kỹ năng và tri thức để họ có thể tồn tại và phát triển trong xã hội, giáo dục Phật giáo nhắm đến việc giúp con người nhận ra bản chất thật sự của mình và cuộc sống, để từ đó giải thoát khỏi sự ràng buộc của vô minh. Đối với Phật giáo, mọi hình thức giáo dục phải quay về với mục tiêu cao nhất là phát triển tuệ giác và đạt đến sự giác ngộ.

2. Vai Trò Của Ngôn Ngữ Và Giới Hạn Của Ngôn Ngữ Trong Giáo Dục Phật Giáo

Một điểm nổi bật trong tư tưởng giáo dục Phật giáo của Thầy Tuệ Sỹ là sự phân tích về vai trò của ngôn ngữ trong việc truyền đạt tri thức. Thầy nhấn mạnh rằng, ngôn ngữ, mặc dù là phương tiện quan trọng để diễn đạt ý niệm và tri thức, lại có những giới hạn cố hữu của nó. Lấy tư tưởng của Wittgenstein làm điểm tựa, Thầy chỉ ra rằng ngôn ngữ không chỉ là phương tiện để truyền đạt thông tin, mà còn là khuôn mẫu định hình thế giới quan của chúng ta. Điều này có nghĩa rằng, mọi sự hiểu biết của chúng ta về thế giới đều được định hình bởi giới hạn của ngôn ngữ mà chúng ta sử dụng.

Trong bối cảnh giáo dục Phật giáo, vấn đề này càng trở nên rõ rệt hơn. Phật giáo, với bản chất sâu xa của nó, thường khó có thể diễn đạt một cách chính xác và đầy đủ qua ngôn ngữ thông thường. Sự giác ngộ, theo nghĩa Phật giáo, không phải là điều có thể truyền đạt qua lời nói, mà là kinh nghiệm trực tiếp, chỉ có thể cảm nhận và hiểu thông qua sự thực hành và chiêm nghiệm cá nhân. Do đó, vai trò của ngôn ngữ trong giáo dục Phật giáo chỉ là phương tiện để dẫn dắt người học đến với sự trải nghiệm thực tại, chứ không phải là cứu cánh.

Thầy Tuệ Sỹ đã dẫn dắt chúng ta đến với một sự thật quan trọng: giáo dục Phật giáo phải vượt qua giới hạn của ngôn ngữ. Thay vì chỉ dừng lại ở việc truyền đạt tri thức thông qua lời nói và văn bản, nó phải mở rộng để đưa người học vào những trải nghiệm trực tiếp, nơi mà họ có thể cảm nhận được sự thật sâu xa của cuộc sống. Điều này đòi hỏi người Tăng sĩ không chỉ là những người giảng dạy kinh điển mà còn là những người hướng dẫn, giúp đỡ người học thực hành và tự mình khám phá ra chân lý.

3. Sự Dung Hòa Giữa Văn Minh Đông Và Tây Trong Giáo Dục Phật Giáo

Trong bối cảnh hiện đại, khi mà sự va chạm giữa các nền văn minh trở nên rõ rệt hơn bao giờ hết, Thầy Tuệ Sỹ đã đặt ra một câu hỏi quan trọng: Làm thế nào để Phật giáo có thể dung hòa giữa các giá trị truyền thống Đông phương và những tiến bộ khoa học, kỹ thuật của Tây phương? Thầy không phủ nhận những thành tựu của khoa học và kỹ thuật, nhưng cũng nhấn mạnh rằng chúng không thể thay thế được giá trị tinh thần và tuệ giác của Phật giáo.

Thầy nhắc nhở chúng ta rằng, lịch sử Phật giáo đã chứng minh khả năng dung hòa và tiếp nhận các yếu tố văn hóa khác nhau mà không đánh mất bản sắc của mình. Từ khi Phật giáo truyền bá từ Ấn Độ sang Trung Hoa, Nhật Bản, Hàn quốc, và các quốc gia khác, nó đã luôn biết cách thích ứng với những thay đổi của mỗi nền văn minh mà vẫn giữ được cốt lõi của mình: tuệ giác và sự giải thoát.

Tuy nhiên, trong thế giới hiện đại, sự dung hòa này trở nên phức tạp hơn nhiều, khi mà nền văn minh Tây phương không chỉ mang đến những tiến bộ khoa học mà còn đặt ra những thách thức về giá trị tinh thần và triết học. Thầy Tuệ Sỹ cảnh báo, nếu giáo dục Phật giáo chỉ chăm chú vào việc tiếp nhận những giá trị khoa học mà quên mất cốt lõi tinh thần của mình, tức thì sẽ rơi vào nguy cơ tự hủy hoại. Do đó, giáo dục Phật giáo phải biết cách tiếp nhận những giá trị mới một cách có chọn lọc, đồng thời phải luôn giữ vững bản sắc và mục tiêu của mình.

4. Vai Trò Của Tăng Sĩ Trong Sự Nghiệp Giáo Dục Phật Giáo

Một điểm không thể thiếu trong tư tưởng của Thầy Tuệ Sỹ khi bàn về "Duy Tuệ Thị Nghiệp", là vai trò của người Tăng sĩ trong sự nghiệp giáo dục Phật giáo. Thầy cho rằng, Tăng sĩ không chỉ là những người giữ gìn và truyền bá kinh điển, mà còn là những người hướng dẫn tâm linh, giúp đỡ chúng sinh tìm thấy con đường giải thoát. Trong bối cảnh hiện đại, khi mà các giá trị thế tục đang chiếm ưu thế, vai trò của Tăng sĩ càng trở nên quan trọng hơn bao giờ hết.

Thầy nhấn mạnh rằng, Tăng sĩ không chỉ là những người có nhiệm vụ giảng dạy mà còn phải là những người sống mẫu mực, là tấm gương cho người học noi theo. Trong sự nghiệp giáo dục, Tăng sĩ phải luôn giữ vững tinh thần tuệ giác, không bị cuốn theo những giá trị thực dụng của xã hội hiện đại. Tăng sĩ phải luôn nhớ rằng mục tiêu cuối cùng của giáo dục Phật giáo là giải thoát, không phải là sự thành công thế gian.

Vai trò của Tăng sĩ trong giáo dục Phật giáo cũng đòi hỏi họ phải không ngừng tự tu tập và phát triển tuệ giác của bản thân.

Điều này có nghĩa rằng, chúng ta không chỉ là những người truyền đạt kiến thức, mà còn phải là những người luôn tìm kiếm và khám phá sâu xa về chân lý của cuộc sống. Chỉ khi chúng ta tự mình đạt đến sự giác ngộ, mới có thể dẫn dắt người học đi theo con đường đúng đắn.

5. Giáo Dục Phật Giáo Trong Bối Cảnh Hiện Đại: Thách Thức Và Cơ Hội

Trong bối cảnh hiện đại, giáo dục Phật giáo đứng trước nhiều thách thức mới. Những giá trị thực dụng của khoa học và kỹ thuật, mặc dù mang lại nhiều lợi ích cho cuộc sống, cũng đã làm giảm đi giá trị của các giáo lý tâm linh. Nhiều người ngày nay coi việc học tập chỉ là phương tiện để đạt được sự thành công vật chất, mà quên mất rằng giáo dục chân chính phải hướng đến sự phát triển tinh thần và tuệ giác. Tuy nhiên, đây cũng chính là cơ hội để Phật giáo chứng minh giá trị tồn tại bền bỉ của mình. Trong thế giới đầy rẫy sự xao lãng và lo âu, nhu cầu về một con đường tâm linh, một sự giải thoát khỏi những lo lắng đời thường, càng trở nên cần thiết hơn bao giờ hết. Giáo dục Phật giáo, với nền tảng tuệ giác và sự giải thoát, có thể trở thành một phương tiện quan trọng để giúp con người tìm thấy sự bình an nội tại và ý nghĩa thực sự của cuộc sống.

Tóm lại, những gì được chia sẻ trong bài "Duy Tuệ Thị Nghiệp," Thầy Tuệ Sỹ đã vạch ra một con đường rõ ràng cho sự nghiệp giáo dục Phật giáo, nơi mà trí tuệ, sự giác ngộ và giải thoát là những giá trị cốt lõi. Vai trò của Tăng sĩ trong sự nghiệp này là không thể thiếu, bởi chúng ta là những người dẫn dắt chúng sinh đi qua những ảo tưởng của cuộc đời để tiến đến chân lý cuối cùng. Trong bối cảnh hiện đại, giáo dục Phật giáo phải biết dung hòa giữa những giá trị truyền thống và những tiến bộ của thế giới, để có thể duy trì và phát triển một cách vững bền.

"Vấn dư hà cố tọa lao lung
Dư chỉ khinh yên bán ngục khung
Tâm cảnh tương trì kinh lữ mộng
Cố giao gia tỏa diện hư ngung"
— Tự Vấn

Chân Giá Trị Hàn Lâm: Sứ Mệnh Phiên Dịch Tam Tạng Kinh và Di Nguyện Của Thầy Tuệ Sỹ

HẠNH TOÀN

Giữa những biến động không ngừng của thế gian và sự thăng trầm của đạo Phật Việt qua các thời đại hưng suy, hình ảnh Thầy Tuệ Sỹ hiện lên như một biểu tượng của sự kiên định trong việc giữ gìn và truyền bá Chánh Pháp. Trong suốt cuộc đời mình, Thầy đã không ngừng cống hiến cho công tác phiên dịch Tam Tạng Kinh, để duy trì tinh thần Phật Pháp, mà còn để bảo tồn chân giá trị "hàn lâm" trong ý nghĩa chuẩn mực, xác tín của những văn bản Thánh điển cổ đại.

Ý nghĩa của "hàn lâm" trong Thánh điển cổ đại không đơn thuần là sự cao siêu trong ngôn từ hay văn phong, mà chủ yếu thể hiện qua việc truyền tải chính xác bản chất giáo lý của Phật Pháp. Ví dụ trong các kinh văn như Kinh Kim Cang hay Kinh Pháp Hoa, từng lời dạy của Đức Phật đều mang theo nhiều tầng nghĩa sâu xa, từ cấp độ tri thức đến thực tiễn tu hành. Chính vì vậy, việc dịch sai hoặc không truyền tải đầy đủ tinh thần của những câu kinh này có thể dẫn đến sự ngộ nhận trong việc thực hành Pháp.

Cho nên, tính "hàn lâm" ở đây, theo Thầy Tuệ Sỹ, là sự chuẩn xác trong cách chuyển tải giáo lý một cách trung thực, không bị lệch lạc bởi ngôn ngữ hoặc những suy diễn cá nhân. Đây không phải là sự xa rời quần chúng, mà là một trách nhiệm thiêng liêng của người dịch để đảm bảo rằng Chánh Pháp được lưu truyền một cách đúng đắn nhất, không sai lệch qua thời gian. Điều này đặc biệt quan trọng trong các văn bản Thánh điển, nơi mà từng từ, từng câu đều chứa đựng sự thật tuyệt đối của Pháp.

Trong Thánh điển cổ đại, ngôn từ không chỉ là phương tiện diễn đạt mà còn là những chỉ dẫn trực tiếp để người học Pháp có thể tiến sâu vào sự chứng ngộ. Chính vì vậy, tính "hàn lâm" không phải là rào cản mà là cách bảo vệ chân giá trị của Chánh Pháp, giúp người học Pháp tiếp cận và thực hành đúng với tinh thần nguyên bản mà Đức Phật đã chỉ dạy.

Khái niệm "hàn lâm" trong quá trình phiên dịch này, theo cách Thầy Tuệ Sỹ lý giải, không phải là sự cao siêu cách biệt, mà chính là sự chuẩn mực tuyệt đối của giáo lý. Điều này không làm cho giáo lý trở nên xa rời quần chúng, mà trái lại, giúp cho các thế hệ sau tiếp cận được với Chánh Pháp một cách chính xác và đầy đủ. Với Thầy, phiên dịch kinh điển không chỉ là chuyển ngữ mà là việc tái hiện tinh thần và cốt lõi của Pháp trong từng câu chữ.

Khái niệm "hàn lâm" trong phiên dịch không là việc sử dụng ngôn ngữ học thuật, mà còn là biểu hiện của sự kiên định trong việc bảo toàn chân giá trị Pháp. Công việc của Thầy Tuệ Sỹ không dừng lại ở việc truyền tải ngữ nghĩa, mà chính là tái tạo lại cả một nền tảng tri thức và thực chứng. Mỗi bản kinh được dịch ra là sự kết nối giữa trí tuệ của bậc giác ngộ với những người học Pháp sau này, là nhịp cầu giúp Phật pháp không bị rơi vào cạm bẫy của sự diễn giải sai lệch.

Việc phiên dịch Tam Tạng Kinh, dưới sự chỉ đạo của Thầy, đòi hỏi sự chính xác đến từng câu chữ, từng ngữ nghĩa nhỏ nhất, bởi đây không là những lời dạy thông thường, mà là cốt lõi giáo lý của Phật. Thầy luôn nhấn mạnh tầm quan trọng của việc đảm bảo bất kỳ sự lệch lạc nào trong việc phiên dịch cũng có thể dẫn đến việc hiểu sai Pháp, ảnh hưởng sâu rộng đến toàn bộ thế hệ học Phật sau này. Đối với Thầy, phiên dịch là một hình thức giữ gìn di sản Phật giáo, giống như một cách duy trì ngọn đèn Chánh Pháp sáng mãi.

Công trình phiên dịch của Thầy không chỉ là đóng góp cho giới học giả, mà còn mang tính ứng dụng cao trong thực tiễn. Bằng việc giữ nguyên tinh thần "hàn lâm" chuẩn xác nhưng không xa rời quần chúng, Thầy Tuệ Sỹ đã giúp Pháp đi vào đời sống một cách tự nhiên, gần gũi, nhưng vẫn đầy đủ chiều sâu trí tuệ. Đó là cách mà Thầy đã cân bằng giữa tri thức hàn lâm và thực tiễn cuộc sống – điều mà không phải ai cũng có thể thực hiện.

Công việc của Thầy không chỉ dừng lại ở việc dịch thuật mà còn mở ra một hướng đi mới cho thế hệ tương lai, những người sẽ tiếp tục sự nghiệp duy trì và truyền bá giáo lý Phật giáo. Thầy trao lại những bản kinh đã được dịch, cùng di nguyện: trách nhiệm không chỉ giữ gìn văn bản mà còn phải thấu hiểu và thực hành những gì được truyền lại. Di nguyện này đòi hỏi người kế thừa không chỉ có trí tuệ mà còn phải có tâm nguyện và lòng từ bi, để có thể tiếp nối và phát huy di sản một cách trọn vẹn.

Trong sự nghiệp phiên dịch Tam Tạng Kinh của Thầy Tuệ Sỹ, tinh thần "hàn lâm" không đơn thuần chỉ là sự tôn trọng quy chuẩn học thuật mà chính là sự bảo chứng cho tính chân thật của Pháp. Với Thầy, mọi kinh văn đều phải được thấu hiểu từ chiều sâu trí tuệ, không chỉ dựa vào từ ngữ, mà còn phải nắm bắt được ý nghĩa thâm sâu ẩn giấu trong từng lời dạy. Vì thế, tính "hàn lâm" ở đây không phải là rào cản hay tạo khoảng cách giữa người học và giáo lý, mà là cách để bảo vệ giáo lý khỏi những sự hiểu nhầm, những biến tướng không đáng có.

Trong những biến động không ngừng của thế gian, đạo Phật đã trải qua nhiều thời kỳ hưng suy khác nhau. Chính trong những giai đoạn suy thoái, việc giữ gìn chân giá trị của Chánh Pháp trở thành nhiệm vụ trọng yếu. Đó là lý do vì sao Thầy Tuệ Sỹ, với tinh thần trách nhiệm cao cả của mình, đã chọn con đường dịch thuật Tam Tạng Kinh như một phương cách gìn giữ những lời dạy của Đức Phật. Đây không phải là công việc của một nhà học giả, mà là của một bậc hành giả thấm nhuần giáo lý Phật, sống với từng câu chữ, từng triết lý mà mình truyền tải.

Bên cạnh đó, bài viết cũng nêu bật rằng, quá trình phiên dịch của Thầy không chỉ là sự truyền tải mà còn là một hành trình tinh tấn tu tập. Việc phiên dịch kinh điển là một phần của quá trình thực chứng, nơi mà người dịch không chỉ hiểu rõ về ý nghĩa ngôn từ mà còn phải thấu triệt nội dung giáo lý. Như Thầy đã từng chia sẻ, mỗi lần Thầy dịch một đoạn kinh văn là một lần Thầy sống lại với Pháp, tìm kiếm sự chứng ngộ sâu sắc trong chính mình.

Một điều đặc biệt trong phương pháp phiên dịch của Thầy Tuệ Sỹ là sự hài hòa giữa tinh thần "hàn lâm" và tính ứng dụng thực tiễn của Chánh Pháp. Thầy không biến bản kinh thành những tài liệu khó hiểu chỉ dành cho giới học giả, mà cố gắng giữ lại sự gần gũi, dễ hiểu để giúp Pháp đi vào đời sống của đại chúng. Đây là sự cân bằng tinh tế giữa học thuật và đời sống, giữa lý thuyết và thực hành – một yếu tố then chốt mà Thầy luôn nhấn mạnh trong quá trình dịch thuật.

Với Thầy Tuệ Sỹ, dịch một văn bản Phật giáo không chỉ là chuyển đổi từ ngôn ngữ này sang ngôn ngữ khác, mà là tạo ra một không gian cho người đọc có thể tiếp nhận được tinh thần của giáo lý, cảm nhận được sự an lạc và tỉnh thức từ bên trong. Đó cũng chính là di nguyện mà Thầy để lại cho thế hệ sau: không chỉ giữ gìn văn bản mà còn phải thấu hiểu, thực hành và truyền bá Pháp một cách trọn vẹn, với tâm hồn trong sáng và trí tuệ sắc bén.

Di nguyện của Thầy Tuệ Sỹ không chỉ là hoàn tất công trình phiên dịch Tam Tạng Kinh mà còn là trao lại trách nhiệm gìn giữ và phát huy Chánh Pháp cho thế hệ sau. Sứ mệnh này yêu cầu người kế thừa phải hiểu đúng, dịch đúng, và truyền tải tinh thần giáo lý qua mỗi câu chữ, mỗi đoạn kinh văn. Thầy nhắc rằng: "Người dịch không chỉ là học giả, mà phải là người thực chứng." Điều này có nghĩa, sự hiểu biết về Pháp không chỉ dừng lại ở mặt ngôn ngữ, mà còn phải là sự thấu hiểu và trải nghiệm tinh thần giác ngộ trong đời sống tu tập.

Thầy Tuệ Sỹ đã sống với Pháp và cống hiến toàn bộ trí tuệ, tâm hồn cho công trình phiên dịch, một công việc đòi hỏi không chỉ kiến thức uyên thâm mà còn cả sự kiên nhẫn và lòng từ bi vô hạn. Di nguyện của Thầy là khơi dậy ở thế hệ tiếp theo lòng từ bi và trí tuệ, để họ tiếp tục hành trình giữ gìn chân giá trị Chánh Pháp mà Thầy đã vạch ra. Thầy hiểu rõ rằng, thời gian sẽ trôi qua, thế gian luôn biến động, nhưng nếu Chánh Pháp được giữ vững, nó sẽ tiếp tục soi đường cho vô lượng chúng sinh.

Đối với Thầy, việc bảo vệ chân giá trị của Pháp không phải là một công việc đơn thuần mà là một sứ mệnh. Mỗi bản dịch là một lời cam kết, một tâm nguyện của người dịch với Chánh Pháp, rằng giáo lý sẽ được truyền tải đúng đắn, không sai lệch và không bị phai nhạt theo thời gian. Điều này đặc biệt quan trọng trong bối cảnh thế giới ngày càng biến động, và nhiều giáo lý có nguy cơ bị hiểu sai hoặc áp dụng sai lệch.

Một trong những yếu tố làm nên sự đặc biệt trong công trình của Thầy Tuệ Sỹ là khả năng truyền đạt một cách vừa sâu sắc, vừa gần gũi. Thầy đã dành nhiều năm cuộc đời mình để nghiền ngẫm từng đoạn kinh văn, làm sao để bản dịch không chỉ chính xác mà còn giữ được tinh thần từ bi và trí tuệ nguyên bản. Đây là một phần trong di nguyện lớn lao mà Thầy để lại, mong muốn rằng thế hệ sau sẽ tiếp tục nỗ lực không ngừng trong việc gìn giữ và phát huy tinh thần này.

Tinh thần "hàn lâm" mà Thầy theo đuổi không phải là một sự phô trương tri thức, mà là sự khiêm nhường, tôn trọng Pháp và đưa Pháp vào đời sống một cách trọn vẹn. Những người tiếp nối sự nghiệp của Thầy sẽ cần không chỉ có kiến thức mà còn phải có lòng thành kính, lòng kiên nhẫn và sự kiên định trong việc thực hiện nhiệm vụ cao cả này. Để giữ gìn di sản của Thầy, họ sẽ phải không ngừng tu tập, học hỏi, và thực hành Chánh Pháp một cách sâu sắc.

Sứ mệnh của những người kế thừa di nguyện của Thầy Tuệ Sỹ không chỉ là trách nhiệm bảo toàn giáo lý mà còn là nhiệm vụ lan tỏa trí tuệ và lòng từ bi đến với tất cả chúng sinh. Điều này đòi hỏi một sự kết hợp nhuần nhuyễn giữa lý thuyết và thực hành, giữa học thuật và đời sống tu tập. Thầy đã từng nhắc nhở rằng, việc phiên dịch kinh điển là một công việc vô cùng quan trọng, nhưng quan trọng hơn là tinh thần của người truyền thừa phải được duy trì xuyên suốt, không chỉ trong văn bản mà cả trong đời sống hàng ngày.

Người kế thừa phải luôn tự nhắc nhở mình rằng, kinh văn không chỉ là những chữ viết trên giấy mà là lộ trình dẫn đến sự giác ngộ. Mỗi khi đọc, hiểu, và truyền bá những bản kinh này, cần phải thấm nhuần tinh thần từ bi và trí tuệ. Điều này cũng chính là cốt lõi của tính "hàn lâm" mà Thầy Tuệ Sỹ luôn nhấn mạnh – một sự "hàn lâm" không xa rời thực tiễn, không rời xa cuộc đời, mà ngược lại, luôn gắn bó mật thiết với đời sống tu tập và hành thiện.

Di nguyện của Thầy không chỉ đơn thuần là bảo vệ giáo lý, mà còn là một lời kêu gọi hành động. Thế hệ kế thừa phải không chỉ đọc và hiểu kinh điển mà còn phải thực hành những gì đã học. Chỉ có qua thực hành, chân lý của Chánh Pháp mới thực sự được tiếp thu và truyền bá đúng đắn. Thầy đã sống cả cuộc đời mình để hiện thực hóa Chánh Pháp trong đời sống, không phải qua những lời nói hoa mỹ, mà qua những hành động cụ thể, qua những công việc mà Thầy đã dành trọn cả tâm huyết.

Một điểm nổi bật trong di nguyện của Thầy Tuệ Sỹ là việc không tập trung vào công việc học thuật mà còn khuyến khích người kế thừa phải phát triển cả trí tuệ và lòng từ bi. Điều này giúp họ vừa có khả năng gìn giữ và truyền bá kinh điển, vừa có thể ứng dụng giáo lý vào đời sống để mang lại lợi ích thực tiễn cho cộng đồng. Thầy hiểu rõ rằng, Chánh Pháp chỉ có thể tồn tại vững chắc khi nó không chỉ được lưu truyền qua văn bản mà còn qua hành động cụ thể trong đời sống hàng ngày.

Phần quan trọng trong di nguyện của Thầy chính là truyền đạt rằng chân giá trị của giáo lý không phải nằm trong việc tích lũy kiến thức, mà là sự thực hành và thấu hiểu sâu sắc về Chánh Pháp. Những người kế thừa phải có trách nhiệm không ngừng tu tập, rèn luyện trí tuệ và từ bi, để mỗi hành động của họ đều mang tính giáo dục và lan tỏa ánh sáng của Pháp đến mọi nơi.

Tinh thần "hàn lâm" mà Thầy Tuệ Sỹ theo đuổi không tách rời khỏi đời sống thực tiễn, mà chính là việc thấm nhuần giáo lý vào từng hành động, từng suy nghĩ, và từng lời nói của người thực hành Pháp. Di nguyện của Thầy không dừng lại ở việc phiên dịch hay bảo tồn văn bản kinh điển mà còn là sự kêu gọi thế hệ sau phải đem Pháp vào cuộc sống, biến Chánh Pháp thành nguồn ánh sáng dẫn đường cho bản thân và cho những người xung quanh.

Thầy Tuệ Sỹ luôn nhắc rằng, khi một người tiếp nhận giáo lý, trách nhiệm của họ không chỉ là học thuộc hay hiểu biết mà là phải đem giáo lý vào thực hành. Điều này đồng nghĩa với việc sống với tinh thần từ bi và trí tuệ mỗi ngày, để lời Pháp không chỉ là lý thuyết trên sách vở mà là hiện thực hóa trong đời sống. Người kế thừa di sản của Thầy sẽ cần hiểu rằng, trách nhiệm của họ không dừng lại ở việc bảo vệ giáo lý mà còn là tạo ra sự thay đổi thực sự trong cuộc sống của mình và của những người xung quanh.

Việc thực hành giáo lý trong đời sống, theo lời Thầy, không phải là điều dễ dàng, nhưng đó là con đường duy nhất để đạt tới sự giác ngộ chân chính. Điều này đòi hỏi người tu học phải có lòng kiên nhẫn, trí tuệ sáng suốt, và lòng từ bi vô hạn. Để giữ vững di sản của Chánh Pháp, những người kế thừa cần không ngừng rèn luyện bản thân, không ngừng tinh tấn trên con đường đạo, bởi chính sự thực hành này mới mang lại hiệu quả cao nhất trong việc truyền bá Pháp.

Trong bối cảnh thế giới hiện nay, khi mọi thứ thay đổi không ngừng và những giá trị đạo đức truyền thống đôi khi bị lung lay, việc giữ gìn và phát huy chân giá trị của Chánh Pháp trở nên cấp thiết hơn bao giờ hết. Di nguyện của Thầy Tuệ Sỹ chính là lời kêu gọi cho thế hệ sau hãy tiếp tục giữ vững tinh thần "hàn lâm" trong học thuật và đời sống. Sự "hàn lâm" đó, hiểu một cách sâu xa, là sự khiêm nhường, sự tinh tế và chính xác trong từng hành động, từng bước đi trên con đường giác ngộ.

Để tiếp tục sứ mệnh này, thế hệ kế thừa sẽ cần phải có sự kiên định và lòng quyết tâm, bởi giữ gìn Chánh Pháp không phải là nhiệm vụ đơn giản. Mỗi người học Pháp cần phải có trách nhiệm với chính mình, với cộng đồng và với giáo lý. Họ phải hiểu rằng việc thực hành Pháp không chỉ là để tự hoàn thiện bản thân mà còn là để mang lại an lạc và giác ngộ cho tất cả chúng sinh.

Phần kết của bài viết sẽ tập trung vào việc nhấn mạnh di nguyện của Thầy trong việc bảo tồn, truyền bá và thực hành giáo lý Phật giáo một cách đúng đắn, tinh tế và thực tiễn.

Việc tiếp tục sứ mệnh mà Thầy Tuệ Sỹ đã để lại không chỉ là vấn đề kiến thức mà còn là vấn đề của lòng từ bi và sự cam kết không ngừng đối với Chánh Pháp. Sự kế thừa này đòi hỏi một sự nỗ lực bền bỉ và một cái nhìn sâu sắc về sự vô thường của thế gian, để người thực hành Pháp không bị lôi cuốn bởi những biến đổi bên ngoài mà vẫn giữ vững được sự tinh tấn và thanh tịnh trong tâm hồn.

Thầy Tuệ Sỹ đã để lại một di sản không chỉ là những bản kinh dịch mà còn là một bài học về lòng kiên nhẫn và sự cống hiến không ngừng nghỉ cho Pháp. Những thế hệ sau sẽ cần phải học hỏi từ tinh thần đó, không ngừng trau dồi và phát triển bản thân, nhưng đồng thời cũng phải có lòng khiêm nhường, luôn nhớ rằng Chánh Pháp là thứ cần được bảo vệ bằng hành động cụ thể, chứ không chỉ bằng lời nói hay văn bản.

Trong những giai đoạn thăng trầm của Phật giáo Việt Nam và thế giới, Thầy luôn giữ vững niềm tin vào sức mạnh của giáo lý Đức Phật, tin rằng nếu có sự thực hành đúng đắn, chân lý sẽ luôn được bảo toàn, bất kể những biến động xung quanh. Chính vì thế, di nguyện của Thầy không chỉ dừng lại ở việc bảo tồn giáo lý mà còn kêu gọi sự tiếp tục tinh tấn trong quá trình thực hành và truyền bá. Người tiếp nối phải có khả năng ứng dụng giáo lý vào đời sống, để giáo lý không chỉ là lý thuyết mà thực sự trở thành ánh sáng soi rọi trên con đường của chính họ và cộng đồng.

Trong những năm tháng cuối đời, Thầy Tuệ Sỹ không chỉ cống hiến hết mình cho công trình phiên dịch Tam Tạng Kinh mà còn hướng dẫn, ấn chứng các trước tác của hàng đệ tử, học trò nhỏ của mình. Đây là một hiện tượng hiếm thấy trước đó, nơi mà một bậc cao tăng với trí tuệ uyên thâm lại dành thời gian để lắng nghe, chỉ dạy và khuyến khích những thế hệ sau sáng tác và nghiên cứu. Điều này không chỉ thể hiện lòng từ bi và sự khiêm hạ của Thầy mà còn cho thấy một sự chuyển tục ý nhị – một tầm nhìn sâu sắc, thức thời về sự kế thừa tri thức trong thời đại mới.

Việc Thầy ấn chứng các trước tác của đệ tử không chỉ mang tính học thuật, mà còn là sự khẳng định rằng chân giá trị của Chánh Pháp không được truyền đạt qua kinh văn cổ, mà còn có thể tiếp tục phát triển, biến hóa linh hoạt thông qua những trí tuệ trẻ, những tâm hồn tu tập nghiêm túc. Đây cũng chính là tầm nhìn tri thức của Thầy – một sự hiểu biết sâu xa rằng Pháp không đứng yên mà cần được tiếp nối, cập nhật và truyền bá một cách phù hợp với từng thời đại, từng thế hệ.

Qua hành động này, Thầy đã khẳng định rằng việc bảo tồn Chánh Pháp không chỉ là việc của quá khứ, mà còn là một quá trình liên tục, sống động và đầy tính sáng tạo. Thế hệ trẻ, những người học trò nhỏ của Thầy, nhờ vào sự hướng dẫn và ấn chứng ấy, đã có thể tự tin bước tiếp trên con đường tu tập và nghiên cứu, với một trách nhiệm lớn lao là tiếp tục giữ gìn và phát huy tinh thần mà Thầy đã truyền trao.

Từ việc phiên dịch Tam Tạng Kinh đến việc ấn chứng các trước tác trẻ, Thầy Tuệ Sỹ đã hoàn thành một chu kỳ truyền thừa đầy ý nghĩa. Di nguyện của Thầy không chỉ là bảo tồn Chánh Pháp mà còn là việc trao quyền cho thế hệ sau, giúp họ tự tin trên con đường tu tập và cống hiến. Chính qua hành động ấn chứng và hướng dẫn này, Thầy đã thể hiện tầm nhìn tri thức thức thời, không chỉ bám chặt vào truyền thống mà còn mở đường cho sự phát triển tương lai, nơi mà Chánh Pháp được tiếp nối một cách mạnh mẽ và linh hoạt hơn bao giờ hết.

Bồ Tát Hành Trong Đời Sống Huynh Trưởng: Từ Biện Chứng Tư Tưởng Đến Hành Động Thực Tiễn

PHÁP UYỂN

Trong những trang kinh văn cổ, tinh thần Bồ Tát Đạo đã được khai triển một cách toàn diện, gắn liền với lý tưởng giác ngộ và cứu độ chúng sinh. Đối với Hòa thượng Thích Tuệ Sỹ, tinh thần này vừa là một lời dạy lý thuyết, và là lẽ sống, là hành động mà mọi thành viên Phật giáo, đặc biệt là Huynh trưởng GĐPTVN, cần thấu hiểu và thực hành trong mọi hoàn cảnh của đời sống. Với các giáo lý thâm sâu và đầy tính thực tiễn trong tác phẩm "Du Già Bồ Tát Giới," Thầy đã truyền đạt tầm quan trọng của việc kết hợp giữa nguyện lực và hành động, để mỗi hành giả trở thành những tấm gương sáng trong cộng đồng Phật giáo, và đặc biệt hơn nữa là trong hàng ngũ Huynh trưởng GĐPTVN.

Lời giảng của Thầy Thích Tuệ Sỹ trong "Du Già Bồ Tát Giới" là nguồn cẩm nang thâm sâu để hiểu về Bồ Tát Hành, không giới hạn trong ngôn ngữ triết học, mà còn kêu gọi những hành động thiết thực, từ lòng từ bi vô hạn đến các bước cụ thể trong việc xây dựng quốc độ thanh tịnh. Đối với hàng ngũ Huynh trưởng GĐPTVN, việc áp dụng Bồ Tát Hành là phương thức nâng cao đời sống cá nhân mà còn là nền tảng cho việc phụng sự tổ chức, giáo dục và đào tạo thế hệ trẻ, với lý tưởng vị tha và chí nguyện lớn lao.

Bối cảnh và ý nghĩa của tác phẩm "Du Già Bồ Tát Giới"

Tác phẩm "Du Già Bồ Tát Giới" của Hòa thượng Thích Tuệ Sỹ ra đời trong bối cảnh nhu cầu phục hưng tinh thần Bồ Tát Đạo giữa những biến động xã hội và sự suy giảm niềm tin trong thời đại hiện nay. Đây là một văn bản quan trọng, về lý luận Phật học mà còn hướng đến việc thực hành trong đời sống hàng ngày. Tác phẩm này mang giá trị triết học sâu sắc, mà còn là kim chỉ nam giúp cho hàng ngũ Huynh trưởng, đoàn sinh, và cả những người hành đạo nắm vững những nguyên lý thực tiễn để dẫn dắt tổ chức và con đường tu tập của mình.

Tác phẩm "Du Già Bồ Tát Giới" của Thầy Thích Tuệ Sỹ giới thiệu về lý thuyết Bồ Tát Đạo và còn nhấn mạnh tinh thần của Bồ Tát Hành – tức hành động thực tiễn của một người Bồ Tát. Hành động của một Bồ Tát đơn thuần là giúp đỡ người khác trong khổ đau, mà còn là sự tu dưỡng nội tâm, nhận thức về sự vô thường và tương tức của vạn vật. Bồ Tát là biểu tượng của lòng từ bi và là hiện thân của trí tuệ. Một Bồ Tát, theo lời giảng của Thầy, phải thấu triệt được bản chất của sự hiện hữu, để hành động mà không rơi vào những cạm bẫy của chấp trước.

Trong "Du Già Bồ Tát Giới," Thầy cũng chỉ rõ rằng lý tưởng Bồ Tát không những tồn tại trên lý thuyết, mà còn là sự sống động trong đời sống thực tiễn. Tinh thần này đặc biệt quan trọng với các Huynh trưởng GĐPT, những người có nhiệm vụ vừa tự tu dưỡng bản thân mà còn phải hướng dẫn, dìu dắt thế hệ trẻ trên con đường Phật pháp. Hành động cụ thể của một Bồ Tát là những việc làm nhỏ bé nhưng mang tính nhân văn sâu sắc, xuất phát từ lòng từ bi và trí tuệ, giúp xây dựng một cộng đồng Phật giáo mạnh mẽ và đoàn kết.

Tinh thần Bồ Tát Đạo và Bồ Tát Hành

Khi xét đến Bồ Tát Đạo, có thể hình dung ra một hành trình

dài đầy thử thách, nơi mà người hành Bồ Tát luôn phải đối diện với vô vàn trở ngại của thế giới biến đổi. Bồ Tát không tìm kiếm hạnh phúc cho riêng mình, mà nguyện cứu độ tất cả chúng sinh, ngay cả khi bản thân phải đối mặt với khổ đau. Tuy nhiên, lòng từ bi của một Bồ Tát không chỉ là sự thương xót mà còn phải đi kèm với trí tuệ. Hòa thượng Thích Tuệ Sỹ đã trích dẫn và giải thích rằng, Bồ Tát Hành là sự kết hợp của lòng từ bi vô điều kiện với nhận thức sâu sắc về bản chất của sự tồn tại.

Chính từ sự kết hợp giữa lòng từ bi và trí tuệ, Bồ Tát Hành được định nghĩa như một con đường mà người hành giả tập trung vào lý thuyết về giác ngộ mà còn thực sự bước vào cuộc đời, cứu độ chúng sinh thông qua hành động cụ thể. Một người Huynh trưởng GĐPT, khi bước chân vào con đường này, cần sự hiểu biết về tri thức Phật học, mà còn phải nhận thức rằng bản thân mình là người dẫn dắt thế hệ trẻ trên con đường đạo đức và tinh thần.

Bồ Tát Hành không dừng lại ở việc giúp đỡ người khác một cách bề ngoài, mà bao hàm cả việc tự giác ngộ và trưởng dưỡng trí tuệ. Người hành Bồ Tát phải luôn tinh tấn trên con đường tu tập, không ngừng rèn luyện chính mình, để từ đó có thể truyền dạy và giúp đỡ người khác một cách đúng đắn. Hành động của một Bồ Tát phải xuất phát từ nội tâm thanh tịnh, không vướng mắc vào danh lợi hay những toan tính cá nhân, mà hoàn toàn hướng về lợi ích của chúng sinh.

Giá trị của Bồ Tát Hành trong đời sống Huynh trưởng

Một trong những điều mà Hòa thượng Thích Tuệ Sỹ luôn khẳng định là việc Bồ Tát Hành phải được áp dụng một cách sâu sắc vào đời sống thường nhật. Trong vai trò của một Huynh trưởng, áp dụng Bồ Tát Hành có thể được hiểu là việc luôn hướng dẫn, dìu dắt đàn em bằng tâm từ bi và trí tuệ. Mỗi

Huynh trưởng cần phải xem việc giáo dục, rèn luyện thế hệ trẻ là trách nhiệm, mà còn là một cách để thực hành Bồ Tát Hành trong cuộc sống.

Huynh trưởng khi truyền đạt kiến thức Phật học, còn phải sống đúng với những giá trị mà mình giảng dạy, làm gương sáng cho các đoàn sinh. Việc tu dưỡng nội tâm, làm chủ cảm xúc, và phát triển trí tuệ là những bước cơ bản mà một người Huynh trưởng cần thực hành để có thể dẫn dắt người khác. Bằng cách đó, Bồ Tát Hành không còn là một khái niệm trừu tượng, mà trở thành lẽ sống, là hành động cụ thể trong từng bước đi của Huynh trưởng GĐPTVN.

Áp dụng Bồ Tát Hành vào đời sống GĐPT là cách mà mỗi Huynh trưởng có thể biến tổ chức thành một cộng đồng hòa hợp, nơi mà tất cả các thành viên đều cùng nhau hướng đến mục tiêu chung là giác ngộ và phụng sự. Trong bối cảnh hiện đại, khi nhiều giá trị truyền thống đang dần bị mai một, việc thực hành Bồ Tát Hành giúp giữ vững những giá trị cốt lõi của tổ chức GĐPT, từ đó tạo nên một nền tảng vững chắc cho thế hệ trẻ bước vào đời với lòng từ bi và trí tuệ.

Bồ Tát Hành và trách nhiệm giáo dục

Trong GĐPT, giáo dục là truyền đạt kiến thức, và giáo dục về tâm hồn, về đạo đức và lối sống. Huynh trưởng, khi áp dụng tinh thần Bồ Tát Hành, cần nhận ra rằng giáo dục không dừng lại ở sách vở hay bài học, mà chính là cách sống, cách ứng xử, và cách đối nhân xử thế hàng ngày. Một người Huynh trưởng tốt biết dẫn dắt đàn em bằng lời nói, còn phải làm gương sáng bằng chính hành động và tư tưởng của mình.

Tinh thần Bồ Tát Hành yêu cầu mỗi Huynh trưởng phải không ngừng học hỏi, không ngừng cải thiện bản thân, và không ngừng mở rộng lòng từ bi. Mỗi lần giúp đỡ một người khác, mỗi lần gánh vác trách nhiệm trong tổ chức, Huynh trưởng đang thực hành Bồ Tát Hành. Trách nhiệm giáo dục của người Huynh trưởng trong GĐPT là chuẩn bị cho thế hệ trẻ có kiến thức về Phật pháp, và giúp các em xây dựng một tấm lòng từ bi, một trái tim nhân ái và một trí tuệ sáng suốt.

Bằng cách truyền đạt lý thuyết mà còn là cách sống và thái độ trước cuộc đời, người Huynh trưởng sẽ giúp cho các đoàn sinh phát triển một cách toàn diện, trở thành những con người có ích cho xã hội, và đồng thời trở thành những hành giả Phật giáo thực thụ, với lòng từ bi và trí tuệ không ngừng trưởng dưỡng. Trong quá trình đó, người Huynh trưởng cũng tự trưởng thành, tự rèn luyện, để mỗi ngày mình cũng bước thêm một bước trên con đường Bồ Tát Hành.

Huynh trưởng và sự phụng sự xã hội: Một hình mẫu của Bồ Tát Hành

Bên cạnh trách nhiệm giáo dục, người Huynh trưởng còn có trách nhiệm phụng sự xã hội, đóng góp cho cộng đồng qua những hoạt động thiện nguyện và công ích. Đây là một trong những phương diện quan trọng của Bồ Tát Hành mà các Huynh trưởng cần phát huy. Những hoạt động này giúp ích cho xã hội mà còn là cách để người Huynh trưởng thể hiện lòng từ bi qua hành động thực tiễn. Những buổi sinh hoạt từ thiện, các chương trình giúp đỡ người nghèo, cứu trợ thiên tai... đều là những biểu hiện sống động của Bồ Tát Hành mà người Huynh trưởng có thể dẫn dắt các đoàn sinh thực hiện.

Bằng những hành động phụng sự ấy, người Huynh trưởng giúp đỡ người khác và tạo ra môi trường giáo dục thực tế cho các đoàn sinh, để các em học hỏi về lòng nhân ái, về trách nhiệm đối với cộng đồng, và đặc biệt là về cách thực hành Bồ Tát Hành trong đời sống. Hành động của người Huynh trưởng là sự cống hiến cho xã hội, là sự giáo dục về lòng từ bi cho thế hệ trẻ, để các em trưởng thành không chỉ về mặt kiến thức mà còn về mặt đạo đức và tinh thần.

Kết luận

Tinh thần Bồ Tát Hành mà Hòa thượng Thích Tuệ Sỹ truyền dạy qua "Du Già Bồ Tát Giới" là một nguồn cảm hứng vô cùng to lớn cho tất cả những ai đang trên hành trình tu tập. Đối với Huynh trưởng GĐPTVN, Bồ Tát Hành là lý tưởng cao đẹp, và là lẽ sống cần thiết trong việc phụng sự cộng đồng và phát triển bản thân. Mỗi Huynh trưởng khi bước vào đời sống phục vụ, hãy nhớ rằng, chúng ta là người hướng dẫn, là những người đang thực hành Bồ Tát Hành mỗi ngày, giúp đỡ bằng lời nói, mà bằng cả tấm lòng và hành động.

Sự trưởng thành và phát triển của GĐPT phụ thuộc vào lý thuyết giáo dục mà còn vào chính hành động của mỗi thành viên trong tổ chức. Người Huynh trưởng, với vai trò lãnh đạo và giáo dục, cần phải hiểu rằng, Bồ Tát Hành là phương thức tự hoàn thiện bản thân và còn là con đường để dẫn dắt thế hệ trẻ đến với những giá trị cao quý của Phật giáo. Bằng cách sống và hành động theo tinh thần Bồ Tát Hành, mỗi Huynh trưởng sẽ là tấm gương sáng để các đoàn sinh noi theo, và từ đó, tổ chức GĐPT sẽ không ngừng lớn mạnh, đóng góp cho sự phát triển của Phật giáo và xã hội.

Một thoáng phù du

NGUYÊN SIÊU

Thời gian cứ lặng lẽ trôi; trôi như con nước qua cầu. Con nước qua cầu, nước hòa tan vào biển lớn. Một thoáng phù du; phù du thành thiên thu vĩnh tận.

Nhớ mới ngày nào, Thầy cùng anh em có mặt trên Zoom họp bàn về công trình dịch thuật Đại Tạng Kinh, Thầy nói: "*Nền văn hóa giác ngộ của Phật giáo Việt Nam cũng là nền văn hóa giác ngộ của nhân loại trên thế giới. Một dân tộc Hùng Lực, Từ Bi và Trí Tuệ đã sản sinh ra bao nhiêu triều đại Phật giáo vàng son; đã nuôi lớn bao nhiêu Thiền sư, Tổ đức lỗi lạc trên tiến trình tu chứng. Vậy, chúng ta hôm nay không làm hổ thẹn, thất thố với cha ông, mà phải góp sức, góp phần công đức phiên dịch Đại Tạng Kinh, ước mong Đại Tạng Kinh này mang tính hàn lâm, một giá trị tốt, chất lượng cao như ước muốn.*" Lời nói đó, đến hôm nay vẫn còn nghe rõ mồn một trong tâm tư mỗi người, dù Thầy đã về với Phật, về nơi chốn bình an, tĩnh lặng, như nhiên, hay đang đồng hành với chúng con trong mọi Phật sự, như tâm nguyện của Thầy: "*Hư không hữu tận, ngã nguyện vô cùng.*"

Hạnh nguyện làm Bồ Tát trong mọi thời, mọi xứ, nếu Thầy là hạt nắng, thì sẽ là hạt nắng to và rực rỡ nhất; nếu Thầy là hạt mưa, thì sẽ là hạt mưa lớn và tươi mát nhất; nếu Thầy là hạt bụi, thì sẽ là hạt bụi mềm mại nhất để lót chân người đi cho êm ả; và nếu là hạt sương, thì sẽ là hạt sương long lanh nhất của một sớm mai an lành trên đầu ngọn cỏ. Lời Thầy còn đó, còn như lời của bậc Xuất Trần Thượng Sĩ, bậc đi trên và đi trước, như ánh sáng tinh cầu trong đêm đen mờ mịt:

"*Xưa kia, khi vua chúa bắt sư tăng cúi đầu nhận tước lộc của triều đình để làm tôi tớ cho vương hầu, chư Tổ đã sẵn sàng đặt đầu mình trước gươm bén để giữ vững khí tiết của người xuất gia, bước theo dấu chân vô úy, vô cầu của các bậc Thánh đệ tử, được gói gọn trong thanh quy: Sa môn bất bái vương giả.*"

Một thoáng phù du, như một gang tay dài thời gian mà chúng con đã đo từ thuở nọ cho đến hôm nay, thấy vẫn không dài hơn hay ngắn hơn, mà dường như từ thuở hôm nào, tất cả chúng con đều giữ tròn trách nhiệm, bổn phận của mỗi người; nhờ vậy mà lần ấn hành Thanh Văn Tạng đợt hai này sẽ kịp vào ngày Tiểu Tường của Thầy, để Thầy vui. Công sức của quý Thầy Cô trong Ủy Ban phiên dịch Đại Tạng, cũng như chư vị thức giả cư sĩ đã làm việc rất chân thành, tích cực trong tâm nguyện phụng sự không hề mỏi mệt. Không nói, chắc Thầy cũng đã biết, còn biết rõ hơn người hiện tiền. Sự biết rõ này chính là một thời Thầy đã tích tập, huân tu vô công dụng hạnh, hay trí vô quái ngại mà giờ này Thầy thể đạt được tự tánh an nhiên trong dòng chảy "*viễn ly điên đảo, mộng tưởng cứu cánh Niết bàn.*"

Ngày lễ Tiểu Tường của Thầy sẽ được tổ chức trang nghiêm bằng tất cả tấm lòng phụng hiến kính dâng. Một bát cơm Hương Tích, một chén trà Tào Khê của tất cả mọi người có mặt hôm đó. Một nén hương ngũ phần giải thoát, một cái lạy ngũ thể đầu địa, kính trọng đong đầy giá trị của chính nó. Của chính nó, như bài thơ "*Bóng Cha Già*" của Thầy:

"*Mười lăm năm một bước đường*
Đau lòng lữ thứ đoạn trường cha ơi
Đêm dài tưởng tượng cha ngồi
Gối cao tóc trắng rã rời thân con

...

Tàn canh mộng đổ vô thường
Bơ vơ quán trọ khói hương đọa đày."

Mấy chục năm rồi, chứ không phải chỉ là mười lăm năm, Thầy-trò bao người cùng chung làm việc, khi thì ở trên đồi Trại Thủy, tháp sắt Phật học viện Hải Đức Nha Trang, lúc ở dưới tòa Kim Thân Phật Tổ hóng gió biển chiều về, lúc thì nơi lớp học Già Lam, ân tình khuya sớm Thầy-trò như dưa muối đìu hiu; khi thì nơi thư viện Vạn Hạnh—phân khoa khoa học ứng dụng, thức trắng đêm mà gõ, mà đọc... Kể cả từ nơi bệnh viện Nhật Bổn xa xôi, cũng điện đàm thăm hỏi, hay bây giờ đau yếu, Thầy nằm trên giường bệnh mà vẫn luôn nhắn nhủ, khuyến khích quý Thầy Cô, Phật tử hãy gắng làm việc phiên dịch Đại Tạng. Gắng làm để đền ơn chư Phật, để đóng góp cho nền văn hóa Việt nước nhà thêm giàu đẹp. Gắng làm để tiếp nối công trình còn dang dở của cha ông. Nếu không như vậy, thì một thoáng phù du như "*Tàn canh mộng đổ vô thường.*" Cuối cùng rồi cũng chỉ là "Bơ vơ quán trọ." Nhưng khói hương của lễ Tiểu Tường hôm nay không là đọa đày mà kết thành một đóa tường vân để cúng dường "*Bồ Tát bất vong bản thệ, bất thối nguyện lực.*" Trong cõi hà sa này. Hình ảnh của buổi lễ Tiểu Tường của Thầy hôm nay, ai cũng nghĩ đến, từ các vị thân hữu thức giả, thi văn, cho đến các thế hệ người hậu học mà có thọ ân dạy dỗ của Thầy, thì đều hướng lòng về mà khuynh tâm đảnh lễ để sống lại trong ý vị thi ca viễn mộng; để sống lại trong ý vị thiền học cao siêu; để sống lại trong ý vị Phật Pháp mầu nhiệm, để sống lại trong ý thức minh tướng hạo nhiên của chính người.

Một thoáng phù du, như là một chập thời gian ngắn ngủi. Một cái thoáng qua rồi vụt tắt. Một cái mà con người không thể nắm bắt được, không thể lưu giữ được để khắc thành bia đá ngàn năm trên đỉnh núi Tuyết mà kỷ niệm. Nhưng có hay đâu rằng, một hạt bụi nhỏ rơi vào mắt thì xốn. Một đốm lửa nhỏ đốt cháy cả núi Tu Di. Một "Chú Sỹ" nhỏ giờ đây như là "Đại Sĩ," như tiếng hồng chung ngân dài bất tận, vượt thời gian, không gian, vượt luôn ý niệm của lòng người đến cõi vô biên tế. Chỉ là một thoáng phù du mà ngàn năm chưa dễ đã ai quên.

Một thoáng phù du chợt lóe lên trong tâm ý của Thầy; trong tâm hồn thi ca tuyệt tác, diệu vợi, phiêu diêu, phất phơ với ánh trăng ngàn, để thấy lại chính mình giờ như độc hành kỳ đạo; giờ như độc ảnh trong góc phòng rong rêu ẩm mốc; hay chỉ có riêng mình trong "*Biệt Cấm Phòng.*"

"Ngã cư không xứ nhất trùng thiên
Ngã giới hư vô chân cá thiền
Vô vật, vô nhơn, vô thậm sự
Tọa quan thiên nữ tán hoa miên."

Kỷ niệm ngày lễ Tiểu Tường của Thầy để ôn lại hành trạng, sự nghiệp của Thầy, một thời hy hiến hết mình cho nhân loại, cho dân tộc, quê hương. Hy hiến từng trang chữ nghĩa thâm trầm, kỳ tuyệt như lời tựa của Tô Đông Pha: "Những thảm họa lịch sử, vì những tham vọng cuồng dại si ngốc của con người, càng lúc càng đổ dồn lên cuộc lữ. Thi đã đổi cách điệu trở thành những âm vang thống thiết của Ly Tao Kinh. Cuộc lữ trở thành cuộc đày ải; thi cũng trở thành ẩn tình hoài vọng Quê hương; hoài vọng những phương trời viễn mộng của Quê hương."

Như lời tựa Thắng Man Giảng Luận:

"Bản kinh Thắng Man này được dịch và giải vào một thời điểm mà dấu ấn của nó mãi mãi không phai mờ trong tâm trí của những chứng nhân lịch sử... Từ đó cho đến nay, một, hoặc nhiều thế hệ đã ra đi, biến mất trong bóng tối của đêm dài sinh tử; nhiều thế hệ mới ra đời. Phôi bào trong Như Lai Tạng vẫn liên tục kết rồi rã, thành rồi hoại: Dòng tương tục vẫn tiếp nối không ngừng:

"Năm tháng vẫn như nụ cười trong mộng."

Nhất tâm đảnh lễ Giác Linh Thầy luôn sát cánh với chúng con, những người pháp lữ, học trò, thiện hữu tri thức, Phật tử... để hoàn thành mọi Phật sự như tâm nguyện Thầy để lại.

San Diego, California
ngày 06 tháng 10 năm 2024

Chùa Phật Đà
Khể thủ
Con,
Nguyên Siêu

"Ta về một cõi tâm không
Vẫn nghe quá khứ ngập trong nắng tàn"
— Thiên Lý Độc Hành

Nhớ Thầy

THÍCH NGUYÊN HIỀN

Suốt một năm qua, kể từ ngày Thầy viên tịch, con không viết thêm một bài, thậm chí một câu gì về Thầy nữa.

Nhiều người viết về Thầy, hay cả khi họ viết về họ, họ cũng gắn tên Thầy vào như một thứ trang sức. Ngay cả những bài con viết về Thầy trước đó, hàng trăm trang sách đã được Thầy đọc, sửa và ý kiến, con dự định đăng tải lên từ từ cho mọi người cùng đọc, con cũng không còn muốn đăng nữa. Con để dành cho riêng con. Không phải con ích kỷ. Chỉ là cái nhìn của con, chưa chắc là cái nhìn của người khác, nên thôi.

Kính lạy Giác linh Thầy!

Thầy đã ra đi như thế. Thầy có trở lại như thế không?

Con nhớ năm 2012, Thầy ghé chùa thăm con. Thầy bảo: "Ông cố gắng học đi, bữa sau tôi chết tôi tái sanh lại, ông dạy cho tôi". Con không biết Thầy đã tái sanh lại ở đâu chưa? Nếu có, con tin rằng Thầy sẽ tiếp tục công trình phiên dịch Tam Tạng mà Thầy đã làm. Nếu có, chỉ chưa đầy 20 năm nữa thôi, chúng con lại được tiếp tục học Thầy. Chúng con sẽ được tiếp tục học Thầy nhiều đời nhiều kiếp nữa.

Hồi Thầy mới ra tù, Thầy và Thầy Lê Mạnh Thát đến thăm Huệ Quang. Ở cái tuổi tam thập nhi lập, con vui mừng rằng Phật giáo Việt Nam đã có người gánh vác sứ mệnh. Có lần con chở Thầy đi khám răng bằng chiếc xe máy trên đường Âu Cơ, Tân Bình. Thầy trò chạy lên chạy xuống mà vẫn không tìm được địa chỉ phòng khám mà người ta giới thiệu. Thầy ngồi sau kể con nghe đủ thứ chuyện trên đời. Chuyện mà con nhớ nhất là chuyện ông Bùi Giáng. Thầy nói có lần Thầy khen ông Bùi Giáng "gánh hết nửa bồ chữ trong thiên hạ". Khen đến thế mà cũng bị Bùi Giáng giận: "Ông Tuệ Sỹ chê tôi chỉ biết Đông mà không biết Tây", hì hì!

Hồi Sư Ông Làng Mai về Già Lam thăm, Thầy đóng cửa nhập thất, ai cũng bảo Thầy không muốn tiếp và có ý trách móc. Khi sự cố Bát Nhã xảy ra, Thầy gọi bảo con thu thập hết tư liệu liên quan Bát Nhã đem xuống để Thầy xem và nhờ người giúp. Thầy bảo "đừng nói với ai, việc mình làm không cần người biết".

Hồi đám tang Hoà Thượng Trí Quang, đến giờ con cũng chưa hiểu vì sao Thầy gọi con xuống Sài Gòn để cùng đi với Thầy. Ra Huế, mấy Thầy trò kéo ra sân bay đón Thầy Thát ra sau. Con chưa bao giờ thấy Thầy đi đón ai như đi đón Thầy Thát, hết sức đặc biệt. Hôm ấy ở Giác Linh đường chùa Từ Đàm, Thầy để Thầy Thát đi trước, Thầy đi sau, nhiễu kim quan Cố Trưởng Lão. Hình ảnh đó thật là ấn tượng.

Trong tập sách "Hạc Gầy Đỉnh Tuyết" con viết, Thầy đọc rất kỹ rồi gạch đỏ đoạn con viết về một chuyện thật rành rành liên quan đến người khác. Thầy bảo: "Không nên đụng chạm đến người khác".

Đó! Có thể kể ra hàng trăm kỷ niệm Thầy trò như thế, làm sao con kể hết. Cứ mỗi lần được gặp Thầy, con được học biết bao nhiêu điều. Thầy từ bi, bao dung, quý trọng mọi người, từ bác xe ôm đến cậu bé Thầy gặp bên đường thiên lý độc hành, Thầy đều dụng tâm độ người. Thầy nhìn mọi sự việc một cách thơ mộng, dễ thương và trọng thị. Có những việc ghê gớm, qua ánh nhìn của Thầy đều bừng sáng lên ý nghĩa nhân sinh. Có thể nói, được gần gũi bậc đức hạnh là diễm phúc lớn nhất trong cuộc đời.

Thế rồi Thầy đi. Thầy đi. Con nghẹn lời. Câm nín.

"Thiên giang hữu thuỷ thiên giang nguyệt
Vạn lý vô vân vạn lý thiên"
(Trần Thái Tông)

Ngàn sông ngàn nước ngàn trăng hiện
Muôn dặm không mây mấy dặm trời.

Bất cứ khi nào con buồn, con phiền não, nhớ đến Thầy, mọi thứ được nguôi ngoai.

Thầy ơi!

Ai hỏi con về Thầy, con chẳng muốn trả lời. Con không đủ ngôn từ và ý tưởng để nói về Thầy. Hôm qua dạy bài thơ Đường "Tầm Ẩn Giả Bất Ngộ" của Giả Đảo ở Huệ Quang, con đã giấu học trò cảm xúc của mình khi nhớ Thầy:

松下問童子

言師採藥去

只在此山中

雲深不見處

(Tùng hạ vấn đồng tử
Ngôn Sư thái dược khứ
Chỉ tại thử sơn trung
Vân thâm bất kiến xứ)

(Dưới cây hỏi chú tiểu đồng
Rằng Sư hái thuốc trên rừng quanh đây
Không xa, chỉ ở non này
Mây cao chừ biết dấu hài nơi mô)

Cảnh giới của Thầy, con biết, không xa. Nhưng mây dày quá, trong cánh rừng này, làm sao tìm được!

Ngày huý nhật 1 năm của Thầy (12/10 âm lịch), con chỉ viết vài dòng, dâng lên đảnh lễ Giác linh Thầy. Ngưỡng mong Thầy soi sáng.

Quý Thu năm Giáp Thìn

*Đệ tử **Thích Nguyên Hiền** khể thủ.*

Tư tưởng Long Thọ trùng phùng trên nẻo đường quê hương

TÂM NHÃN

(TƯỞNG NIỆM ÂN SƯ THÍCH TUỆ SỸ)

Thầy sinh ra và lớn lên tại thành phố Paksé, tỉnh Champasak, Lào; năm chín tuổi được phụ mẫu gửi vào ngôi chùa làng gần nhà (chùa Trang Nghiêm) hành điệu. Thiên bẩm thông minh, học đâu nhớ đó, điều này khiến cho thân mẫu lo sợ, liên tưởng tới thần đồng Hạng Thác (項橐, thần đồng cổ đại Trung Quốc, sống ở nước Cử 莒国, thời Xuân Thu 春秋) mạng yểu mất sớm, bèn bảo người cha nên cho thầy uống mực Tàu để "tối dạ" bớt đi. May sao thân phụ của thầy không làm. Câu chuyện được thầy kể cho tôi nghe trong những năm thầy an cư tại Nha Trang. Ngẫm lại, nếu nhỡ Nghiêm đường cho thầy uống mực Tàu thì phải cần số lượng bao nhiêu để cho thầy "tối dạ", và có thay đổi được bẩm tính triết gia hay tư chất đại sư "Long Thọ" trong con người thầy hay không?

"*Ai biết mình tóc trắng,*
Vì yêu ngọn nến tàn,
Rừng khuya bên bếp lạnh,
Ngồi đợi gió sang canh."

Thầy làm thơ nhiều nhưng tôi thích nhất bốn câu thơ này. Bài thơ ra đời giữa núi rừng Vạn giã vào năm 1975. Tôi hồi tưởng, thuở ấy, một nhà tu dáng vóc gầy gò, đơn phương nặng lòng với tình yêu dân tộc, ngồi thả hồn nơi rừng khuya cô tịch, nhìn ánh sao mai xa xăm, tự biết: "*Lúc vị ngộ, hối tàng nơi bồng tất; hiêu hiêu nhiên điếu Vị, canh Sằn.*"

Ba mươi chín năm sau, núi rừng Vạn giã qua bao mùa thay lá, năm 2014, thầy lại về đây, nơi ngôi cổ tự Linh Sơn, an cư cấm túc 3 tháng mùa Hạ. Hạ năm ấy, thầy đã giảng cho các học trò: Tôi, Nguyên An, Đạo Luận nghe về triết học Trung quán.

Chung cục lịch sử một đời người, thầy ra đi không lặng lẽ, thầy cống hiến gì cho dân tộc sử đã ghi, thầy đã làm gì cho Phật giáo, tất cả đều biết. Song, để quá khứ trở thành vĩnh cửu trong hoài niệm là điều tôi luôn cưỡng lại, nên muốn viết gì đó trước khi mọi thứ tan biến như sương mai theo thời gian.

TRIẾT HỌC TRUNG QUÁN VÀ "BÁT BẤT""

1. Sự ra đời của triết học Trung quán:

Triết học Trung quán là chỉ cho giáo nghĩa "Trung đạo" nằm trong luận thư Trung luận do Long Thọ trước tác, học thuyết này ra đời trong giai đoạn từ năm 100 đến 250 sau Tây lịch; thời kỳ miền Đông nam Ấn-độ thuộc khu vực phát triển của Đại chúng bộ, hướng Tây bắc là vùng thịnh hành của Thượng tọa bộ. Thượng tọa bộ câu nệ bảo thủ, Đại chúng bộ hoạt bát, tiến thủ. Phương Nam trọng lý tính, xem nhẹ sự tướng nhân quả Duyên khởi. Phương Bắc hoàn thành bộ luận *Đại tỳ-bà-sa*, nội dung cực đoan thật Hữu. Nam chấp Không, Bắc chấp Có. Hình thành nhiều phái đối lập gay gắt, một thời kỳ như thiếu vận may cho Phật giáo. Đến khi Long Thọ xuất hiện, Phật giáo chính thức rẽ sang một hướng mới, tổng hợp Nam-Bắc, Không-Hữu, Tánh-Tướng, Đại-Tiểu, kiến lập Phật giáo Trung đạo, xây dựng nền tảng Đại thừa tánh Không. Long Thọ viết *Trung luận* gồm 27 chương (phẩm), được trích lục từ *Vô úy luận* (mười vạn bài kệ) cũng do ngài trước tác; đề xướng Duyên khởi, Không, Trung đạo, lấy Trung đạo lìa nhị biên làm tông yếu.

[中觀今論, Y09, no. 9, p. 13a3.]

Trong *Trung luận* [中論卷1, T30, no. 1564, p. 1b14], bài kệ đầu tiên của phẩm Quán nhân duyên nói:

Bất sinh diệc bất diệt,
Bất thường diệc bất đoạn,
Bất nhất diệc bất dị,
Bất lai diệc bất xuất.
Năng thuyết thị Nhân duyên,
Thiện diệt chư hý luận,
Ngã khể thủ lễ Phật,
Chư thuyết trung đệ nhất.

Tám sự phủ định (bát bất) trên chính là lý Duyên khởi (*pratītya-samutpāda*), cũng là thuyết Trung đạo (*madhyamā-pratipad*). Trung đạo là không rơi vào nhị biên (antadvaya), là bên tà hay quá cực đoan. Đây là nguyên tắc chuẩn mực mà hàng đệ tử của Phật đều phải tuân thủ hợp nhất cả tri kiến và hành động. Như trong kinh Câu-lâu-sấu vô tránh, Phật dạy:

"Đừng nên quá đắm nhiễm dục lạc (莫求欲樂, *nakāmasukham anuyuñjeyya)* là nghiệp vô cùng hèn hạ (極下賤業, *hīnaṃ gammaṃ)...*
Cũng đừng mong cầu tự thân khổ hành, rất khổ, không phải Thánh hạnh, không liên hệ đến mục đích (無義相應, *anatthasamhita).*
Xa lìa hai cực đoan này thì có Trung đạo *(Ete te ubho ante anupagamma majjhimā paṭipadā).*"
[中阿含經卷43, T01, no. 26, p. 701].

Nghĩa là tu tập không nên tinh tấn quá mức mà khiến tâm loạn động; ngược lại không tinh tấn thì tâm buông lung, giải đãi. Điều hòa cả hai thái cực chính là lý Trung đạo.

Và vì sao *Trung luận* của Long Thọ lại được gọi là triết học

Trung quán? Bởi vì tông chỉ của tác phẩm *Trung luận* là y cứ kinh điển luận giải, ngoài trọng tâm phân tích nghĩa lý sâu xa, *Trung luận* còn dạy về "thực hành pháp quán", lấy chỉ và quán làm chủ đích. Trong 27 phẩm của *Trung luận*, mỗi phẩm đều gọi là "quán", như phẩm Quán nhân duyên cho đến phẩm Quán tà kiến v.v... Quán tức quán sát, quán một cách chính xác về lý Duyên khởi, Không, Trung đạo. Từ quán xét luận chứng mà đạt đến hiện quán thể chứng. Vì thế đời sau đều gọi học thuyết của Long Thọ là phái Trung quán, tông Trung quán và các học giả Trung quán là tông sư Trung quán. [空之探究, p. 209a7. 中觀今論, p. 3a11.]

2. Thầy Tuệ Sỹ luận giảng "Bát bất":

Mùa an cư năm ấy (2014), trong tịnh thất ở chùa Linh Sơn, lần đầu tiên tôi bị lôi cuốn bởi nguồn triết học uyên áo này. Thầy Tuệ Sỹ giảng lại bài kệ đầu tiên trong *Trung luận*. Bản Trung luận hiện lưu trong tạng Đại chánh là Trung luận (*Mūlamadhyamaka-kārikā*) kệ tụng và giải thích, do Thanh mục (*Piṅgalanetra*) chú giải, Hán dịch bởi Cưu-ma-la-thập (*Kumārajīva*). Kệ tụng đầu tiên trong bản Hán:

不生亦不滅,
不常亦不斷,
不一亦不異,
不來亦不出.
能說是因緣,
善滅諸戲論,
我稽首禮佛,
諸說中第一.

Dịch âm:
Bất sinh diệc bất diệt,

Bất thường diệc bất đoạn,
Bất nhất diệc bất dị,
Bất lai diệc bất xuất.
Năng thuyết thị Nhân duyên,
Thiện diệt chư hý luận,
Ngã khể thủ lễ Phật,
Chư thuyết trung đệ nhất.

Tạm dịch:
Không sinh cũng không diệt,
Không thường cũng không đoạn,
Không một cũng không khác,
Không đến cũng không đi.
Đây là pháp Nhân duyên,
Diệt trừ các hý luận.
Cúi đầu lễ chư Phật,
Thuyết Nhân duyên cao nhất.

Thầy nói rằng, không hiểu sao Cưu-ma-la-thập khi dịch sang Hán đã đảo văn, khác với nghĩa gốc bản Phạn, có thể ông cố tình dịch vậy cho người Trung Hoa dễ hiểu, hay ông không hiểu lý Duyên khởi của Long Thọ, đã làm đảo lộn cả nền triết học Trung quán.

Trong Phạn bản văn nghĩa như sau:
anirodham anutpādam anucchedam aśāśvataṃ | anekārtham
anānārtham anāgamam anirgamaṃ ||
yaḥ pratītyasamutpādaṃ prapañcopaśamaṃ śivaṃ |
deśayāmāsa saṃbuddhas taṃ vande vadatāṃ varaṃ ||

Việt dịch:
Kính lễ đức Chánh đẳng giác, đệ nhất trong các vị thuyết giáo;
Ngài đã thuyết Duyên khởi, sự tịch tĩnh của hý luận, chí phước,
Bất diệt, bất khởi, bất đoạn, bất thường,
Bất nhất (không nhất thể), bất dị (không đa thù), bất lai (không hiện

đến), bất xuất (không bỏ đi).

2.1. Đầu tiên thảo luận về vế "Bất diệt, bất khởi" (anirodham anutpādam).

Bắt đầu câu chuyện, thầy lấy ví dụ cái vòng hào quang sau lưng tượng Phật. Thông thường khi có dòng điện truyền dẫn, chúng ta thấy có vô số ánh hào quang phóng ra, tạo thành một vòng tròn tỏa sáng liên tục và khép kín. Kỳ thật, các bóng đèn được xếp theo vòng tròn, ánh sáng của bóng đèn trước tắt, bóng sau sáng, với nguyên tắc, ánh sáng trước "diệt", ánh sáng sau "khởi", tự nó đã tạo ra cái vòng tròn không có khởi điểm, không có khởi đầu, đây chính là triết lý một cái vòng tròn vô tận, không phải một đường thẳng. Và nên biết, ánh sáng của bóng đèn trước tắt là tắt vĩnh viễn, không bao giờ trở lại; ánh sáng của lần thứ hai không phải ánh sáng trước. Ánh sáng lần thứ hai do dòng điện khác truyền vào, khiến chúng ta thấy có ánh sáng trở lại, sinh rồi diệt cứ như vậy vô tận nhưng thật sự cái nào diệt là diệt luôn. Bởi vì, thường một pháp có hai tính chất, hay có hai khía cạnh là "Hữu vi" và "Vô vi". Một tính chất đứng trên phương diện hiện tượng, khi diệt chìm xuống rồi lại khởi lên, diệt rồi sinh, sinh rồi lại diệt đó pháp vô thường, "Hữu vi". Một tính chất khác, diệt là diệt luôn, trở về bản thể Niết-bàn, thường tịch vắng lặng là pháp "Vô vi". Duyên khởi mà Long Thọ muốn nói chính là Niết-bàn tịch diệt, "Không diệt, không khởi". Bản tính của Duyên khởi là chỉ cho hai mặt, thứ nhất nói về phương diện Thế tục là có diệt có sinh như chúng ta thường thấy, có quan hệ duyên sinh duyên khởi, cái này có cái kia có. Nhưng mặt khác bản chất của Duyên khởi là Niết-bàn là "Bất diệt anirodham".

Luận về "Bất khởi – *anutpādam*". Trong văn Hán dịch là "bất sinh 不生". Nếu dịch sát nghĩa Phạn: *anutpādam*, là bất khởi. Âm "a" phủ định, do đứng trước nguyên âm "u" nên thêm chữ "n" sau "a". Chữ "*utpādam*", dịch là khởi lên, hoàn toàn khác nghĩa với từ "sinh 生" trong Hán văn. Sinh có nghĩa từ một sự vật sinh ra một cái khác đồng loại với nó, như mẹ sinh con; còn chữ "*utpādam*" là khởi, khởi là thế nào? Từ ngàn xưa, theo truyền thống tư duy Ấn-độ, hoặc đối với giáo nghĩa Nguyên thủy, Tiểu thừa, hay hệ thống Bát-nhã đều nhất quán: Tất cả các pháp tồn tại là "Pháp tánh như thị 法性如是", tức trong tự tánh Niết-bàn là vắng lặng, tịch diệt như mặt hồ tĩnh lặng không có gió. Bỗng nhiên, có ngọn gió thổi đến khiến ba đào sóng dậy. Nhìn từ bản chất tự tính của vũ trụ là tịch tịnh Niết-bàn, rồi do vô minh vọng động, ngọn gió của phiền não nghiệp thổi qua gây ra làn sóng thiên hình vạn trạng. Nhưng dù ngọn sóng nổi lên 10 thước hay 100 thước thì nước vẫn là nước, tính nước không khởi, và cũng không thêm không bớt, thành ra sóng khởi lên chứ tính nước không khởi. Do đó nước khởi sóng mà nước vẫn tĩnh lặng, triết lý "bất khởi" là vậy, cho nên chữ "khởi" khác với chữ "sinh".

Với nguyên lý triết học này, nếu Cưu-ma-la-thập dịch "bất sinh diệc bất diệt" (không sinh cũng không diệt) tức đặt sinh trước rồi diệt sau là có điểm khởi đầu và kết thúc, tạo thành một đường thẳng. Nhưng nói "bất diệt" trước mới đến "bất sinh (khởi)", đặt cái bất diệt trước để chỉ cái vô tận, không có khởi đầu, không có khởi điểm.

2.2. "Bất đoạn, bất thường" (anucchedam aśāśvataṃ).

Trở lại hình ảnh con sóng, lúc lên lúc xuống, diệt rồi khởi, trên mặt hiện tượng lúc có gió khởi sóng, lúc không có gió yên lặng, lúc có, lúc không, nghĩa là có lúc bị cắt đứt đoạn tận (*śāśvata*, 斷), có lúc tiếp nối thường hằng (*śāśvata*, 常); hay dòng nước ấy có khi thành sóng, có khi thành lũ lụt, biến thiên nhiều thứ tác hại nhưng tính nước không thay đổi. Như vậy, về mặt Tục đế thì có diệt, có khởi, có đoạn, có thường, nhưng về

Chân đế thì bất diệt, bất khởi, bất đoạn, bất thường. Cho nên Long Thọ (Nāgārjuna) phát biểu trong Trung luận (4, T30n1564, p. 32c16):

"Chư Phật y trên nhị đế để thuyết pháp cho chúng sanh; một là Thế tục đế, hai là Đệ nhất nghĩa đế (*Dve satye samupāśritya buddhānāṃ Dharma-deśanā, Lokasaṃvṛt satyam ca satyaṃ ca paramārthataḥ*). Nếu chúng ta không biết phân biệt hai đế này thì đối với pháp Phật sâu xa không thể biết được ý nghĩa chân thật (*Ye "na yor navijānanti vibhāgaṃ satyayor dvayoḥ, Te tattvaṃ na vijānanti gambhīraṃ buddhaśāsane*).

Thế Tục đế là đối với các pháp đều là tính "Không" mà người thế gian điên đảo, đối với các pháp sinh khởi hư vọng cho là thật. Các bậc Thánh nhân nhận chân các pháp là "Không", không sinh điên đảo, đó là Đệ nhất nghĩa đế.

Và "Pháp mà do nhiều duyên sanh ra, tôi (Long Thọ) gọi nó là tánh Không, cũng gọi là giả danh, cũng chính là Trung đạo." (*Yaḥ pratītyasamutpādaḥ śūnyatāṃ tāṃ pracakṣmahe, sā prajñaptir upādāya pratipat saiva madhyamā*)." (Trung luận 4, p. 33b10).

2.3. "Bất nhất, bất dị" (anekārtham anānārtham)

"Nhất" và "dị", "một" và "khác", "đồng nhất" và "dị biệt" (đa thù) là nguyên tắc khái niệm, nhận thức về một điều gì đó. Ví dụ, chúng ta nhìn vào một đàn bò đứng gặm cỏ ở đồng nội, nào là bò vàng, bò sữa, bò đốm, bò nâu v.v... Theo lý Duyên khởi, trong đàn bò có sự dị biệt là mỗi con mỗi màu, con bò này của ông A, con bò kia của ông B, nhưng trên nguyên tắc đồng nhất chỉ cần một con có thể biết những con khác là bò, không phải là trâu. Hoặc một người khi làm diễn viên có thể thủ nhiều vai diễn, có lúc làm vua, có khi làm tướng cướp, lúc làm thường dân, nhưng chỉ có một người mà thôi. Thêm một ví dụ khác, có câu chuyện người cha dạy đứa con viết chữ nhất (一) trên vở, sau đó đi ra phố, người cha chỉ lên bảng hiệu của một nhà hàng người Hoa, có chữ nhất viết rất to, ông hỏi đó là chữ gì? "Chữ đó bố chưa dạy con". Ông cha la, bố mới dạy con đó! Đứa con trả lời, chữ nhất con học nhỏ xíu, còn chữ kia to vậy sao là chữ nhất được?! Đứng về "Sự" thì chữ "nhất" trong vở và chữ "nhất" ngoài bảng hiệu hai chữ khác nhau, có lớn có nhỏ nhưng về "Lý" thì chỉ có một.

Do đó, muốn nhận thức được thế giới xung quanh chúng ta là gì thì không thể thiếu tư duy đồng nhất. Đồng thời, "nhất" (một) và dị (khác) là hai cái khung của khái niệm nhận thức, nếu chúng ta bỏ cái nhất và dị đi thì không thể nhận thức thế giới xung quanh hay vật trước mắt chúng ta nó là cái gì. Nói cách khác, thế giới hiện tượng (Sự) có thiên hình vạn trạng, đa thù nhưng "phi đa thù" (bất dị, *anānārtham*) vì bản thể (Lý) chỉ là một. Và trong cái đồng nhất, lại có chủng chủng sai biệt (*nānā*), vì các pháp hữu vi không bao giờ tồn tại độc lập, phải có cái khác nên "phi nhất thể" (bất nhất, *anekārtham*). Sự mâu thuẫn biện chứng giữa "Lý" và "Sự" được lý Duyên khởi giải quyết, quán chiếu hợp nhất vừa bản thể vừa hiện tượng, tức "Bất nhất, bất dị". Triết lý trong kinh Hoa nghiêm gọi là "Lý Sự vô ngại" chính y cứ trên cơ sở của triết học Trung quán này.

2.4. "Bất lai, bất xuất" (anāgamam anirgamaṃ)

Āgama, nghĩa là đến (lai 來); nirgama dịch là xuất đi, tách rời (xuất 出). Ở trên, "Bất nhất, bất dị" là mặt nhận thức luận về thế giới; cặp tiếp theo "Bất lai, bất xuất (không đến, không đi)" là nói về hiện tượng luận. Long Thọ đưa ra nguyên tắc này là phá đổ lý thuyết thế giới vũ trụ do Thượng đế sinh ra. Trong thế giới xung quanh chúng ta không có vật nào sinh ra vật nào. Một cái nhà xuất hiện không phải từ gỗ, hay gạch đá sinh ra; hỏi rằng trước khi có cái nhà nó từ đâu xuất hiện. Trả lời, nó xuất hiện từ gỗ không đúng, hay nói nó không xuất hiện từ gỗ cũng không đúng. Nó chỉ đủ duyên xuất hiện, cái này có cái kia có, cho nên nói nó không đến không đi. Vũ trụ vạn vật có diệt-sinh, đoạn-thường, một-khác, đến-đi nhưng lý Duyên khởi là bất diệt-bất khởi (sinh), bất đoạn-bất thường, không một-không khác, không đến-không đi, hiểu như vậy là trở về với bản thể Niết-bàn. Thành ra "Bát bất" (8 cái phủ định) trở thành "vòng tròn" hệ thống mắt xích, không có cái nào lọt ra khỏi "vòng tròn" triết lý này được. Một vòng tròn đi hết điểm này sẽ trở về điểm đầu, và không có điểm khởi đầu cũng không có điểm kết thúc.

Một vòng tròn khép kín theo triết học Trung quán, thì câu chuyện của thầy trò cũng vậy, không có hồi kết ở đây.

3. Dòng tưởng niệm chưa hồi kết:

Câu chuyện thuật lại không phải:
"Lời quê chắp nhặt dông dài;
Mua vui cũng được một vài trống canh."

Đọc để thưởng lãm thì không có gì để luận bàn. Giáo nghĩa trên là một thang thuốc mang hoạt tính cực mạnh và liều lượng khá cao, cơ địa yếu ớt khó có khả năng dung nạp.

T.R.V. Murti là một nhà tư tưởng lớn thấm nhuần cả hai nền triết học phương Tây và phương Đông, ông đã kêu gọi thế giới quay về đời sống tâm linh phương Đông, đặc biệt là Trung quán, xem như đó là lối thoát cuối cùng và duy nhất cho nhân loại.

Châu âu, ngày 9 tháng 10 năm 2024
(mùng 7 tháng 9, Giáp thìn).
Tâm Nhãn

Di Nguyện Của Ân Sư

TÂM NHÃN

Lúc tôi mới rời quê hương một tháng, ngày 17 tháng 12 năm 2022, thầy Tuệ Sỹ email, bảo tôi viết "Lời bạt" và "Lời giới thiệu" về phái Hóa địa bộ, mục đích bổ túc cho bộ luật Ngũ phần, xếp vào Thanh văn tạng. Thầy hỏi thêm, tôi đang ở đâu, mong chờ tôi hồi hương.

Sau một thời gian ngắn thu thập tài liệu, tôi bắt đầu viết liên tục từ ngày mùng một Tết đến ngày mùng mười (năm 2023) là hoàn thành, rồi gửi về cho thầy hiệu chính. Mùa xuân đầu tiên nơi đất khách quê người, lặng lẽ không đào, không mai, không khách lai vãng..., tận hưởng trọn vẹn pháp lạc trong giáo lý mà Ân sư từ phương xa vô niệm gửi tặng.

Lần đầu tiên tôi ngộ ra, vì sao sau khi ra tù, thầy Tuệ Sỹ về cư ngụ ở Già-lam, Sài Gòn, thường xuyên nhập thất trong suốt ba tháng xuân, từ 20 tháng chạp Âm lịch đến cuối tháng ba Âm. Thật sự, những thú vui ngắn ngủi của kiếp người chợt hiện chợt tắt, làm sao cao hơn vị đạo. "Trăng sáng đêm qua vẫn là trăng đêm nay; hoa nở năm mới cũng là hoa năm cũ", một mùa xuân vĩnh cửu luôn ngự trị trong lòng kẻ giác ngộ.

Đến ngày 3 tháng 10 (2013), thầy thị giả chuyển lời, nói rằng: Ôn dạy tôi và Nguyên An đảm nhận trách nhiệm biên dịch Luật tạng. Ngày 6 tháng 11, thị giả lại truyền đạt, "Ôn dạy hiệu đính lại bộ luật Ma-ha-tăng-kỳ". Bộ luật này do Ôn Phước Sơn dịch và chính thức ấn hành năm 2000. Từ đó đến nay được tái bản nhiều lần nhưng thiếu phần chú giải.

Theo sử liệu, Phật giáo Việt Nam tiếp nhận sự truyền thừa của bộ phái Pháp tạng (Đàm-vô-đức bộ - luật Tứ phần) bắt đầu có manh mối từ các giới đàn được tổ chức dưới thời nhà Lý (Lý Công Uẩn, 974-1028). Nhưng dấu vết truyền thừa của luật Tăng-kỳ Đại chúng bộ tại Việt Nam, chưa tìm thấy tư liệu nào đề cập. Tuy nhiên, Đại chúng bộ là tiền thân của tư tưởng Đại thừa sau này và y phục họ mặc là màu vàng, có lẽ Tăng ni Phật giáo Bắc tông ở Việt Nam, Trung Quốc, Nhật Bản, Hàn Quốc v.v... đã ảnh hưởng ít nhiều từ bộ phái này.

Bộ luật Ma-ha-tăng-kỳ gần như là văn hiến duy nhất của Đại chúng bộ còn bảo lưu dưới dạng Hán văn, song bản gốc truyền tới Trung Hoa là Phạn ngữ. Khi các nhà phiên dịch chuyển ngữ sang tiếng Trung, nhiều thuật ngữ mang sắc thái văn hóa Ấn-độ mà nơi vùng Hoa Hạ không có, bắt buộc họ chỉ dịch âm chứ không dịch nghĩa. Do đó, lúc dịch sang Việt, có nhiều danh từ như thế Ôn Phước Sơn không rõ, đã dịch nhầm. Tôi trích đoạn ví dụ:

Thời ngoại đạo trì xích thạch nhiễm y tác sắc, lưu châu-la, trì tam kỳ trượng tác dị
(時外道持赤石染衣作色，留周羅持三奇杖作異 (摩訶僧祇律卷18, T22n1425, p. 369a13-14).

Ôn dịch nhầm:

"Khi ấy, ngoại đạo dùng đá đỏ nhuộm y thành màu đỏ Lưu Châu La, cầm gậy có ba khấc để cho khác."

Tôi dịch lại, "Khi ấy, ngoại đạo dùng đá đỏ nhuộm y, lưu lọn tóc trên đỉnh đầu, dùng gậy ba nhánh để cho khác." Bởi vì chu-la 周羅, dịch âm từ Phạn ngữ và Pāli: cūḷā, nghĩa là lưu lại lọn tóc trên đỉnh đầu. Thời Phật tại thế, ngoại đạo và tu sĩ Phật giáo ăn mặc, hình tướng giống nhau. Sau cả hai muốn khác biệt, tỳ-kheo Phật giáo nhuộm y màu khác, ngoại đạo nhuộm màu đỏ. Ngoại đạo không cạo nhẵn như tỳ-kheo, mà để lại lọn tóc trên đầu. Đồng thời, ngoại đạo dùng gậy ba nhánh (tam kỳ trượng 三奇杖), tức họ dùng cành cây dài, một đầu vót nhọn để cắm xuống đất, đầu kia chẻ ra ba nhánh, tách ra để đặt bát vào bên trong. Lúc di chuyển, họ xỏ ngang các vật vào gậy rồi đi. Gậy này, trong luật Tứ phần (四分律 40, p. 858b10) gọi là "lầu đựng bát" (bát lầu 鉢樓).

Ở đây, tôi chỉ tiểu dẫn cách nghiên cứu mang tính cá nhân, một người khó có thể hoàn thiện công trình biên tập Đại tạng đồ sộ đang Việt dịch qua nhiều thế hệ. Hy vọng, hiện tại và tương lai sẽ có nhiều người tiếp nối con đường mà thầy đã đi.

Thầy Tuệ Sỹ thường tâm sự với tôi, thầy mong trong đồ chúng mỗi người mỗi chuyên môn, như y khoa, tâm lý học, vật lý, ngoại ngữ, cổ ngữ, sinh ngữ v.v..., để cùng thầy gánh vác trách nhiệm lịch sử. Thầy đã tài bồi nhiều thế hệ, nuôi dưỡng ăn học không biết bao nhiêu người... Nhưng rồi cũng chỉ một mình, đem sắc thân quay về thường trụ, tính mạng giao phó cho long thiên, cặm cụi làm tạng Thanh văn.

"Đèn thiền hắt bóng song khuya, còn hay mất mơ hồ bụi đỏ;
Sóng bạc vỗ dồn bến cát, đến rồi đi chìm nổi hoa vàng."

19 tháng 12 năm 2023

Tâm Nhãn

Thiên Lý Độc Hành

HẠNH CHI

Thời gian như bóng câu qua cửa, ngỡ thoáng chốc mà sáng rồi tối, ngày rồi qua tháng, tháng rồi

qua năm, niên kỷ qua thiên niên kỷ, tưởng như:
Không năm, không tháng, không ngày.
Thời gian là hạt bụi bay vô thường ...

Những hạt bụi vô thường lặng thầm đến rồi đi, nhưng cũng trong lặng thầm, vẫn ẩn hiện những dấu mốc thời gian mà hạt bụi khó phai mờ với lịch sử, với lòng người...

Một dấu mốc trong tháng 11 năm nay, cùng dấy lên trong lòng những người từng được thọ nhận sự quan tâm nhắc nhở, sự chỉ dạy, sự yêu thương từ vị Thầy khả kính. Ngày 12 tháng 11 năm 2024, là đúng một năm, từ ngày 12 tháng 10 năm Quý Mão, Hoà Thượng thượng Nguyên hạ Chứng, hiệu Tuệ Sỹ đã rời cõi tạm Ta-bà.

Hương án tưởng niệm Thầy được đặt tại chùa Phật Ân, huyện Long Thành, tỉnh Đồng Nai, nơi Thầy an trú những ngày tháng cuối.

Dường như những ai đủ duyên tới thắp nhang, đảnh lễ trước di ảnh Thầy, lòng đều bồi hồi rung động trước ánh mắt dịu dàng mà như nhìn suốt muôn sự, muôn nơi.

Bốn chữ "Thiên Lý Độc Hành" trang trọng ghi trên di ảnh, tỏa xuống không gian ngạt ngào hương sắc của những cặp câu đối ẩn hiện bước chân thiên lý độc hành.

Một lần, được phước báu quỳ giữa không gian đó, bỗng nhiên một, trong những cặp câu đối quanh phòng chợt nhập tâm, rồi ở lại trong tâm như đã được khắc ghi trên đá:

"Hỏi gió Trường Sơn, mặc khách về đâu? Chỉ thấy trăng ngàn mơ huyễn thoại.

Gọi triều Đông Hải, cô thuyền ẩn tích! Nào hay vết nhạn lẩn từng không"

Ôi, Trường Sơn uy vũ che chở tinh thần "năm mươi con theo cha lên núi" có thấy khách độc hành đã về đâu? Trường Sơn chỉ thấy trăng ẩn hiện ảo huyền!

Ôi, triều Đông Hải muôn trùng sóng vỗ ôm ấp tinh thần "năm mươi con theo mẹ xuống biển" có thấy bóng con thuyền đơn lẻ nơi nao? ngoài vết chim nhạn vẫn hoà cùng không gian!

Dòng giống Tiên Rồng tiền nhân tạo dựng từ thuở sơ khai vẫn tiềm ẩn sâu xa, nên gió Trường Sơn không thấy mặc khách nhưng lại bảo cho biết là trăng còn đó, trăng chỉ ẩn hiện chứ có bao giờ mất!

Triều Đông Hải cũng lắc đầu, vì con thuyền đơn lẻ đã mất dấu, nhưng lại nhắc cho rằng mất mà không mất đâu, vì như bóng chim nhạn, tuy chỉ bay ngang nhưng vẫn đang hoà nhập vào không gian.

Như ngọn nến được thắp lên, bóng tối tự lui tan, cho niềm cảm xúc trào dâng hai hàng lệ, không gì cầm giữ được! Đây là những giòng lệ hạnh phúc nên hãy cứ khóc! Cứ khóc đi! Khóc trong chan hoà ân đức thọ nhận từ những bước thiên lý độc hành, lặng thầm mà toả rạng hào quang dẫn lối cho bao bước chân còn lao đao trong đêm tối!

Khi xưa, do hoàn cảnh giặc giã ở quê nhà mà một chú điệu chùa Trang Nghiêm, tỉnh Palsé, là gốc Việt Nam, đã sinh trưởng tại Lào. Ngoài công việc của các chú điệu là lau chùi bàn thờ, thỉnh chuông, quét lá... chú điệu thường chui dưới bệ thờ Phật để học kinh điển. Chú tự sưu tra mà hiểu nghĩa từ kinh, luật, luận, rồi ghi ghi, chép chép, lầm thầm học thuộc những bài chú từ nguyên bản tiếng Phạn.

Chú học tới quên ăn, quên ngủ khiến vị trụ trì cảm thương, đã bàn với quý Thầy ở Huế để chú được về quê hương, hầu thuận lợi hơn trong việc học. Đó là cơ duyên chú điệu bé bỏng sinh Lào, trưởng Việt.

Tại Việt Nam, chú được đưa ngay về Huế, nơi thời đó được coi là cái nôi Phật Giáo. Tại đây, chú được nhận Pháp danh Nguyên Chứng. Từ đây, chú điệu Nguyên Chứng như cá kình được thả về đại dương, như chim phượng hoàng được tung cánh trên không gian bao la, như gió, như mây, thong dong khắp mười phương ba cõi, và trí tuệ siêu việt toả sáng mênh mang. Với bản chất độc lập, chú đã một mình rong ruổi qua những giải quê hương gấm vóc, từ quê miền Trung rồi vào miền Nam, tới đâu thì tuỳ thuận tuỳ duyên tạm dừng am, miếu, xóm làng.

Trên con đường tự học, chú rất kính ngưỡng và khâm phục ngài Ngài Tuệ Trung Thượng Sỹ, đến mức chú đã xin phép bổn sư để có tên hiệu là Tuệ Sỹ, lấy từ chữ đầu và chữ cuối tên vị thiền sư danh tiếng đời Trần.

Từ khi mang danh hiệu này, chú không còn là chú điệu Nguyên Chứng năm xưa nữa vì Thầy Tuệ Sỹ đã là ngôi sao sáng trên các Đại Học Phật Đường, phụ trách những chương trình gay go về giáo pháp như Triết Học Tánh Không, Trung Quán Luận, A Tỳ Đạt Ma, Đại Cương Thiền Quán, rồi qua tư

tưởng triết học Tây Phương, Đông Phương, văn học Trung Hoa..., v.v... và cả các bộ môn nghệ thuật như dương cầm, vĩ cầm, đàn tranh, sáo trúc... Thầy đều an nhiên tự tìm hiểu, nghiên cứu tới đâu thì tự học tới đó! Vậy mà, ở bất cứ bộ môn nào, Thầy đều khiến người thưởng ngoạn sửng sốt như một nghệ nhân chuyên nghiệp!

Phải chăng Thầy đã:

Độc Hành từ khi còn là một chú điệu, chui dưới gầm ban thờ Phật để tự học kinh điển?

Độc Hành ở tuổi thành niên khi là giảng sư các Đại Học Phật Đường, thầm lặng đến mức có giai thoại khi Phật Học Viện Hải Đức ở Nha Trang báo tin với các tăng sinh là sẽ có một vị giảng sư mới trong niên khoá, mà buổi học đầu, Thầy đã đứng trên bục giảng, tăng sinh vẫn ngơ ngác nhìn quanh, chờ vị giảng sư!

Theo lời tâm sự của một tăng sinh năm xưa, mà nay là trụ trì một ngôi chùa ở Nam Cali thì tăng sinh không ngờ đó là vị giảng sư mới vì Thầy còn quá trẻ, quá đơn giản trong tấm áo nhật bình!

Độc Hành ở tuổi trung niên khi quê hương chìm trong oan nghiệt, bất công, đoạ đầy! Thầy đã bị nhà cầm quyền bắt giam, vì tội "Âm mưu lật đổ chính quyền" khi Thầy đã nói thay cho những người không còn được quyền nói! Làm thay cho những người không còn được quyền làm! Với trọng tội bị kết án như thế, Thầy đã phải nhận bản án tử hình!

Độc Hành ở lời khẳng khái sau hơn mười lăm năm lao tù, với sự tranh đấu quyết liệt của các cơ quan nhân quyền khắp thế giới, những kẻ tước đoạt nhân quyền của Thầy đã phải nhượng bộ. Họ vào nhà giam, đưa Thầy bản văn xin khoan hồng đã soạn sẵn, bảo Thầy chỉ ký tên là được thả ngay! Thầy đã mỉm cười, lắc đầu: "Tôi không có tội gì để phải xin khoan hồng!" Và Thầy quay về phòng giam, tuyệt thực!

Thầy đã cúng dường lên Đức Thế Tôn bát cơm hiếm hoi nơi tù ngục, như lời trình tấu nỗi đau thương chốn thế gian:

Phụng thử ngục tù phạn

Cúng dường Tối Thắng Tôn
Thế gian trường huyết hận
Bình bát lệ vô ngôn![1]

Với tâm từ bi mẫn ái, dù bao oan khiên ập xuống Thầy cũng không hề oán hận ai:
Tình chung không trả thù người
Khuất thân cho trọn một đời luân lưu![2]

Kể sao cho hết những bước độc hành trên muôn dặm trường thiên lý mà Thầy Tuệ Sỹ đã an nhiên, thầm lặng đi qua...

Phải chăng chính sự an nhiên, thầm lặng đó là sức mạnh vô song của khối nam châm, đã khai mở trí huệ, đã thu hút, đã dẫn dắt và đã khiến những ai đủ duyên thọ nhận, được là những Đoàn Đồng Hành với bước Độc Hành vi diệu của Thầy!

Lắng tâm quán sát những bối cảnh xã hội cận đại mà nhận diện Đoàn Đồng Hành qua tinh thần phẩm Tùng Địa Dũng Xuất trong Kinh Pháp Hoa để vững tin cất bước.

Nhìn xa hơn thì sau thời công phu, xả toạ thiền, rồi thầm lặng thành tâm, cơ may có thể thấy thấp thoáng đường lên Yên Tử, có một bóng người độc hành, vấp ngã nhiều lần vẫn gượng đứng dậy, cố bước nhanh hơn như bị thúc đẩy bởi quyết tâm nào trong lòng... Lên tới đỉnh núi, hai bàn chân người ấy đã sưng vù và rớm máu nhưng vẻ mãn nguyện hiện rõ trên gương mặt khi tiến vào thạch động. Đó là vua Trần Thái Tông âm thầm rời cung điện, lên núi Yên Tử tìm thiền sư Phù Vân với ý định đi tu.

Thiền sư đã khai thị cho nhà vua là "Phật ở trong Tâm". Đất nước còn đang cần Ngài, muôn dân còn đang cần Ngài, chưa thể bỏ ngang trách nhiệm mà lên núi ẩn tu được.

---

[1] Thơ Thầy Tuệ Sỹ
[2] Thơ Thầy Tuệ Sỹ

Nhà vua đã dời Yên Tử với tín tâm vững chắc "Phật ở trong tâm" để trở về làm một vị vua anh minh, nhân hậu, đem lại thái bình cho đất nước, thịnh vượng cho muôn dân. Khi những gì cần làm, đã làm, vua Trần Thái Tông nhường ngôi ngay cho Thái Tử rồi về rừng Vĩ Lâm, đất Hoa Lư, lập am Thái Vi, dốc lòng tu học.

Trang sử vàng son đời Trần có được chính là nhờ vị vua đầu tiên đã biết đem trí huệ Bát Nhã gieo hạt Bồ Đề trong tâm kiên cố, dựng nên cả một triều đại huy hoàng, hưng pháp với những vị vua tâm thành mộ đạo; nhất là đời vua Trần Nhân Tông đã khai sáng giòng Thiền Trúc Lâm trên núi thiêng Yên Tử, như nguồn suối vi diệu chảy mênh mang bất tận đến ngày nay...

Xin muôn vàn tạ ơn những bước chân Độc Hành từ ngàn xưa đến ngày nay đã toả sáng soi đường cho bao bước nương theo, để được Đồng Hành, kịp tránh nẻo hiểm nguy xấu ác mà bình an đạo-lộ.

Riêng huynh đệ chúng con, dù kẻ đang trời Đông hay trời Tây, người đang hướng Nam hay nẻo Bắc, đều mong ngày giỗ kỵ Sư Phụ được hội ngộ để cùng nhau thắp nén nhang thơm bái vọng Sư Phụ, cùng ôn những lời được dạy dỗ, cùng ngắm "trăng ngàn mơ huyễn thoại", cùng dõi nhìn "vết nhạn lẩn tầng không" mà thẩm thấu là Sư Phụ chưa từng rời xa đàn con dại.

Tạ ơn Thầy chỉ dạy
Lượng cả tựa non cao
Đệ tử trí hạn hẹp
Đền đáp được là bao!
Chỉ nguyện xin y giáo
Phụng hành trước như sau
Nương nguồn Tuệ-Bất-Khả

Qua sông, một nhịp cầu[3]

Đệ tử Hạnh Chi

Khể thủ cẩn bái
(Hạ chí, Giáp Thìn niên 2024
Ngày dời Tào-Khê tịnh thất, về Tịnh-Cư-Am)

[3] Thơ Hạnh Chi

Tiếng Suối Thầm Thì: Hành Trình Đi Tìm Trái Tim Đã Vỡ

HẠNH THÂN

Kính lạy Thầy!

Kính lạy Thầy, bậc Thầy lớn của Phật Giáo Việt Nam, là nơi nương tựa của hàng tứ chúng.

Kính lạy Thầy, Pháp thân thường trụ, hoá thân Người khắp cõi hư không.

Kính lạy Thầy, Người đã cho con thêm một lần nữa được sinh ra trong Pháp.

Kính lạy Thầy, nhục thân Người tan biến bốc thành mây trời, lang thang khắp cõi hư không, nhưng đời sống Người đã là một phần máu thịt trong con.

Thầy ơi! Tây nguyên se se lạnh, tiếng côn trùng rả rích đầu đông. Trong quãng im lặng của núi rừng tịch liêu là sự đong đầy của mênh mông nỗi nhớ. Con nhớ những giờ trà bên Thầy; nhớ những lúc chỉ biết lặng im bên Thầy khi Thầy bệnh; nhớ sự im lặng cũng là bài Pháp vô ngôn mà Thầy trao cho con; nhớ căn phòng nhỏ nơi Thầy an cư, dịch kinh và viết sách mà ngày ngày hai cô trò con được lui tới pha trà dâng Thầy. Với con, Thị Ngạn Am nơi Thầy ở hai năm cuối đời ở Long Thành cũng chính là trượng thất Duy-Ma nơi chư Hiền Thánh Tăng Bồ-tát đồng cư và cũng là nơi Thầy tiếp mười phương khách. Thầy viết cho mình, hay cho những ai có duyên được bước vào trong đó khi đề bốn chữ “Huyễn Thân Mộng Trạch” (Thân này huyễn; chỗ ở này như mộng)?

Như huyễn. Như mộng. Từ khi Thầy nhập diệt, con đã kinh nghiệm sự mộng huyễn ấy trong từng sát-na sinh diệt của thân tâm, của ngoại cảnh. Một năm qua đi. Đây là tri giác về thời gian? Tri giác về khoảng cách? Hay tri giác về siêu nghiệm? Cái gọi là nỗi nhớ đong đầy trong con lúc này là gì, khi mà theo quan điểm của A-tì-đàm, không một cái gì tồn tại qua hai sát-na? Như vậy, cái gì có tác dụng, cái đó phải ở trong thời điểm hiện tại. Nhưng ký ức về Thầy trong con không cùng xuất hiện đồng thời. Khi con nghĩ về Thầy lúc dịch kinh viết sách thì Thầy lúc an nhiên tĩnh toạ thuộc vị lai, chưa xuất hiện. Khi con nghĩ về Thầy lúc an nhiên tĩnh toạ, thì Thầy lúc dịch kinh viết sách đã biến mất vào quá khứ, Thầy lúc uống trà chưa có mặt. Vậy, hiện tại con nghĩ về Thầy là gì? Theo Tâm lý học hiện đại, thì đó chính là hiện tại giả tướng, hay hiện tại mạo tợ. Bằng nội quan, hay tri giác của người tu định, thì đó là chuỗi liên tục của nhiều sát-na con nghĩ về Thầy; sát-na đi vào trong quá khứ vẫn tồn tại và được nắm giữ bởi yếu tố niệm, định và huệ.

Viết về Thầy thì nên viết từ góc độ nào: Chân lý quy ước với những cặp phạm trù đối đãi: đến-đi, sanh-tử... ? Hay trong Pháp thân Pháp thể thường hằng? Con cũng không biết nữa. Chỉ biết rằng ý thức thời gian trong con là sự tiếp nối tương tục của nhân và quả; của nỗi nhớ tinh tuyền như giọt nước đầu non. Nó là bóng nắng huyễn hoá rọi xuống dòng sinh tử vô tận. Vậy thì một năm qua đi cũng chỉ như một cái chớp mắt của giấc mộng đầu hôm; giấc mộng tử-sinh nối dài qua bao kiếp sống của những chúng sanh vốn cưu mang trong mình Bồ-đề nguyện và Bồ-đề hành, phải không Thầy?

Thầy ơi! Hằng ngày con vẫn dâng trà lên Thầy như trước đây khi con còn được ở gần bên Thầy. Con biết Thầy chưa từng bỏ con ra đi, vì Pháp thân Thầy vốn bất sanh bất diệt. Nhưng điều mà con cảm nhận rõ ràng trong từng nhịp đập của trái tim mình đó là sự cô liêu của cánh hạc lẻ loi đi về trên đỉnh đồi tịch lặng.

Từ ngày Thầy mất, con vốn đã lặng lẽ nay lại càng lặng lẽ hơn. Ngày ngày trong thư phòng nhỏ chất đầy kinh sách, rồi con cũng hiểu ra: thân giáo của Thầy, những trang sách Thầy để lại, ký ức về Thầy trong tâm con là Pháp thân thanh tịnh của Thầy. Thầy luôn ở đó, bên con, trong con, mỗi khi con nghĩ về Thầy.

"Khê thanh tiện thị quảng trường thiệt
Sơn sắc vô phi thanh tịnh thân
Dạ lai bát vạn tứ thiên kệ
Tha nhật như hà cử tợ nhân."

(Tiếng suối reo là tiếng thuyết Pháp
Màu núi là Pháp thân thanh tịnh
Đêm đó tám vạn bốn nghìn kệ
Ngày sau nói lại làm sao đây?)

Thầy ơi! Có phải Thầy dạy con những lúc nhớ Thầy hãy lắng nghe tiếng suối róc rách trước hiên thất để nghe ra lời dạy của Thầy? Hay vì con lắng nghe con, lắng nghe mọi sự bằng xúc cảm của chính con, nên đâu đâu cũng là tiếng thuyết pháp của Thầy, của mười phương cõi Phật?!

Thầy ơi! Có phải trong cõi "bặt tiếng lời" của tự tâm, trong quãng im lặng của núi rừng tịch liêu để lắng nghe, thì màu núi cũng chính là Pháp thân thanh tịnh? Thầy ơi! Đất trời vô ngôn mà dòng pháp âm bất tuyệt luân lưu, thì biết nói làm sao?!

Thầy ơi! Nhớ có lần con thưa Thầy: "Bài thơ Mộng Ngày của Thầy chỉ cần nhớ bốn câu thôi." Thầy hỏi: "Bốn câu gì?" Con đọc lên,"Từ tiếng gọi màu đen đất khổ/ Thắp tâm tư thay ánh mặt trời", đến câu "Ta đi tìm trái tim đã vỡ" thì tâm con nghẹn lại. Những giọt nước mắt nóng như chực sẵn để tuôn rơi, để hoà chung trong Đại Bi Tâm mênh mông của Bồ-tát hạnh nguyện. Con im lặng, không đọc tiếp. Thầy biết người đệ tử nhỏ của mình đã bắt đầu bước đi trên lộ trình miên viễn này, đã kinh nghiệm sự vụn vỡ trong chính hình hài bằng xương bằng thịt này, nên Thầy đã đọc tiếp: "Đói thời gian ta gặm hư vô." Và Thầy trò lại tiếp tục uống trà...

Thầy ơi! Con lại tiếp tục hành trình đi tìm trái tim đã vỡ. Bất thối chuyển.

Đệ tử kính lạy Giác Linh Thầy và lạy tạ ân đức giáo dưỡng của Thầy.

Con,

Thích Nữ Khánh Năng
Hạnh Thân

Hương Tích còn mãi

THÍCH NỮ DIỆU NHƯ

Dòng thời gian lặng lẽ trôi, Người rời xa chúng con một thoáng chớp mắt đã liền qua một năm rồi. Nơi đây, chúng con xin mạo muội ôn lại những khoảnh khắc tình Thầy trò với những ký ức huyền diệu, từng bài pháp vô giá, từng lời sách tấn vàng ngọc, từng lời động viên bằng tâm huyết... Mỗi biểu hiện của Người đều thấm đẫy tình đạo vị, bằng trách nhiệm của nhà giáo dục Phật giáo; bằng tâm bi trí dũng của bậc Thầy lãnh đạo tinh thần, trọn cuộc đời Người luôn sống vì Đạo pháp – Dân tộc và đàn hậu học.

Ngẫm lại, một thời học Ni chúng con được cắp sách đến học dưới mái chùa mang tên Quảng Hương Già Lam, xung quanh bao phủ bởi nhiều thế lực, với những bộ đồng phục lẫn lộn lăm le, ngồi canh cửa trước cổng chùa, ai đến học với Ôn cũng đều bị ghi số xe.

Buổi học Luận Chỉ Quán vừa tan, chúng con được Ôn kêu cho cuốn sách, thoáng nhìn lên vách tường, trước bàn làm việc của Ôn, đoạn văn ghi trên mảnh giấy post-it note màu vàng, bằng tiếng Hàn Quốc với gần 9 ngôn ngữ, tiếng Anh, tiếng Đức, tiếng Pháp, tiếng Hoa, tiếng Phạn, tiếng Pali, tiếng Sanskrit... kèm theo dán một dọc. Ôi! Bạch Ôn, đúng là họ nói Ôn là thần đồng không sai! Người cười rồi nói: "*Tui cũng học lắm chứ, thần đồng thần vàng chi. Mà đã học, thì học một lần cho luôn, khỏi mất thời gian, đỡ tốn giấy mực*".

Nhớ lại, chặng đường tờ báo "Tập San Pháp Luân – Trao Đổi Kiến Thức Cơ Bản Phật Học" Cố vấn – Hòa Thượng Thích Tuệ Sỹ, Tổng Biên Tập Thầy Viên Phương. Mỗi lần đến kỳ họp báo nếu ai đó có lỗi lầm gì, Người luôn cho vị đó thưa bạch trước. Người luôn im lặng, lắng nghe mỉm cười rồi sách tấn, nhắc 7 pháp Diệt Tránh để khuyến khích, động viên cho quý huynh đệ hoà giải, theo phương pháp Lục Hoà Kính. Rồi Người dạy: Nếu một tổ chức quần chúng, hoặc nhóm tập hợp có các quyền lợi, mục tiêu và trách nhiệm, cho đến trong các tự viện, nếu ứng dụng những pháp này thì tự khắc nơi đó sẽ được an yên.

Lần đó chúng con đến học lớp Thành Duy Thức Luận, khi tan học về bổn tự, thấy một lá thư ghi... "*mai đúng 8 giờ sáng có mặt tại phòng...*" Lúc tới làm việc với họ, xoay qua quay lại với nội dung "không được đến học các lớp Thầy Tuệ Sỹ dạy." Họ cứ quần tới quần lui chỉ một nội dung như vậy.

Ngày khác đến học Ôn dạy: "Nếu họ mời lại thì con cứ nói, muốn gì thì đến Thầy Tuệ Sỹ mà hỏi tui không biết."

Chỉ vài lời ngắn gọn vậy thôi, như đã phủ kín sự che chở, xoá tan đi những nỗi thấp thỏm lo sợ bấy lâu nay, như gói trọn trách nhiệm của một bậc Thầy Đại Dũng; làm cho chúng con thêm nghị lực, bồi thêm dũng khí, như được tiếp thêm năng lượng bình yên. Gặp lúc mình đang bị khủng bố, hoảng sợ, trong lòng cứ hoang mang phập phồng bất an, rồi suy nghĩ bâng quơ, không biết nơi đâu là điểm tựa tinh thần cho mình bước vững trên đôi chân, để tiếp tục theo con đường lý tưởng của mình đang chọn đây?

Chính nhờ câu nói trấn an của Người, đã cứu chúng con thoát ra khỏi nỗi ám ảnh kinh hoàng khủng khiếp thời đó.

Ngày khác đến học lớp Luật Tứ Phần, chúng con dẫn ba sư cô bạn đến đảnh lễ Người trước, để được dự vào lớp học, Ôn dạy:

"Thời này mà có người ham học Kinh Luật Luận là quý hoá quá, học để biết mà ứng dụng vào cuộc sống. Lại nếu ai có hỏi biết đường trả lời cho đúng, chứ tu sĩ mà Kinh Luật Luận của nhà Phật không hiểu, cứ mờ mờ ảo ảo thì không những uổng phí cho cả một đời Tu của mình, mà còn gây hậu quả và hệ lụy cho cả Phật Giáo".

Nhớ lại một ký ức khó phai của thời học Ni, tại Thư Quán Hương Tích, môn Kinh Kim Cang Giảng Giải, Ôn dạy một bảng Kinh với 5 ngôn ngữ. Lúc đó Quý Thầy Cô nhìn tròn xoe đôi mắt, cứ thế ngước lên nhìn Ôn, lại có vị thốt lên rằng mình chỉ học một hoặc hai ngôn ngữ thôi cũng thấy xanh mặt đỏ cả mắt rồi. Sao Ôn dạy một bảng Kinh có tới 5 ngôn ngữ luôn! Ôi! Chỉ có những bậc Thánh tái sanh mới được vậy thôi. Lại có vị nói, hèn gì pháp hiệu Ôn là thượng Tuệ hạ Sỹ phải. Chứ mắt phàm, tính phàm không thể dạy một cách rốt ráo thông tuệ như vậy đâu. Tính Ôn rất kỷ cương và chỉn chu trong lúc giảng giải Kinh Luật Luận. Một chữ chưa thoát hết nghĩa lý và tư tưởng là Người cứ tra cứu, cho đến khi tác giả đó, chỉ trong câu kinh này thấy rõ ràng, mạch lạc nhiều người hiểu là Ôn mới ngừng tra cứu. Người giảng dạy mang tính hàn lâm với cấp độ cao nên nhiều vị theo học, mới đầu hơi khó hiểu, học một thời gian nắm được phương pháp của Người dạy rồi ai cũng hăng say học tập, có lúc hết giờ học rồi mà đại chúng cứ lắng nghe chăm chú.

Lớp học vừa tan, được Ôn kêu đem những bộ Luật Tứ Phần này về chùa cho quý cô đọc mà hành trì. Tính Người rất thích ủng hộ và nâng đỡ Tăng Ni về việc tu học, nếu ai có tính cầu học, Người luôn luôn động viên và tạo mọi điều kiện cho vị đó. Ôn dạy, tu học và hành trì tự mình có pháp lạc, mới giúp ích cho nhiều người được.

Lần nọ, con đến thỉnh ý Ôn, xin Ôn khai thị chỉ giáo hướng dẫn cách chọn đề tài để viết luận án tiến sĩ, cho năm học tốt nghiệp sắp tới.

Ôn dạy, "*nên chọn đề tài nhỏ lại, như chúng ta định xây một căn nhà, khả năng tài chánh của mình xây xong ngôi nhà đó, vẫn còn dư lại.*

Thì việc chọn đề tài cũng vậy, mình chọn đề tài nhỏ, nhưng tư liệu, tài liệu, sách báo... quá trình tích lũy thu thập lâu nay đã đủ, thì khi viết không bị lúng túng, tập trung sâu vào lãnh vực chuyên môn mình định viết mà nghiên cứu, để tìm tài liệu... phải nắm rõ lý do chọn đề tài, mục tiêu nghiên cứu.

Cứ thế mà viết thì sẽ có một luận án chuyên môn, phong phú xuất sắc sẽ sớm hoàn thành thôi."

Trọn cuộc đời của Người tận tụy đến giây phút cuối cùng. Gần cuối tháng 10 năm ngoái, chúng con đến hầu thăm, nhìn tinh thần Ôn đầy năng lượng như một vị Bồ Tát. Lúc đó, Ôn đang thở oxy mà vẫn còn đọc sách, làm việc, ai nhìn vô thì nghĩ rằng như không có bệnh tật gì cả. Người dạy, trong vòng một tháng nữa Thầy sẽ ra đi, Thầy đã chuẩn bị sẵn hết rồi. Các con dù sống trong bất kỳ hoàn cảnh nào, cũng phải nhớ đi bằng đôi chân và nhìn bằng đôi mắt của chính mình. Người đã dự tri thời chí, nên ai đến hầu thăm, cũng đều được Ôn báo trước.

Lúc đó trên tay Ôn đang đọc cuốn sách với tựa đề "Tri Ân Hòa Thượng Thích Tuệ Sỹ". Vỏn vẹn chỉ một cuốn của Hội Đồng Hoằng Pháp trình lên để Ôn xem qua thôi, mà Ôn cũng cho luôn. Thầy thị giả thưa, "Bạch Sư phụ! Dạ được một cuốn, sao Sư phụ cho đi hè?" Người mỉm cười, rồi lại hỏi, "con có bộ Thanh Văn Tạng chưa? nói quý Thầy cho đem về mà đọc, Thầy dịch và chú giải hết rồi, Hội Đồng Hoằng Pháp in ra, chắc gần cả 1000 cuốn đó. Xem lúc in ra, nhớ thỉnh cho trọn bộ, sợ in một đợt, lần sau không in nữa là không trọn bộ đó nghe." Người nói, "xem giúp Thầy mấy giờ rồi", minh chứng Người tranh thủ từng giây, đến phút cuối Người vẫn một lòng, không ngại mọi rào cản, dù thân đang lâm trọng bệnh, nhưng Người vẫn cố làm nốt cho xong công việc. Trái tim từ bi với lòng vị tha của Người trước sau như một, vẫn một lòng quyết tâm để bảo lưu Chánh pháp, gìn giữ Đạo mầu truyền lại cho hậu thế cho đến phút cuối chuyển sang thế giới mới. Lần đó cũng là lần cuối cùng, chúng con được đảnh lễ và hầu chuyện.

Nay về lại thăm quê, muốn ghé thăm Ôn chỉ còn lại án hương và di ảnh bất động mà thôi.

Lòng bi mẫn của Người đối với học trò không những động viên về việc tu học, hoằng pháp lợi sanh, cứu nhân độ thế, Người còn dạy, luôn bao dung những người chống phá mình nữa. Lời dạy của Người như dòng suối thanh lương rót vào từng tâm lượng của mỗi chúng sanh.

Một bậc Thầy khả kính, nghiêm khắc, nhưng thân thiện, mộc mạc, hiền hoà, giản dị, luôn nở nụ cười mỗi khi đến lớp, luôn đặt hết những tâm huyết vào bài giảng muốn trao gửi cho học trò mình bằng phương pháp tối giản nhất, dễ hiểu nhất. Từng bài giảng của Người chứa trọn của một bậc Thầy vĩ đại trên những bậc Thầy vĩ đại. Người luôn phối hợp pháp Tứ Tất Đàn, khế lý khế cơ để phù hợp từng quốc độ, hợp với hoàn cảnh, hợp với từng căn cơ trình độ tầng tầng lớp lớp học trò của Người.

Hơn thế nữa, Người luôn đưa ra những ví dụ cụ thể trong chốn Thiền môn cho đại chúng ứng dụng. Người luôn chỉ dạy những pháp học pháp hành để động viên, sách tấn, an ủi, khuyến tấn khi gặp hoàn cảnh thuận duyên hoặc nghịch cảnh đều biết mà ứng xử.

Một bậc Thầy đưa đường chỉ lối, như đấng Cha lành thương xót đàn con đang bơ vơ lạc lỏng, giữa dòng đời Xã hội đầy nhiễu nhương, mất phương hướng. Chúng con lại gặp được bậc Thầy, luôn đồng hành với tầng lớp học trò của Người, và nhờ sự đồng hành của Người, chúng con nhìn thấu cùng tận của sự thật: bậc Thầy luôn yêu thương Đạo Pháp và Dân Tộc; bậc Thầy tròn đầy phẩm chất Bi Trí Dũng. Thiết nghĩ in như Phẩm 23 trong kinh Pháp Hoa, "*như con gặp mẹ, như qua sông gặp thuyền, như tối được đèn, như bệnh gặp được Thầy thuốc, như dân gặp vua.*"

Với dòng chữ đơn sơ mộc mạc, với lối văn trần gian này, thì làm sao tả hết được Ân đức Công hạnh cao cả của Người đã dành cho chúng con và nhân loại.

Kính lạy Giác Linh Ôn. Dẫu rằng, Người dạy khi "*Thầy đi rồi có buồn thì buồn ít thôi. Sách của Thầy để lại nhiều lắm, hãy siêng đọc sách, học hỏi và nghiên cứu mà tu tập. Mỗi lần đọc sách, nghiên cứu... in như Thầy đang hiện hữu vậy đó. Đọc sách và tu tập cho mình, tức là giúp ích cho mọi người.*" Hạnh nguyện độ sanh của Người, rung chuyển cả Tam Thiên. Đại dương sóng vỗ cũng thành tiếng khóc thầm. Người đi để lại hàng triệu triệu nỗi niềm kính tiếc hiu quạnh chơi vơi.

Đã rõ là cảnh vô thường
Mà sao lòng cứ nhói đau ngút ngàn

Chúng con hiểu, với Ôn sanh tử chỉ là giả hợp; với Người sanh tử chỉ là hoa đốm giữa hư không. Người khuất ở nơi này, rồi sẽ hiện ở nơi khác. Nhưng chúng con là kẻ phàm Ni, đứng trước cảnh biệt ly mất mát quá lớn này, làm sao chúng con ngăn được dòng lệ và làm sao vơi đi cảnh đau buồn. Tìm nơi đâu có được một vị Thầy như vậy nữa? Nếu có chăng, chỉ còn lại trong huyền thoại và trong ký ức mà thôi.

TV. Phước Huệ Quang
PL.2568. DL 2024 Mạnh đông
Con, học ***trò TN Diệu Như*** *kính cẩn bút*

"Khi về ngả nón chào nhau
Bên đèo còn hẹn rừng lau đợi chờ
Trầm luân từ buổi ban sơ
Thân sau ta vẫn bơ vơ bụi đường"
— Thiên Lý Độc Hành

Thắp tâm tư thay ánh mặt trời

DIỆU NGUYỆT

Kính lễ Ông ngoại trong Pháp,

Vi diệu thay Chánh Pháp từ phương Đông xa xôi đã đi vào vùng đất phương Tây, giống như những hạt giống trong gió rơi nhẹ nhàng trên mặt đất xa lạ. Những lời cổ xưa như lời thì thầm từ những ngọn núi xa xôi, lời nhắc nhở thầm lặng từ những thung lũng vượt thời gian. Chánh Pháp đã vượt qua các lục địa, mang theo kho tàng vô giá của trí tuệ tinh tuý. Giờ đây cánh cửa giải thoát khỏi khổ đau đã mở ra. Chánh Pháp hiển bày, nhẹ nhàng hướng dẫn–nếu chúng ta chịu lắng nghe.

"Con có hiểu Thầy của con đang nói gì không?"–Câu đầu tiên mà Ông ngoại đã nói với đệ tử cháu. Những lời này đã trở thành câu thần chú của con khi con nhẹ nhàng bước đi trên con đường của Đức Thế Tôn. Ngày và đêm trôi nhanh khi Chánh Pháp khắc sâu hơn vào tâm con. Tiếng vọng của vô thường và trí tuệ vĩnh cửu là những hạt giống đã từng được gieo. Bốn Đại dương tràn ngập những dòng chảy trí tuệ. Lời dạy của Ông đã trở thành bề rộng của cuộc sống, của con đường. Ánh sáng được thắp lên từ tâm, chờ đợi để thắp sáng vô số hang động tối tăm.

Sơ Tâm là hạt giống của tất cả sự trở thành. Tuy nhiên, chỉ đến bây giờ con mới hiểu rằng tu tập không phải để trở thành, mà là để hiện thân. Không cần đến những thành tựu hoặc sự tán dương, Ông là hiện thân của Chánh Pháp, như trái đất mang trong mình dòng sông Hằng–chảy trôi với sự đơn giản, mang vác những gánh nặng của người khác, nhưng vẫn tinh khiết trong những phước lạc mà Ông đã xiển dương. Trong dòng chảy này, có sự an toàn và ổn định–sự cam kết sâu sắc đối với con đường, với lời nguyện và với công cuộc chuyển hoá rốt cùng.

Lấp lánh cùng những vì sao, cuộc sống này chỉ là một giấc mộng ngắn ngủi để được lắng nghe. Lắng nghe sâu hơn, con buông bỏ và nuôi dưỡng một tâm hồn không bị gánh nặng bởi kiến thức thế tục. Sơ Tâm là nơi tâm Từ Bi thực sự bắt đầu. Không bị ràng buộc bởi những trói buộc, đời sống của con bây giờ là sự bình yên với ý nghĩa sống.

Khi trái tim con cảm thấy nặng trĩu, con nhớ đến tiếng cười của Ông. Thông qua bệnh và đau, sự nhắc nhở về niềm vui luôn hiện diện trong Ông. "Cuộc sống ngắn ngủi và đôi khi chua chát."–Ông đã nhìn cuộc sống như nó là, với tất cả những khổ đau vốn dĩ; song, Ông đã dạy con bằng đời sống của Ông: luôn cởi mở, chân thành và tử tế. Với sự nhẫn nại, mỗi khoảnh khắc con chọn sống đúng như Pháp, con mang theo một thế giới của lòng bi mẫn, mang theo tất cả những gì con đã học được và cũng như đang học.

Mỗi khi con đắp y, con cảm thấy phước lạc từ Ông. Y áo không chỉ là những mảnh vải, mà còn là ý nghĩa của Chánh Pháp, của dòng truyền thừa chúng ta và của bao người đi trước mang theo những bài học thiêng liêng. Khi con mặc y áo của người xuất gia, nó không chỉ là một biểu tượng, mà là một cam kết hiện thân của Chánh Pháp mỗi ngày trong từng hơi thở, bước đi với một trái tim rộng mở.

Tri ân Ông đã chỉ cho con, không chỉ bằng lời nói, rằng một ngọn nến đủ để thắp sáng vô số ngọn nến khác. Nguyện của con dẫn dắt sự tu tập của con, và sự tu tập của con là đời sống của con. "Từ tiếng gọi màu đen đất khổ, thắp tâm tư thay ánh mặt trời." Trong những khoảnh khắc đen tối, con nâng niu những lời này và nhớ rằng trong mỗi chúng ta đều có ánh sáng của tự thân để thắp lên, một phương cách để mang lại sự ấm áp cho những nơi lạnh lẽo nhất trên thế giới.

Được sinh làm người là khó; được nghe Giáo Pháp thậm chí còn khó hơn. Con sẽ không để cơ hội này trôi qua lãng phí. Chỗ nương tựa thật sự không ở nơi những lời hứa xa xôi hay sự bảo vệ từ bên ngoài, mà ở đây trong trái tim, tâm trí và cơ thể được định hình bởi giới luật và Bát Chánh Đạo này. Bất cứ khi nào con học Kinh, con nhớ những lời của Ông, "Pháp là bất động." Việc học của con không chỉ đơn thuần là học thuộc lòng hay thu thập tinh thần, mà là những trân quý nhất chảy trong dòng sông không bị ràng buộc bởi thời gian và danh-sắc. Trong những dòng chảy của cuộc sống, con sẽ vững vàng, ổn định như núi Tu-di.

Con sẽ thực hiện từng bước, dù nhỏ hay khó khăn, luôn phù hợp với Thánh đạo. Con chấp nhận mọi khó khăn, không bối rối lo lắng và luôn nhớ ánh sáng của tự thân. Cuộc sống của con người thì lộn xộn và vướng víu, bị ràng buộc theo nhiều cách, nhưng con đã được phước lạc để tự do tu tập trong tâm mình dù ở bất cứ nơi đâu. Con sẽ kiên định và không bao giờ dễ duôi trong sự biếng nhác. Những giai đoạn khó khăn là không thể tránh khỏi, và giống như một con sư tử trong vùng hoang dã, bằng lòng can đảm của mình, con sẽ tiếp tục bước tới với phẩm giá và sự cao quý. Sự tu tập của con là ổn định và vì lợi lạc của tất cả chúng sanh.

Con sẽ nỗ lực theo cách tôn vinh đời sống, trí tuệ, tâm yêu thương và lòng từ bi của Ông. Con sẽ là hiện thân của những lời dạy để có lẽ, một ngày nào đó, con có thể chia sẻ một điều gì đó ý nghĩa với người khác. Thật dễ dàng để phán xét trong thế giới này, nhưng giờ đây con thấy rằng điều đó thật vô nghĩa. Thay vào đó, Ông đã dạy con phải sáng suốt. Giống như một cái cây rụng lá vào mùa thu, con trút bỏ những phiền não của mình để như một đoá sen mọc trong bùn, mưa chỉ lăn ra mà không chút bẩn nào dính lại.

Để tôn vinh lời dạy và đời sống của Ông, một lần nữa con nguyện sẽ luôn bước đi trên Thánh Đạo, để trở thành ánh sáng truyền tải những gì mà Ông đã ban tặng cho con bằng sự hoà nhã, khiêm tốn, niềm vui và sự tận tâm. Không còn nô lệ cho những ham muốn, con được tự do. Bước đi trên con đường của ánh trăng, con sẽ là hiện thân của Phật Pháp. Hành động của con sẽ lát đường cho lòng biết ơn mà con cố gắng bày tỏ. Thông qua Thầy của con, con nghe ra lời dạy của Ông, nhìn thấy nụ cười của Ông và kinh nghiệm sự tinh tuý của Ông. Chánh Pháp vẫn tiếp tục.

Với lòng biết ơn và lời nguyện kiên cố, con thành kính đảnh lễ Ông.

Đệ tử cháu,

Diệu Nguyệt

Kindle the Mind in the Place of the Sun

Dearest Grandfather-in-Dharma,

What was once a faraway land brought forth sacred teachings to Western soil, like seeds in the wind, falling softly on unfamiliar ground. Ancient words arrived as whispers from distant mountains, quiet reminders from timeless valleys. The Dharma crossed continents, carrying with it an immeasurable treasure of pure wisdom. Now, suffering has a door to liberation. The Dharma unfolds here, gently guiding us—if only we dare to listen.

"Do you understand what your Teacher is saying?" –The first sentence ever spoken to the grand-disciple. These words became my mantra as I gently tread the Buddha"s path. Day turns quickly into night and night breaks into day as the Dharma etches deeper into my heart. Echoes of impermanence and enduring wisdom are the seeds once sown. The Four Great Oceans flood streams of wisdom that are carried deeply. The teachings became the breadth of life, the path. The light kindled within the mind, awaiting to ignite countless caverns.

The initial mind is the seed of all becoming. Yet it is only now I understand that practice is not to become, but to be. Without the need for gain or praise, you carried the Dharma like the earth carries the Ganges—flowing with simplicity, taking in the burdens of others, yet remaining pure in the blessings you spread. Within this stream, there is safety and steadiness—a deep commitment to the path, to our vows, and to the deep work of transformation.

Twinkling with the stars, this life is but a momentary dream yearning to be heard. Listening deeper, I let go and cultivate a heart unburdened by ordinary knowledge. The beginner"s mind is where true compassion starts. Unbound by attachment, my life now knows peace with purpose.

When my heart feels heavy, I remember your laughter. Through sickness and pain, a reminder of joy was always present in you. "Life is short and sometimes sour."–you saw life for what it was, with all its suffering, and yet, you taught me through your life to remain open, to stay honest, and always be kind. With each act of patience, every moment that I choose the Dharma, I carry a world of loving-kindness and bring forth all I have learned and am learning.

Every time I don the Kāṣāya, I feel your blessing. The robes are not just pieces of cloth but the significance of the Dharma, our lineage, and countless predecessors carrying forth the sacred lessons. When I wear my robes, it is more than just a symbol; it is a commitment to embody the Dharma every day in every breath, to walk with a heart wide open.

Thank you for showing me, not just speaking words, that one torch is enough to light countless other candles. My vow guides my practice, and my practice is my life. "From the cry of the black soil of suffering, I kindle my mind in the place of the sun." In moments of darkness, I cradle these words closely and remember that each of us has a light to spark, a way to bring warmth into the world"s coldest places.

To be born a human is rare, to hear the true Dharma is even rarer. I will not let this opportunity slip away. True refuge does not rest in distant promises or external protections, but here in this heart, mind, and body that is shaped with discipline and the Noble Eightfold Path. Whenever I recite the sutras, I remember your words, "The Dharma is immovable." My studies are not mere recitation or mental collection but the purest treasures flowing in a river that is unbound by time and form. In life"s torrents, I will remain unwavering, steady as Mount Sumeru.

I will take each step, however small or difficult, always in alignment with the Noble Path. I accept any hardship without trepidation and remember to see the light within. Human life is messy and entangling, very binding in many ways, yet I have been blessed to practice freely anywhere within my mind. I will be resolute and never abate into laziness. Difficult times are inevitable, and like a lion in the wilderness, I use my courage to keep going with dignity and nobility. My practice is stable and for the benefit of all beings.

I will strive in a way that honors your life, wisdom, love, and compassion. I will embody the teaching so that perhaps, one day, I might share something meaningful with others. It is easy to have judgment in this world, but now I see that it is senseless. Instead, you taught me to be discerning. Like a tree shedding its leaves in the autumn, I shed my afflictions so that, like a lotus growing in the mud, the rain just rolls off without a taint remaining.

In honor of your teachings and your life, I vow once more always to walk this Noble Path, to become that light that passes on what you have gifted me with gentleness, humility, joy, and devotion. No longer a slave to desire, I am free. Treading the path that follows the moon, I will embody the Buddhadharma. My actions will pave the way for the gratitude I attempt to express. Through my Teacher, I hear your words, see your smile, and experience your essence. The Dharma keeps going.

With the deepest bow of gratitude and resolute vow,

Grand-disciple,

Diệu Nguyệt

Bước đi của bậc Đại sĩ

VĨNH HẢO

Bậc chân tu thực chứng thì bước đi không để lại dấu vết. Có nghĩa là không lưu lại dấu vết hay tì vết gì trong tâm thức và hành xử của mình, như được nói trong kinh "*Tu vô tu tu, chứng vô chứng chứng*"[4]. Tu mà không chấp nơi việc tu của mình mới thật là chân tu; chứng đắc mà không chấp nơi sở đắc của mình mới thật là chứng đắc.

Đó là nói sở tri, sở hành, sở chứng của vị ấy trong việc tu tập, hành đạo; chứ trên thực tế, thân giáo và ngữ giáo của bậc tuệ đức để lại vô số kỳ tích và ấn tượng sâu đậm cho những ai được thân cận, học hỏi, thọ pháp.

Hòa thượng Tuệ Sỹ là một nhà tu, một con người nhẹ nhàng đi qua cuộc đời như thế.

Nhẹ nhàng cả thân và tâm. Thân mảnh khảnh, nhỏ nhắn, nói năng nhã nhặn từ bi nhưng khi cần cất tiếng hống của sư tử thì cả núi rừng và muông chim phải rúng động kinh hãi. Tâm rỗng rang, vô sự, danh không ham, lợi không màng, nhưng trí tuệ thậm thâm sắc bén như kim cương, đặt nơi đâu là nơi đó bừng khai hoa trái giác ngộ.

Một con người như thế, dù có thể như cánh nhạn qua trời, không hề bận tâm lưu vết tích nào trên đường bay, vẫn tự

[4] Kinh Tứ Thập Nhị Chương.

nhiên gửi lại nhân gian cả một di sản kỳ tuyệt, vô giá.

Di sản ấy là gì?

– Là lòng từ bi đối với người và vật; là lòng khiêm nhẫn đối với kẻ trên người dưới, tận tâm phụng sự, tận tụy giáo hóa không mỏi mệt; có khi vì lợi ích cho số đông, đã an nhiên trải mình trong ngục tối bao năm dài; có khi vì sự hòa hợp của Tăng đoàn, đã phải im lặng, đón nhận bao sự vu hãm, sàm tấu, miệt thị của miệng lưỡi tiểu nhân. Trước vô vàn nghịch duyên, bệnh chướng, chụp phủ xuống thân gầy, vẫn giữ nụ cười từ bi, thương đời, thương người, thương cả những kẻ xấu-ác từng hãm hại, gieo bao tiếng ác cho tự thân. Chướng duyên đeo đuổi con người tài hoa gần như suốt cả cuộc đời, nhưng càng làm lộ hẳn ngọc quý giữa sỏi đá trần gian.

– Là những ấn phẩm văn hóa, văn học qua văn, thơ, tiểu luận; luận tập giảng thuật, chú thích kinh-luật-luận Phật giáo; là bộ Thanh Văn Tạng I[5] được Hòa thượng tự thân dịch thuật, chú giải và trực tiếp hướng dẫn cho hàng học trò phiên dịch, ghi chú, được ghi nhận là thành tựu sơ bộ vào đầu năm 2023. Tuy Thanh Văn Tạng I chỉ là một phần nhỏ của công trình phiên dịch chú giải Đại Tạng Kinh Việt Nam, nhưng là nền tảng cho tiến trình phiên dịch toàn bộ Tam Tạng Thánh Điển sang Việt ngữ mà Viện Tăng Thống đã chỉ thị Hội Đồng Phiên Dịch Tam Tạng thực hiện từ năm 1973. Đây là thành tựu to lớn mà chỉ có bậc thông tuệ tài đức như Hòa thượng Tuệ Sỹ mới có thể đảm đương, tái hoạt công trình sau 50 năm bị ngưng trệ vì

---

[5] Thanh Văn Tạng Giai đoạn I, Phần I, gồm 29 tập, trong đó Kinh bộ có Trường A-hàm (2 tập và 1 Tổng lục), Trung A-hàm (4 tập và 1 Tổng lục), Tạp A-hàm (3 tập và 1 Tổng lục), Tăng Nhất A-hàm (3 tập và 1 Tổng lục); Luật bộ có Luật Tứ Phần (4 tập và 1 Tổng lục), Luật Tứ Phần Tăng Giới Bổn (1 tập); Luận bộ (5 tập); và Tạp bộ (2 tập). Các Tổng lục đi kèm theo kinh-luật là do Hòa thượng Tuệ Sỹ soạn viết nhằm giảng giải, hướng dẫn phương cách thâm nhập kinh tạng.

hoàn cảnh đất nước.

– Là nhân vật cốt lõi và cuối cùng của Giáo Hội Phật Giáo Việt Nam Thống Nhất sau khi Đại lão Hòa thượng Thích Huyền Quang (Đệ tứ Tăng thống) và Đại lão Hòa thượng Thích Quảng Độ (Đệ ngũ Tăng thống) viên tịch. Từ những tháng năm cuối đời, Đại lão Hòa thượng Thích Quảng Độ đã giải tán toàn bộ cơ cấu lưỡng viện của giáo hội vào năm 2018. Đến năm 2019, Hòa thượng Tuệ Sỹ đã được Đại lão Hòa thượng Thích Quảng Độ trân trọng chuyển giao trọng trách xử lý thường vụ, chịu trách nhiệm hoàn toàn trong việc phục hoạt Giáo hội. Sau những năm tháng ngưng hoạt động với muôn vàn khó khăn tưởng chừng không thể dựng lại, vào năm 2020, Giáo hội đã được Hòa thượng Tuệ Sỹ dù với thân bệnh, cố gắng phục hoạt với sự tái lập Hội đồng Giáo phẩm Trung Ương Viện Tăng Thống để từ đây có thể từng bước, hòa hợp Tăng đoàn, củng cố nhân sự, chờ "khi hội đủ điều kiện thuận duyên" triệu tập đại hội bất thường để bầu lại nhân sự mới cho Viện Hóa Đạo[6]. Đây là Phật sự cuối cùng mà Hòa thượng Tuệ Sỹ đã vì sự "duy trì mạng mạch Phật Pháp qua sự lãnh đạo của Viện Tăng Thống"[7], đóng góp cho sự tồn tục của Giáo hội. Từ một cá nhân đơn lẻ còn lại, Hòa thượng thân mang trọng bệnh, đã vì cơ nghiệp của tiền nhân, kêu gọi sự hòa hợp thanh tịnh trong số nhân sự ít ỏi, dựng lại Giáo Hội từ Viện Tăng Thống.

– Là cả một đời chăm lo giáo dục, đào tạo tăng tài. Từ thời ấu

[6] Điều 1 và điều 3 trong Quyết Định Ủy thác Quyền Điều hành Viện Tăng Thống của Đệ Ngũ Tăng Thống Giáo Hội Phật Giáo Việt Nam Thống Nhất, ban hành ngày 24 tháng 5 năm 2019. Điều 2 của Quyết Định nêu rõ: "Thỉnh cử Hòa thượng Thích Tuệ Sỹ thay tôi đứng đầu vào vị trí của Viện Tăng Thống, bảo đảm tiếp tục sứ mệnh của Giáo Hội Phật Giáo Việt Nam Thống Nhất trong tương lai. Tôi hoàn toàn tin tưởng và ủy thác trọng trách này cũng như trao toàn quyền cho Hòa thượng Tuệ Sỹ điều hành mọi hoạt động của Giáo Hội."

[7] nt

niên, Hòa thượng đã hiển lộ thiên tư thông tuệ khác thường. Không qua bằng cấp của trường lớp phổ thông nào ở bậc trung, vào tuổi hai mươi, chú sa-di Tuệ Sỹ đã đứng lớp dạy đại học và các trường cao đẳng Phật học. Nhiều vị tỳ-kheo ngang tuổi hoặc lớn hơn chú sa-di giáo thọ thời đó, đã từng là học trò của Hòa thượng từ các Phật học viện Trung đẳng, Cao đẳng, và đại học Vạn Hạnh. Đặc biệt là thời gian sau khi được phóng thích khỏi nhà tù vào năm 1998, Hòa thượng đã nỗ lực đào tạo những Tăng Ni trẻ, thế hệ 1970, 1980, 1990... tường tận giảng dạy về Phật học và cổ ngữ (Hán, Phạn, Pàli, Tạng), trực tiếp hướng dẫn phương cách nghiên cứu, dịch thuật mang tính hàn lâm quốc tế; ngoài ra còn tài trợ, gửi Tăng Ni đi du học ở Nhật và Mỹ, rồi trong 25 năm cuối đời, Hòa thượng đã đào tạo và tuyển chọn được trên 10 vị Tăng Ni trẻ xuất sắc, có trình độ Phật học, thông thạo ngoại ngữ, cổ ngữ, mỗi vị hay mỗi tổ nhóm có thể thay Hòa thượng ở một lãnh vực chuyên môn, kế tục đảm đương công trình Phiên dịch Đại Tạng Kinh Việt Nam[8]. Hai sư cô trong số những học trò/đệ tử xuất gia xuất sắc ấy có thể đứng lớp dạy tiếng Phạn và tiếng Tạng, đào tạo các thế hệ sau. Có thể nói, đây là thành tựu vẻ vang của Hòa thượng về mặt Văn hóa Giáo dục.

Thành tựu như thế, đóng góp những công trình to lớn và dài lâu như thế, mà trước khi rời bỏ trần gian mộng huyễn, vẫn không sờn lòng mệt mỏi trước bao chướng duyên nghịch cảnh đã xảy ra trong đời, vẫn tha thiết với chí nguyện hoằng pháp lợi sinh, vẫn trải lòng từ bi với con người và cuộc đời qua lời nguyện ghi lại trong Di chúc: ”*Nhục thân đưa đi hỏa táng. Tro bụi nhục thân đem rải ra Thái Bình Dương để được tan theo biển, bốc*

---

[8] Quyết Định số 07.VTT/CTK/QĐ ban hành ngày 21.9.2023 của Viện Tăng Thống Giáo Hội Phật Giáo Việt Nam Thống Nhất: Đổi danh xưng Hội Đồng Phiên Dịch Tam Tạng Lâm Thời thành Ủy Ban Phiên Dịch Trung Ương, đồng thời thành lập Tiểu Ban Phiên Dịch Chuyên Trách gồm nhiều Tăng Ni trẻ xuất sắc thế hệ mới.

thành mây trời, lang thang khắp cõi hư không: Hư không hữu tận, Ngã nguyện vô cùng."[9]

Trong Di chúc cũng có đoạn dặn dò môn chúng: "*Tang lễ bình thường. Không đọc điếu văn, tiểu sử; không sổ tang, xin miễn phúng điếu, tràng hoa, liễn, đối...*" Có nghĩa là không cần được tổ chức một tang lễ rình rang, đông đảo; không cần được ca tụng tán thán qua các bài điếu văn, thi điếu; không cần ai biết đến nhiều hơn qua tiểu sử; và không cần sự biểu lộ tràng hoa, liễn, đối của vô số người ngưỡng mộ kính vọng. Làm tất cả việc mà không dính mắc, không khoa trương, không cần bất kỳ tưởng lục hay sự tán dương danh vị nào từ trong nẻo đạo hay ở thế tục.

Bước đi như vậy rõ ràng là không cần lưu dấu; nhưng chính là bước đi siêu tuyệt của bậc đại nhân, đại sĩ: không dấu tích mà lại tràn đầy công đức, lợi ích cho dân tộc, đạo pháp và nhân loại nhiều thế kỷ sau.

California, ngày 24 tháng 12 năm 2023

---

[9] Điều 5 trong Di chúc 7 điều của Hòa thượng Tuệ Sỹ, ký ngày 19 tháng 9 năm 2023.

Nhớ Cài Quai Nón[1]

Từ thuở đi hoang, ngày tàn theo nắng, đêm mơ màng trời thu lấp lánh ánh ngàn sao.

Trên đồi cao, bất động hư không, tâm tịch lặng nhìn trần gian mộng huyễn sinh-diệt diệt-sinh.

Dừng lại hay bước đi, nắng vẫn lung linh bên đèo. Cỏ úa rũ dài bên cổ mộ. Cỏ thơm vươn dậy trên bờ cao. Chợt nhớ thời nguyên sơ, như trẻ thơ, hồn nhiên chập chững ra-vào. Rồi một lần, chạnh lòng mắt biếc hồng hoang. Đời du tử từ đấy động chuyển thăng-trầm, vời vợi đại dương sinh-tử. Lên non rồi lại xuống đồi. Rừng cây bao lần thay lá. Mây trắng đổi hình phút giây. Xuống đồi rồi lại lên non. Lặng đứng trên mơ hồ thiên nhai. Trầm sâu nơi xa xôi hải ngạn. Vẫn một hóa thân này, nghìn năm dằng dặc đi qua trên dặm dài lữ thứ.

Vi vu gió thốc bên đèo. Miếu cô hồn chập choạng chiều hoang. Đèn dầu cạn khô, hương khói tạnh. Một góc đìu hiu nghe đêm xuống. Gối cỏ nằm êm đời du thủ. Lung linh mộng mị dưới ánh trăng hạ huyền.

Bao năm rồi vẫn đi tìm trăng. Chích ảnh cô thân mờ mắt trần. Đá cũng lên lời cung kính hỏi. Ngàn lau phơ phất bóng thiên thần. Nắng tàn bảng lảng cung hoàng hôn. Ơi, tiên ông sao lạc cõi này! Mỉm cười, ta có lạc đâu. Đường ta đi thênh thang mộng trăng vàng. Từ thuở trầm luân đã từng qua đây. Này bờ

---

[1] Trọn bài này phỏng ý thơ Tuệ Sỹ trong Thiên Lý Độc Hành.

suối, này khóm lau, này tảng đá ven đường, còn nhớ chăng vó ngựa reo vang chiều hoang dã. Thân ta trải khắp các mộ địa. Hồn ta phơi man mác ven trời. Đi, đã từng đi mãi, đi mòn cả tháng năm.

"Đi để nhớ những chiều pha tóc trắng
Mắt lưng chừng trông giọt máu phiêu lưu"[2]

Buổi về lần khân những hẹn ước. Này rừng lau, này đá cuội, mai kia ta trở lại. Hẳn là ngươi tuổi đã ngàn năm. Sẽ có ngày ta mang ánh trăng về. Để ngàn hoa trắng cả đồi hoang.

Phố thị chờ mong chân lữ hành
Thương người, lại về với nhân gian
Quang gánh chưa buông lòng chưa thỏa
Đường xa vợi khói nước trăm thành[3]

Bâng khuâng hốc núi, mưa mù trời
Tiễn biệt tiên ông, gió gào thương
"Khi về anh nhớ cài quai nón
Mưa lạnh đèo cao không cõi người."[4]

(Cung kính đảnh lễ thượng nhân Tuệ Sỹ nhân Lễ Tiểu Tường của Người)

---

[2] 2 câu trong bài Cánh Chim Trời của Tuệ Sỹ.

[3] "Bách thành yên thủy", tác phẩm của Thiền sư Phật Quốc. Hòa thượng Thích Kế Châu (1922 – 1996) dịch là "Khói nước trăm thành."

[4] Thơ Tuệ Sỹ, Thiên Lý Độc Hành, khúc 13. Nhớ cài quai nón, có vẻ như tự nhắc khi trở về phố thị là bắt đầu cho những trách nhiệm với Tăng-đoàn, với giáo hội, với đồ chúng, sinh dân; cũng là bắt đầu với những phong ba, thị-phi của người trần gian, cần giữ tâm như kim cang bất hoại.

Ngọn Hải Đăng Mãi Tỏa Sáng

NGUYỄN THANH BÌNH

Đá mòn phơi nẻo tà dương
Nằm nghe nước lũ khóc chừng cuộc chơi
Ngàn năm vang một nỗi đời
Gió đưa cuộc lữ lên lời viễn phương
Đan sa rã mộng phi thường
Đào tiên trụi lá bên đường tử sinh
Đồng hoang mục tử chung tình
Đăm chiêu dạ ảnh nóc đình hạc khô.
(Giấc Mơ Trường Sơn)

Mấy ngày qua, nhiều người nhắn hỏi tôi về các tác phẩm của Thầy, cả Phật Học và Văn Học.

Tôi đã soạn lại sách của Thầy để liệt kê, và tìm những tác phẩm phù hợp với khả năng có thể đọc của bạn, mà giới thiệu. Nhân đó mà đọc lại những tập thơ, văn tuyển của Thầy

Thầy không chỉ là một tu sỹ uyên bác mà còn là một thi sỹ, văn sỹ trác tuyệt.

Một người bạn thân comment cảm thán : "Những vần thơ sâu lắng, thấm đẫm tình. Thật ngạc nhiên, sao ông lại có thể đi tu, sao trái tim như thế lại chưa từng yêu một người con gái ?".

Thầy đã thị hiện trên thế gian dưới hình hài nhỏ bé gầy gò, nhưng mang trí tuệ siêu phàm để độ sinh, chẳng những bằng tri thức Phật học uyên thâm mà cả tài năng văn học

Một lần ở Hương Tích Thư Quán, tôi đọc được những dòng này: "... họa sỹ đã bằng trực giác mỹ cảm vượt qua rào cản ngôn ngữ, để thay vì nghe bằng đôi tai, ở đây bằng thị giác của tâm thức mà nhìn vào âm thanh ngữ điệu của thơ. Họa sỹ đồng cảm với thi sỹ đi trong thế giới chìm sâu trong tâm tư, thế thì người đọc đồng cảm thế nào với họa sỹ...?" (Tuệ Sỹ . Bài giới thiệu Tuyển tập Hoàng Cầm - Tình khúc. Hương Tích ấn hành. 2015). Từ lâu, sâu trong tiềm thức, tôi đã cảm nhận mối tương quan giữa màu sắc và âm thanh, giữa âm thanh và ngữ điệu, cho tới khi đọc được cảm nghĩ của Thầy, thì cảm nhận liền biến thành nhận thức và quan niệm. "Thị giác của tâm thức" phải chăng là một phần của lục thức, làm phát sinh những ý niệm và tư tưởng, nhưng không dẫn tới các tà niệm mà thi tứ nảy sinh và mỹ cảm thăng hoa.

"... Thơ vẫn là một cuộc lịch nghiệm Riêng và Chung, của Thời đại và Lịch sử. Từ cuộc Riêng, Thơ nương theo đôi cánh Thi và Dịch để đi về nơi Hoằng viễn, dẫn Lịch sử Uyên nguyên tụ hội với Thời đại. Hình như những sự này tôi nghe được từ nơi thơ của Đông Pha ..." (Tuệ Sỹ | Tô Đông Pha - Những phương trời viễn mộng / Saigon. 1973)

Văn, thơ, nhạc, họa đều là tinh túy của trí tuệ con người, nhưng trí tuệ con người không chỉ có vậy, nó còn có khoa học kỹ thuật và kinh tế, mà mặt trái của nó luôn tàng ẩn những "tham, sân" và "si"... nguồn gốc của chiến tranh và tội lỗi. Có lẽ, chính vì vậy mà lâu thật lâu, mới có một nhân vật kiệt xuất, xuất hiện giữa cõi nhân gian, tỏa sáng như ngọn hải đăng dẫn đường giữa mênh mông đại dương, dù bản thân hứng chịu tất cả sóng gió cuồng nộ, vẫn nhẫn nại, miệt mài tỏa ra hơi ấm của tình thương.

"... sao trái tim như thế lại chưa từng yêu một người con gái ?". Một trái tim như thế, dành cho cả nhân gian, không riêng một người.

Tam thập niên tiền học khổ không
Kinh hàm đôi lũy ám tây song
Xuân hoa bất cố xuân quang lão
Túy trúc tà phi túy mộng hồn
Nhẫm nhiễm trường mi thùy hoại án
Ta đà tố phát bạn tàn phong
Nhất triêu cước lạc huyền nhai hạ
Thủy bả chân không đối tịch hồng.
(Ngục Trung Mị Ngữ)

Hư không hữu tận, Ngã nguyện vô cùng

TERRY LEE

Trong di chúc của Thầy Tuệ Sỹ, bỏ qua phần nói về cách Thầy muốn tổ chức tang lễ đơn giản, Thầy để lại 8 chữ:

"Hư không hữu tận, Ngã nguyện vô cùng"

8 chữ này là trích từ bài Sám Thập phương (cũng gọi là Sám Quy mạng) mà bất cứ ai có tụng hay đọc kinh Phật đều biết:

"Hư không hữu tận
Ngã nguyện vô cùng
Tình dữ vô tình
Đồng viên chủng trí"

Hư không thì có giới hạn,
Nhưng nguyện của tôi thì vô cùng
Cầu cho các loài hữu tình và vô tình
Tất cả đều thành chính giác.

8 chữ Thầy để lại là "di chúc thứ hai" của Thầy đó. Di chúc này chắc chắn các bạn đồng ý với tôi là nó quan trọng hơn những giòng chữ Thầy dặn dò cách thức tổ chức tang lễ.

Cái "di chúc thứ hai" này chỉ có 8 chữ, nhưng thực ra phần quan trọng là 4 chữ: Ngã Nguyện Vô Cùng. Thầy có nguyện gì? Thầy không nói.

Cũng vậy, hơn 2500 năm trước, Phật tập hợp 1250 đệ tử lại để thuyết pháp. Tuy nhiên, thay vì nói, Phật chỉ giơ một bông hoa sen trước mặt mà không nói một lời. Mọi người trong hội chúng đều bối rối, nhưng một người trong số họ, Ngài Ca Diếp, hiểu được ý nghĩa của Đức Phật và mỉm cười. Đức Phật nói:

"Ta có Chánh pháp Nhãn tạng, Niết Bàn Diệu Tâm, Thực tướng Vô tướng, Vi diệu Pháp môn, bất lập văn tự, giáo ngoại biệt truyền. Pháp này ta phó chúc cho Ca Diếp".

Thầy cũng không nói Thầy có nguyện gì mà vô cùng, vô tận. Tôi quyết tâm đi tìm coi Thầy có nguyện gì, để đọc được cái bí mật Thầy giấu trong đó? Nhưng phải bắt đầu từ đâu?

Trước hết, tôi muốn dịch 8 chữ di chúc này của Thầy sang tiếng Anh.

Nguyên văn chữ Hán là **虛空有盡，我願無窮**. Hư không (**虛空**) là cõi vô định, hư = hư ảo, không = không gian. Tiếng Anh là Void. Như vậy có nên dịch là The Void is limited; my vows are infinite hay không?

Tôi nghĩ là không nên. Vì Void là cái gì viển vông, xa vời, không có thật. Khi tôi chẳng biết nó là cái gì thì bạn nói nó là vô hạn hay hữu hạn, tôi cũng không biết là đúng hay sai. Vì không cảm thấy nó gần gũi với mình, lời nguyện mất đi sự cảm ứng. Tôi là giáo sư Toán và Vật lý trong 47 năm, cho tới khi tôi về hưu 3 năm trước, nên tôi tin vào hiệu quả của cảm ứng (cảm ứng, nói 1 cách đơn giản, là sự đồng cảm, giao thoa giữa 2 đối tượng). Ngày 12 tháng 4 năm 1831, một đoàn lính Anh diễn hành đi đồng bộ qua cầu treo Broughton, khiến cây cầu cảm ứng với các nhịp bước đều đó nên nó cộng hưởng các độ rung nhỏ bé của bước chân của mỗi binh sĩ lại đến khi nó lớn quá thì cây cầu sụp đổ.

Có câu chuyện về một tiền thân của Phật, được kể trong Phật Quang Đại Từ điển, 8 tập, dầy gần 10 ngàn trang, do Hòa

Thượng Quảng Độ dịch.

Vua Shibi là một vị vua ở Ấn Độ cổ. Vua rất tin vào Phật Pháp. Để kiểm tra ý chí của Vua Shibi, Thần minh Đế Thích và Bì Thủ Yết Ma lần lượt hóa thành đại bàng và chim bồ câu để khảo nghiệm Vua Shibi. Khi đó, đại bàng đang đuổi theo sát con chim bồ câu và quyết tâm ăn thịt nó, chim bồ câu không còn cách nào khác là phải chạy trốn đến chỗ Vua Shibi để được giúp đỡ. Vua Shibi, người có nguyện ý cứu độ chúng sinh, muốn bảo vệ chim bồ câu, nhưng đại bàng nói với ông rằng nó sẽ chết đói nếu không ăn được thịt chim bồ câu. Để cứu đại bàng, Vua Shibi tỏ ý muốn xẻ thịt mình để nuôi đại bàng. Không ngờ, con đại bàng cũng yêu cầu miếng thịt nó cắt ra phải nặng như chim bồ câu. Vì vậy, Vua Shibi không còn cách nào khác là xẻ thịt mình và đem cho người ta cân.

Tuy nhiên, Vua Shibi xẻ thịt đến tận cùng mà cân vẫn không bằng bồ câu, Vua Shibi sau đó là ngồi lên cân. Hành động và tâm niệm của Vua Shibi đã khiến trời đất cảm động.

(Sau đó Đế Thích đã trở lại diện mạo thật của mình và sử dụng sức mạnh thần thánh để khôi phục lại cơ thể của Vua Shibi.)

Tôi để câu " Sau đó Đế Thích đã trở lại ..." trong ngoặc đơn vì phần đó đối với tôi không cần thiết, dù truyện nào cũng có phần đó, kiểu "live happily ever after" trong ngụ ngôn và phim ảnh. Ở đây, tôi chỉ muốn nói lời nguyện của vua có chân thành mới cảm ứng đến trời đất, nên tôi không thích dùng chữ Void để dịch chữ "Hư không" (dù nó đúng), chỉ vì nó quá xa lạ.

Theo tôi, chữ hư không ở đây có nghĩa là một cái gì to lớn, mênh mông mà chúng ta nghĩ là nó vô tận, nhưng thực sự là nó hữu tận, để so sánh với cái nguyện vô cùng, vô tận của người đang khấn nguyện. Tôi nghĩ đến chữ world (thế giới), vì thế giới nó gần gũi với mình hơn hư không, nó cũng mênh mông, rộng lớn, nhất là nếu bạn nghĩ đến các cõi trời, thần, súc sinh, ngạ quỷ, địa ngục, tam thiên đại thiên thế giới mà kinh Phật hay nhắc tới thì nó lớn quá.

Còn nói về khoa học thì bạn có biết nếu đi được với tốc độ ánh sáng (300 ngàn km/giây) thì bạn mất 1 giây để tới mặt trăng, 8 phút để tới mặt trời, 20 ngàn năm để ra khỏi cõi Thiên hà Milky Way mà chúng ta đang ở. Mà chữ thế giới thì nó bao gồm luôn cả các thiên hà ngoài thiên hà Milky Way. Thiên hà xa nhất mới được khám phá thấy mang tên HD1, cách xa trái đất 13.5 tỷ năm ánh sáng, và khoa học cho biết "biên giới hiện thời" của thế giới chúng ta cách chúng ta 46.5 tỷ năm ánh sáng (1 năm ánh sáng = light year, khoảng cách ánh sáng phải đi trọn năm mới tới và vận tốc ánh sáng là 300,000,000 mét/giây).

Như vậy, rõ ràng thế giới quá mênh mông vô tận, nhưng con mắt Phật thì thấy nó hữu hạn. Tôi dông dài như vậy để các bạn thấy khi tôi thay chữ hư không bằng chữ thế giới, bạn mới thấy nó hợp lý hơn rất nhiều.

The world has end, my vows are infinite (Thế giới hữu hạn, nguyện tôi vô cùng).

Không biết có ổn không? Tôi tạm dùng nó trong thời gian chờ đợi ai có thể giúp tôi dịch hay hơn.

2) Bước thứ hai: Tìm nguyện của Thầy trong kinh sách và khảo luận Thầy đã soạn và dịch.

Số lượng kinh sách Thầy viết, soạn và dịch thì đồ sộ quá, nhưng tôi phát nguyện không bỏ cuộc. May mắn quá, mới tìm trong vài ngày thì tôi đọc thấy trong cuốn Thắng Man Giảng Luận mà Thầy đã dịch và giảng, Thắng Man Phu Nhân có 3 đại nguyện.

Đó là:

1) Sẽ giúp cho chúng sinh được đời đời an ổn.

2) Sẽ không mệt mỏi giảng Pháp cho chúng sinh.
3) Sẽ xả bỏ thân mạng để hộ trì Chính pháp.

Đại nguyện thứ hai: Cũng như Thắng Man Phu Nhân, Thầy không mệt mỏi giảng Pháp, dịch kinh, dù ngụy quyền Cộng sản tìm đủ cách làm khó dễ, và dù bác sĩ cố ngăn cản khi Thầy làm việc quá sức. (Tôi dùng chữ ngụy quyền CS vì chính quyền này không có do dân bầu lê , chứ chưa nói tới các tàn ác của họ đối với dân tộc và tổ quốc)

Đại nguyện thứ ba: Thầy chấp nhận bị xử tử hình, kiên quyết bảo vệ Giáo hội Phật giáo Việt Nam Thống nhất để hộ trì Chánh Pháp, không để nó gia nhập vào cái gọi là Giáo hội Phật Giáo Việt Nam (dưới quyền kiểm soát Mặt Trận Tổ Quốc), thực chất chỉ là cái bình phong của lũ giả sư, giả ni, ma vương Cộng sản. So với 3 đại nguyện này của Thắng Man Phu Nhân, thì đời Thầy chưa hoàn thành được đại nguyện đầu. Chúng sinh nước Việt còn lầm than dưới chế độ Cộng sản không có nhân tính. Thường thường, chuyện gì mình không làm được ở kiếp này, mình sẽ nguyện làm được ở kiếp sau. Vì thế, tôi tin đây cũng là 3 đại nguyện của Thầy.

3) Với giả thuyết (hypothesis) đó, tôi đi tìm chứng minh (proof) trong thơ Thầy. Và tôi kinh ngạc khi thấy rất nhiều bài thơ của Thầy chứa đựng những ao ước đó. Thầy giấu trong thơ tất cả ao ước của Thầy, mà tôi xin gọi là những "đại nguyện" của Thầy. Không biết bạn đã đọc thấy một "đại nguyện" nào của Thầy trong các bài thơ Thầy đã viết không?

Tôi đã dịch và giải thích ý Thầy và gởi đăng nhiều bài thơ của Thầy. Xin nhắc lại hai bài tôi đã dịch và giải thích, để giúp bạn tìm. Bài Mộng Ngày, vì chữ Tổ quốc được Thầy viết rõ ràng trong thơ, và bài số 8 trong tập Thiên lý độc hành vì Thầy viết rõ giấc mơ của Thầy trong đó.

1) Trong bài Mộng ngày

Kiến bò quanh nhọc nhằn kiếm sống,
Ta trên lưng món nợ ân tình.
Cũng định mệnh lạc loài Tổ quốc,
Cũng tình chung tơ nắng mong manh.

Tôi giải thích (phần 4 câu này thôi):

Thầy cho biết thầy đang mang món nợ trên lưng thầy. Đó là nợ Tổ quốc, một trong tứ ân của đạo Phật. Ý nghĩa của bài thơ ở đoạn này là thầy cưỡi trên lưng con kiến, và thầy đeo trên lưng thầy món nợ Tổ quốc. Chữ "tổ quốc" được lập đi lập lại ở 2 câu kế tiếp: "Cũng định mệnh lạc loài Tổ quốc" có nghĩa là thầy cũng lạc loài mất nước, như bầy kiến kia mất tổ. "Cũng tình chung tơ nắng mong manh" có nghĩa là thầy cũng chung tình với đất nước của thầy như bầy kiến kia yêu tổ.

Tôi dịch:

Here are some ants running around, searching for their homelands.

With a heavy debt of love that I carry on my back,

I also find myself homeless, sharing the same fate with the ants,

And the love for our homelands, which is as fragile as sunlight threads.

2) Bài số 8, tập Thiên lý độc hành.

Khắp phố thị ngày xưa ta ruổi ngựa
Ngang qua đây ma quỷ khóc thành bầy
Lên hay xuống mắt mù theo nước lũ
Dẫm bàn chân lên cát sỏi cùng trôi

Rồi ngã xuống nghe suối tràn ngập máu
Thân là thân cỏ lá gập ghềnh xuôi
Chờ mưa tạnh ta trải trăng làm chiếu
Nghìn năm sau hoa trắng trổ trên đồi

Tôi giải thích:

Thầy ơi, chúng con cũng mong được thấy: Lũ ma quỷ khóc thành bầy, thân xác bị kéo trôi vào cơn mưa lũ. Rồi khi cơn mưa dứt, ánh trăng hiện ra chiếu lên đồi cỏ như một tấm chiếu để Thầy đánh một giấc ngủ dài cả ngàn năm, và khi Thầy thức dậy thì hoa trắng đang nở rạng rỡ trên đồi cỏ đó.

Tôi dịch:
On horseback, I had gone across this city before,
Witnessing gangs of blind crying ghosts and demons,
Who were moving up and down in the flood,
While stepping on moving pebbles and sand.

Then they fell down, their blood inundated the stream,
Their bodies, looking like herbaceous plants, unevenly drifted along.
Waiting for the rain to stop, I will roll the moonlight out for my sleeping mat.
A thousand years later, when I wake up, white flowers will blossom on this hill.

Chú thích thêm về cách dịch của tôi:
Có bạn chỉ trích tôi không dịch đúng nguyên tác, thí dụ như ở câu cuối bài này, câu thơ của Thầy đâu có chữ "khi ta thức dậy" đâu mà tôi thêm vào "when I wake up".

Mỗi người có 1 cách dịch. Cách dịch của tôi là làm sao cho bạn hiểu được bài thơ, sau đó là hiểu được lòng thầy, vì thế có rất nhiều bài tôi phải suy nghĩ cả ngày, có khi cả mấy ngày để tìm cho ra ý Thầy trong bài đó. Riêng ở bài này, nếu Thầy không thức dậy, sao Thầy biết hoa trắng trổ trên đồi?

Hai câu thơ của thầy:
Chờ mưa tạnh ta trải trăng làm chiếu
Nghìn năm sau hoa trắng trổ trên đồi

đâu có nói thầy sẽ trải trăng làm chiếu để ngủ một giấc cả ngàn năm, rồi thức dậy khi đất nước có được dân chủ, tự do, để xem hoa trắng trổ trên đồi. Nhưng tôi mong bạn, cũng giống như tôi, đọc thấy điều ao ước đó của Thầy trong hai câu thơ này.

Còn ở bài Mộng Ngày, câu "kiến bò quanh nhọc nhằn kiếm sống" mà sao tôi lại dịch là "Here are some ants running around, searching for their homelands", tức là kiến bò quanh đi kiếm tổ. Lý do là vì ở câu thứ ba, "Cũng định mệnh lạc loài Tổ quốc" tức là con kiến phải bị lạc loài tổ thì thầy mới, cũng như nó, lạc loài tổ quốc. Chữ "nhọc nhằn kiếm sống" không hẳn chỉ là nhọc nhằn kiếm miếng ăn. Bản thân Thầy khi còn sống cũng "nhọc nhằn kiếm sống" vậy. Nếu ở câu thứ nhất, con kiến chỉ đi kiếm ăn thì đâu có lý do gì để thầy so sánh với nó. Như đã nói ở trên, tôi chỉ dịch sau khi hiểu ý bài thơ và hiểu lòng thầy.

Cho tôi ngưng phần trích thơ ở đây, dù Thầy còn để lại "đại nguyện" trong rất nhiều bài thơ của Thầy. Nếu bạn không muốn tìm, thì mời bạn hãy đọc cuốn sách tôi giải và dịch thơ Thầy mà tôi đề cập dưới đây.

Cuốn sách tôi dịch thơ của Thầy đã in xong, và bạn có thể mua trên Amazon ngay từ bây giờ. Trong khoảng 1 tháng nữa, hy vọng nó sẽ được bán ở các tiệm sách trên thế giới, kể cả Walmart. Tổng cộng gần 140 bài thơ trong tổng số chưa tới 150 bài thơ Thầy đã viết, đa số tôi đều có 2 phần dịch và giải, chỉ một số rất ít bài mà lời thơ đã rõ nghĩa thì tôi chỉ dịch mà không có giải.

Tựa đề cuốn sách là Dreams of Tuệ Sỹ - Giấc mơ Tuệ Sỹ. Bạn có thể kiếm nó trên Amazon bằng cách vào Amazon, rồi đánh máy tên cuốn sách Dreams of Tuệ Sỹ hay Giấc mơ Tuệ Sỹ lên đó (nhớ bỏ dấu, chỉ đánh Tue Sy, sợ nó không biết).

Nếu bạn có thể ủng hộ tôi bây giờ thì mua sách trên Amazon. Nếu bạn muốn đọc mà không muốn mua, thì vui lòng chờ thêm một thời gian (hiện tôi chưa biết bao lâu), tôi sẽ cho download free.

Trong phần giới thiệu cuốn sách này cho độc giả nói tiếng Anh, tôi viết:
This bilingual book includes most of the late Venerable Tue Sy"s poems, with explanations and English translations by Terry Lee.

Tue Sy was a Buddhist monk who was sentenced to death by the Vietnamese Communist government, then reduced to 20 years under international pressure, due to his non-violent support of his Church. After 14 years, 4 months and 20 days, they persuaded him to sign a plea for pardon, but he bravely announced that they had no rights to judge him, therefore, no rights to pardon him. They were obliged to release him after his 10-day total hunger strike.

His poetry does not contain hatred, only compassion, love and Zen concepts. It is interesting to note that he did not use the Zen language in his poems. Instead, he used the language of the lovers, an insect, or a mustard seed, as in the following examples:

1) Carrying a dream in my heart, I wander, wondering,
Where can I find the moon to pick it down for you?

2) The cicadas" melody bounces back, rippling on cue notes,
The tears of their summer mourning are drying up the ocean.

3) A thousand years ago, I went up those mountains,
A thousand years later, I went down these stairs.

The mustard seed"s eyes are wide opened:
"Where are your footprints?"

He passed away on November 24, 2023. In his will, he left 8 words:

"The world has end; my vows are infinite."

But he did not state what his vows were.

Likewise, more than 2,500 years ago, the Buddha gathered his disciples together for a talk on Dharma. Instead of speaking, however, the Buddha simply held up a lotus flower in front of him without saying a word. Everyone in the assembly was baffled, but one of them, Mahakasyapa, suddenly understood the Buddha"s meaning and smiled. The Buddha said,

"I possess the true Dharma eye, the marvelous mind of Nirvāṇa, the true form of the formless, the subtle Dharma gate that does not rest on words or letters but is a special transmission outside of the scriptures. This I entrust to Mahakasyapa".

I believe Venerable Tue Sy confided his vows in his literature.

In the book Śrīmālādevī Siṃhanāda Sūtra that Venerable Tue Sy translated and explained, he cited Mrs. Śrīmālā"s 3 great wishes:

1) May I bring peace to innumerable and unlimited living beings.

2) May I explain the True Dharma, for the sake of all living beings without wearying.

3) May I abandon body, life, and wealth to uphold the True Dharma.

I read from his poetry that these 3 great vows were also his vows, even though he had not accomplished the first vow.

I challenge you to find his vows in his poetry.

"Một thời thân đá cuội
Nắng chảy dọc theo suối
Cọng lau già trầm ngâm
Hỏi người bao nhiêu tuổi"
— Thiên Lý Độc Hành

Cánh Nhạn Giữa Trời Không

THIÊN NHẠN - TÂM THƯỜNG ĐỊNH

Pháp hiệu "Thiên Nhạn" được Thầy Tuệ Sỹ ban tặng cho tôi nhân một lần trở về Việt Nam đảnh lễ Thầy. Trong khoảnh khắc trang nghiêm ấy, Thầy đã trao cho tôi tên gọi chứa đựng cả một triết lý sâu sắc, như một cánh nhạn tự tại giữa trời cao, hướng về cõi vô biên của trí tuệ và từ bi. Món quà tinh thần này từ Thầy không chỉ là một pháp danh, mà là dấu ấn khó phai trong hành trình tu học, một lời nhắc nhở về trách nhiệm và sứ mệnh cao cả mà tôi được thừa hưởng từ ân đức của Thầy.

Thiên Nhạn" – tên gọi như tiếng vọng nhẹ nhàng của loài chim nhỏ, khẽ bay lên bầu trời xanh thẳm, mang theo không chỉ khát vọng tự do mà còn ấp ủ những triền miên suy tư về cõi vô cùng. Pháp hiệu mà Thầy Tuệ Sỹ trao tặng, đối với tôi, không chỉ là danh xưng của ân nghĩa, mà còn là ánh sáng dẫn lối cho một hành trình tâm linh miên viễn. "Thiên" – tượng trưng cho cõi cao rộng, không chấp vào dục vọng, thoát ly khỏi những ràng buộc trần thế; "Nhạn" – loài chim tự do, dũng mãnh nhưng bình dị, vượt qua giới hạn của sự hữu hạn. Thiên Nhạn không chỉ là cánh chim bay trong gió, mà là biểu tượng của sự thong dong giữa đời, vượt qua phiền não mà vẫn giữ tâm an nhiên trước thế gian vô thường.

Có duyên gặp gỡ và được Thầy trao cho pháp hiệu là kỷ niệm sâu sắc không thể phai nhạt. Trong ánh nhìn từ bi, trí huệ của Thầy, tôi cảm nhận được cả một biển trời của sự thanh tao và lòng nhân ái vô biên. Pháp hiệu "Thiên Nhạn" Thầy trao không chỉ là tên gọi, mà như một lời nhắc nhở về sự nối kết giữa con người với vũ trụ, về tính chất vô thường của đời sống và cái tôi nhỏ bé. Đó cũng là một biểu tượng, một nhắc nhở về sự kết nối không thể tách rời giữa trời và đất, giữa cõi thiêng liêng và đời thực, giữa tự do tinh thần và bổn phận trách nhiệm.

Cũng như cánh nhạn nhẹ nhàng thoát khỏi những ràng buộc trần tục để bay cao, người tu tập cần biết giải thoát bản thân khỏi dục vọng, tham lam, ích kỷ. Pháp hiệu "Thiên Nhạn" tựa như một lời dạy không lời mà Thầy trao truyền, giúp tôi hiểu rằng sự tự do không chỉ ở thân xác mà còn ở tâm hồn. Trong những cơn bão tố của cuộc đời, cánh nhạn không bao giờ lạc lối, luôn giữ hướng đi và tiếp tục sải cánh. Đó là biểu tượng của tâm hồn kiên cường, bền bỉ trước mọi thăng trầm. Cánh nhạn có thể bay cao, nhưng không bao giờ xa rời mặt đất, giống như con người, dù đạt được sự thanh thản của tâm linh, vẫn phải giữ trách nhiệm với cuộc đời.

Khi ngồi bên Thầy, được nghe Thầy dạy bảo, từng lời nói như thấm vào lòng. Từ ánh mắt đến từng cử chỉ của Thầy đều toát lên sự giản dị, khiêm nhường, nhưng lại chứa đựng sự sâu sắc vô biên. Tôi không chỉ học từ Thầy cách tu tập, mà còn học cách sống giữa dòng đời mà vẫn giữ cho tâm mình thanh thoát. Pháp hiệu "Thiên Nhạn" không chỉ là tên gọi, mà mỗi khi nhắc đến, lại gợi lên trong lòng một niềm biết ơn sâu sắc. Đó là sự kết tinh của tình thương, của trí tuệ mà Thầy đã trao gửi.

Cánh nhạn không rời xa bầu trời, cũng không quên mặt đất. Đó là sự cân bằng của người tu tập giữa việc tìm kiếm chân lý và thực hành giữa đời thường. Thầy từng dạy, con đường tu tập không phải lúc nào cũng dễ dàng, nhưng chính trong những thử thách đó, con người mới có cơ hội thể hiện sự mạnh mẽ và kiên định. Cánh nhạn bay qua bão giông, vẫn giữ cho đôi cánh mình thẳng hướng, không bị cuốn trôi theo những biến động thế gian. Đó là hình ảnh của một tâm hồn vững vàng, không bị lay chuyển bởi sóng gió cuộc đời. Mỗi khi ngẩng nhìn lên bầu trời, cánh nhạn lại nhắc tôi về sự tự do và giải thoát. Nhưng tự do không phải là rũ bỏ tất cả, mà là giữ cho tâm mình luôn thanh tịnh, giữa những cám dỗ, thử thách. "Thiên Nhạn" chính là sự hòa quyện giữa cõi vô biên và cõi hữu hạn, giữa cao siêu và giản dị. Đó cũng chính là triết lý mà Thầy truyền đạt, rằng trong mỗi con người luôn có một cõi trời rộng lớn, nhưng cũng cần ý thức về trách nhiệm của mình với nhân gian, với đạo pháp.

Trong sâu thẳm của tâm hồn, cánh nhạn luôn hướng về ánh sáng, hướng về sự giác ngộ. Hành trình của Thiên Nhạn không chỉ là hành trình của một đời người, mà là hành trình vĩnh cửu của tâm linh, tìm kiếm sự giải thoát. Dù bay cao đến đâu, cánh nhạn vẫn không quên cội nguồn, vẫn không quên bổn phận của mình với cuộc đời và những người xung quanh. Pháp hiệu này nhắc nhở rằng, sự giải thoát không phải là trốn tránh, mà là sống giữa đời mà không bị vướng bận bởi phiền não.

Pháp hiệu "Thiên Nhạn" Thầy ban không chỉ là lời dạy về tự do, mà còn là bài học về lòng nhân từ và trách nhiệm. Dù bay cao đến đâu, vẫn phải giữ sự gắn kết với đời, với tình thương cho mọi loài chúng sinh. Nhớ về Thầy, về những lời dạy bảo, lòng tôi ngập tràn kính trọng và biết ơn. Thầy không chỉ dạy về Phật pháp mà còn chỉ dẫn cách tồn tại giữa đời, cách giữ cho tâm mình thanh cao.

Lời phát nguyện xin dâng lên như cánh nhạn vỗ cánh giữa trời. Không phải tìm kiếm giải thoát cho riêng mình, mà là để lan tỏa ánh sáng của Phật pháp đến với muôn loài. Sự thanh cao của Thiên Nhạn không phải ở nơi nó bay cao, mà ở chỗ nó mang theo tình thương và trí tuệ. Trong hành trình tu tập, xin nguyện noi gương Thầy, giữ vững tâm nguyện, đem từ bi và trí tuệ trải khắp muôn nơi. Thiên Nhạn bay cao giữa trời, không bao giờ quên bổn phận với cuộc đời.

Ôn Sẽ Về...

(Trích từ "Những Đêm Huyền")

Toronto và Việt Nam cách nhau 12 giờ.

Toronto, 24.11.2023

Một giờ sáng rồi mà lòng con tự dưng bồn chồn không ngủ được. Con cầm phone lên nhắn cho hai người bạn đạo ở VN, hỏi thăm tình hình sức khoẻ Ôn. Cả hai bạn đều cho hay "Ôn yếu lắm rồi..." Trăn trở một lúc, tâm niệm "nam mô Dược Sư Phật", con đi vào giấc ngủ chập chờn... Khi mở mắt thì nhận được tin báo rằng Ôn đã tịch lúc 4:00 chiều tại chùa Phật Ân, Đồng Nai, VN. Con nhẩm, Ôn đi mới có một tiếng rưỡi thôi sao? Ôn rời quán trọ trần gian này lúc con còn đang mộng mị... Ôn khép mắt ra đi trong tỉnh thức. Còn con thì ở lại, tròn mắt ngụp lặn trong cơn đại mộng đan xen với biết bao cơn tiểu mộng lẫn tạp mộng khác...

Ngoài kia khung cửa là một sáng trọng thu. Mặt trời còn chìm đâu đó, nên vạn vật vẫn yên ắng co mình trong giấc lạnh căm. Con lặng người, kéo chăn cuộn mình ngồi bất động, nhưng tâm con chấn động như thiên hà vừa rụng một vì sao...

Thời công phu sáng nay, có thêm dòng lệ nóng đọng trên bờ mi khép, có Pháp Thân Ôn hoá hiện khắp thư phòng...

Toronto, 25.11.2023

PHÁP trụ thiên hàn cực địa
Không hoa như tuyết toả thiên quynh

Sanh tử diêu trình

Kỷ hứa mộng hồi cố lý.

VÂN hành sắc một phù âu.

Mộ ảnh ngưng yên tham vãn khoá
Bái ngâm trường dạ
Hữu thời thanh đoạn hồng châu.

Ôn dịch nghĩa:

Cực thiên bắc tuyết dồn lữ thứ
Sắc không muôn dặm hoa vàng
Heo hút đường về
Non nước bốn nghìn năm soi nguồn đạo PHÁP.

Tận hồng châu chuông lắng đồi thông
Bào ảnh mấy trùng sương đẫm
Mênh mông sống cuộn
Dòng đời quanh chín khúc rọi bóng phù VÂN.

Đó là 2 câu đối chữ Hán Nôm đều do thủ bút của ÔN đề tặng nhân dịp thành lập chùa Pháp Vân, Canada, được bày trí trang trọng nơi điện Phật. Để hôm nay đây, chính tại chánh điện này, buổi lễ tưởng niệm Ôn được chuẩn bị và tổ chức trong vòng 24 tiếng. Có khoảng mười vị Thầy hộ niệm và hơn trăm Phật tử đến viếng. Bao nhiêu tâm kính ngưỡng và lòng thiết tha của Thầy-Trò chúng con đã gửi hết vào lời kinh tiếng kệ, nhưng những cảm xúc mỗi người về dự lễ thì không thể nói ra hết thành lời. Con hiểu, trọn vẹn nhất là sự im lặng, cho đúng nghĩa Tâm Tang theo di nguyện của Ôn...

Lễ xong, con lên bàn hoa nơi di ảnh Ôn đang ngự, cung kính nhặt một mảnh tang cài lên áo, chắp tay, cúi đầu...

Con chợt nhớ, lời sư phụ nhắn sau khi báo tin buồn: "Hôm trước sư phụ vô bệnh viện thăm Ôn, sư phụ có nhắc về con với

Ôn. Sư phụ nói Pháp danh của con, thoạt đầu Ôn không nhớ, nhưng khi nhắc Huyền-Diệu Trang thì Ôn nhớ."

Con nghẹn nơi cổ, sống mũi cay. Con nén lại tiếng nấc, sụt sùi nho nhỏ, mắt con ướt...

Vậy là, Ôn đã kịp đọc được bức tâm thư chân tình mộc mạc của con viết cho Ôn khi Ôn còn nằm trên giường bệnh... Trong khoảnh khắc, bao lần hụt hẫng tiếc nuối vì chưa-tròn-buổi-sơ-giao bỗng hoá thành nỗi gì thật trọn vẹn...

Ôn ơi... con đây! Huyền-Diệu Trang đây! Cuối cùng thì con cũng được "diện kiến" Ôn. Đôi mắt sâu thẳm của Ôn hướng về con, để lần đầu cũng là lần sau cuối, con dâng búp tâm sen phủ phục Ôn!...

Toronto, đêm 28.11.2023 (sáng VN, 29.11.2023)

Từ phương ngoại xa xăm, mười giờ đêm, con ngồi xuống thật yên, tâm vọng hướng về buổi lễ Trà Tỳ đang diễn ra bên nhà. Con trì chú vãng sanh, con niệm Phật mà nước mắt chảy ròng, ướt đẫm. Có lúc tâm con lại rỗng rang. Con ngồi đó thở từng nhịp thật chậm, nhớ lại giờ phút nhẹ nhàng tỉnh giác cuối đời của Ôn qua lời kể của sư phụ... Có lúc tâm con tràn ngập hình ảnh Ôn và lễ Trà Tỳ. Hoa sen trong biển lửa. Ngọn lửa Tam Muội đang hoá nhục thân Ôn thành những hạt xá lợi sáng ngời Đức và Hạnh, được kết tụ từ những gì tinh hoa nhất của cả cuộc đời Ôn. Phần tro bụi sẽ tung bay ngoài biển khơi Thái Bình Dương, để được tan theo nước, bốc thành mây trời, lang thang khắp cõi hư không, như di nguyện.

Hư không hữu tận
Ngã nguyện vô cùng.

Đại Nguyện của Ôn đã như thế, thì con còn tiếc thương uỷ mị làm chi nữa. Ôn không đi đâu, cũng chẳng về đâu! Con sực tỉnh ra, lời Ôn viết trong Một Thời Truyền Luật: "... Bên trong đó là tâm sự thiết tha của người luôn luôn muốn sống, và chỉ sống, vì ích lợi cho người, vì mọi người đang cần. Đời cần thì ta đến, đời không cần nữa thì ta đi. Có gì mà vui hay buồn trong đây?..." Ôn ơi, con biết, Ôn đi rồi Ôn về phải không Ôn?

Ôn sẽ về, vì cõi nhân sinh khổ luỵ này, cuộc đời biến thiên vạn trạng này, vẫn cần Ôn lắm!

Ôn sẽ về, để tiếp tục việc-lớn còn đang dang dở, để khơi thông lại mạch Pháp Từ bi, vạch lại con đường Trí tuệ và tiếp thêm Dũng khí cho những thế hệ kế thừa...

Ôn sẽ về, như những đóa hoa mai nở rộ trái mùa trong tịnh thất của Ôn ngày lễ Trà Tỳ...

Ôn sẽ về, khi màu hoa vàng rực rỡ bung cánh khoe nhuỵ, rồi rơi xuống thay cho cánh hoa sa la của hai ngàn sáu trăm năm trước...

Ôn sẽ về, để làm mới lại kiếp trăm năm...

Ôn sẽ về, sẽ về...

Thành kính bái biệt Ôn! Hẹn Ôn một buổi tương phùng trong những kiếp lai sinh, bởi con vẫn không từ bỏ mộng-sơ-giao mà con ngấm ngầm nuôi dưỡng kể từ ngày con biết đến một vị Đại Bồ Tát mang tên TUỆ SỸ cách đây mười sáu năm, để từ đó con gọi Người bằng một tiếng thật gần gũi thân thương: ÔN !..

Phương Ngoại Tâm Tang,

Con, ***Huyền-Diệu Trang.***

CUNG TIỄN
HÒA THƯỢNG THÍCH TUỆ SỸ

Thầy về cảnh giới hư không
Chiều thu cổ tự chìm trong nắng tàn
Cả đời phụng hiến nhân gian
Cõi trăm năm, mãi mênh mang nhớ Ngài !

*

Cung kính tiễn biệt Hòa thượng Thích Tuệ Sỹ.
Nhân Tuần Chung Thất của Thầy,
con thành tâm cầu nguyện Giác linh Ngài sớm cao đăng Phật Quốc !

Cẩn bút

Nhuận Viên Tùng Nguyễn Tây Sơn

Chưa Từng Bái Kiến

TIỂU LỤC THẦN PHONG

Trong tận thâm tâm tôi, thầy là một vì sao sáng, một hiền nhân vô cùng tôn kính giữa nhân gian này. Tôi chưa từng diện kiến hay bái sư nhưng toàn tâm ý của tôi thì thầy là thầy tôi từ quá khứ xa xưa chứ chẳng phải chỉ mỗi kiếp này.

Thế gian này, cụ thể nhất là với người Việt ta thì thầy là một biểu tượng của minh triết phương đông, một bậc bồ tát "vô công dụng hạnh". Thầy xuất thế, nhập thế với tất cả từ bi và đại dụng vì Phật pháp, vì dân tộc và vì nước non này. Thầy là một hiền sĩ phương đông với tất cả những đặc tính biểu trưng nhất và trọn vẹn nhất "phú quý bất năng dâm, bần tiện bất năng di, uy vũ bất năng khuất" và hơn thế nữa, trọn đời hy hiến cho sự nghiệp hoằng pháp lợi sanh.

Ô nỗi buồn từ ngày ta lạc bước
Cố quên mình là thân phận thần tiên

Đọc hai câu thơ này tự dưng ta nghĩ đến vị trích tiên Lý Bạch của triều Đường xưa bên Tàu. Cốt cách thầy quả thật là như trích tiên. Đời sống kham khổ khắc kỷ của chốn già lam không làm cho thầy xơ cứng tâm hồn, áo cà sa không bó buộc được tư tưởng tự do, phóng khoáng của thầy. Thầy là một ông tăng nghiêm trì giới luật, tinh tấn tu hành nhưng vẫn ngời ngời toát lên phong cách của một nghệ sĩ thượng thặng:

Tự hôm nào suối tóc ngọt lời ca

Tay em rung trên những phím lụa ngà
...
Đạp cung đàn sương ứa đọng vành môi
Đường xanh xanh phơn phớt nụ ai cười

Hay những câu thơ tuyệt tác mà người yêu thơ hầu như ai cũng biết, ai cũng thuộc. Hình ảnh trong câu thơ ấy đã trở thành nguồn cảm hứng cho bao nhiêu người khác.

Đôi mắt ướt, tuổi vàng cung trời hội cũ
Áo màu xanh không xanh mãi trên đồi hoang
Phút vội vã bỗng thấy mình du thủ
Thắp đèn khuya ngồi kể chuyện trăng tàn.

Có khi thầy như một kẻ sĩ, xem thường thế sự công danh. Nếu khi xưa Nguyễn Công Trứ với tư tưởng Nho gia từng tự ví mình như cây thông. Nhà soạn tuồng Đào tấn cũng từng bảo:
Lao xao sóng vỗ ngọn tùng
Gian nan là nợ anh hùng phải vay

Thì thầy lại viết:
Một lần ngại trước thông già cung kính
Chẳng một lần nhầm lẫn không ư?

Bậc tòng lâm thạch trụ ngại gì trước thông già mà cung kính? một lần lầm lỡ chuyện chi? Phải chăng lầm lỡ nước non này, dân tộc này, đạo pháp trong cơn nguy biến, giáo hội dân tròng trành như con thuyền giữa xoáy nước hiểm hung?

Và còn nữa, thầy bảo:
Tay níu nữa gốc thông già trơ trọi
Đứng bên đường nghe mối hận lên cao

Một vị thiền sư buông bỏ việc đời mà còn hận gì để dâng cao chất ngất? Cây thông đứng bên đường nghe mối hận lên cao vì trơ trọi một mình? Vì mình là thông? Thầy chính là cây thông ấy.

Học Phật, tu Phật không phải để trở thành gỗ đá; cắt ái từ thân, ly gia đoạn dục để hướng về phương trời cao rộng nhưng con người ai cũng có mẹ cha. Thầy dù là trưởng tử Như Lai nhưng tình cảm dành cho cha, nghĩ về cha cảm xúc ngất trời. Tình phụ tử thiêng liêng, công hạnh chưa tròn, thương cha mà viết:

Mười lăm năm một bước đường
Đau lòng lữ thứ đoạn trường cha ơi
Đêm dài tưởng tượng cha ngồi
Gối cao tóc trắng rã rời thân con

Thầy vẽ nên chân dung người cha vừa thân thương vừa cao quý vô cùng. Cha ngồi tựa gối râu tóc bạc phơ cứ như những bậc trọng phụ của lịch sử xa xưa. Đoạn đường lữ thứ cả cha và con cùng đi qua, cả chúng sinh cùng bước đường, con đường dài thăm thẳm, kiếp nhân sinh này đau khổ chất chồng có bao giờ vơi. Càng hãi hùng biết bao vì "chiêm bao", vì "thiên cơ", vì kiếp phù sinh chưa tròn.

Thầy một đời vì Phật pháp, vì dân tộc và nước non. Người xuất gia không có nghĩa là làm lơ bỏ mặc dân oan nước loạn, với tinh thần nhập thế thầy đau vì dân vì nước. Thầy lên đường phục hoạt giáo hội, phục hưng Phật Việt và gióng lên tiếng nói lương tri.

Ngày mai sư xuống núi
Phố thị bước đường cùng
Sư ho trong bóng tối
Điện Phật trầm mông lung

Quê hương xứ sở trải qua bao hoạn nạn bể dâu, những cơn sóng dữ vùi dập quê hương cùng với thân phận con dân. Trái tim Bồ Tát thổn thức:

Từ những ngày Thái Bình Dương dậy sóng
Quê hương mình khô quặn máu thù chung

Hoặc

Quê hương ơi mấy nghìn năm máu lệ
Đôi vai gầy dâng trọn cả mùa xuân
Thầy thương cho cả một dân tộc:
Đàn trẻ nhỏ dắt nhau tìm xó chợ
Tìm tương lai tìm rác rưởi mưu sinh.

Thân trong cửa thiền nhưng thầy như Bồ Tát Quán Thế Âm, nghe cả những âm thanh bất hạnh của đàn trẻ em nhặt rác hay là tiếng khóc khổ đau của dân tộc này.

Thật vô cùng uyên áo, một thiền sư viết những dòng thơ như thế này

Lặng lẽ nằm im dưới đáy mồ
Không trăng không sao mộng vẩn vơ
Tại sao người chết, tình không chết?
Quay mấy vòng đời, môi vẫn khô

Vừa mang triết lý nhà Phật về luân hồi quay mấy vòng đời, vừa nói lên cái chết của thể xác không phải là hết, cái thần thức vẫn không thể chết, thân xác chết mà môi vẫn khô!

Thật khó có thể tìm thấy một thiền sư nào viết được những câu như thế nào

Cõi xa vắng giữa trưa nào lạc lõng
Môi em hồng ta ước một vì sao

Những ngày tháng ngồi trong lao tù, thầy gõ ngón tay lên tường rêu mà ngẫm việc đời, nhìn xem thế sự nhiễu nhương. Thầy đã tận dụng chốn ngục thất như là thiền thất, ngày đêm thiền định. Bài thơ này cũng có thể xem như là bài kệ, rất hay, không thể thêm hay bớt một chữ:

Phụng thử ngục tù phạn
Cúng dường tối thắng tôn
Thế gian tràn huyết hận

Bình bát lệ vô ngôn

Bát cơm tù là lễ vật cúng dường, người tù ngoài hơi thở ra thì chỉ còn có bát cơm tù là vật quý giá nhất, mà cơm tù của những nhà tù dưới những chế độ độc tài toàn trị, sắt máu thì cũng rất thô và rất nghèo. Tù nhân – thiền sư chỉ còn có nhiêu đó để cúng dường. Thân thầy ở trong tù nhưng tâm thầy thì thương cảm thế gian tràn huyết lệ. Thế gian này từ ngàn xưa đến giờ có lúc nào vơi huyết lệ? Có khi nào dừng khổ đau? Thầy nâng bát cơm cúng dường trong sự tịch lặng tuyệt đối, không cả lời kinh tiếng kệ hay chuông mõ nhưng "lời vô ngôn" bay cao bay xa khắp mười phương.

Nói về thầy thì dù có viết ngàn trang cũng không hết lời, ngôn ngữ có tán thán như thế nào cũng không sao tả hết được trí huệ, đức hạnh của thầy. Cho dù có tôn xưng thầy là thiền sư, tòng lâm thạch trụ, long tượng sư vương, học giả, triết gia, nhà ngôn ngữ học, dương cần thủ, nhà thơ, nhà văn, nhà biên khảo, dịch giả, tăng thống, bậc xuất thân dấn thân ... tất cả đều đúng và tất cả hòa trong một, không thể nào tách ra từng yếu tố hay từng vai trò riêng lẻ được! Điều này cũng giống như khi ta nói về đạo Phật, đạo Phật là một tôn giáo, một nhân sinh quan, một hệ thống triết học, là giáo dục, một phong cách sống, một hệ thống văn học nghệ thuật... Phật giáo bao gồm hết thảy như thế.

Thầy xuất hiện giữa dòng chảy nghiệt ngã của Phật giáo Việt cũng như của lịch sử Việt. Thầy đã trụ lại, đương thân dựng lập lại những gì đã hư hoại suy hao. Thầy gánh vác trách nhiệm hoằng hóa chánh pháp, lèo lái con thuyền giáo hội PGVNTN. Thân gầy gò như lau sậy nhưng tinh thần như kim cang bất hoại, trí huệ như biển cả bao la từ nội điển đến ngoại điển. Thầy đã thổi một luồng sinh khí tươi mới vào những gì cũ kỹ, hư mục, xơ cứng. Thầy đã truyền cảm hứng không chỉ cho "tăng sinh Thừa Thiên" mà cho cả tứ chúng đồng tu, đồng hành, đồng phụng sự dân tộc – quốc gia, đồng hướng về phương trời cao rộng.

Với những vị có đủ nhân duyên phước báo được gặp thầy, gần gũi thân cận thầy, được sự dạy dỗ trực tiếp của thầy… thì đó là một cơ duyên quý báu không gì có thể sánh bằng. Với những người vô duyên không được gặp thầy, không được thọ học, không được lễ bái thầy thì chấp nhận "gặp" thầy qua những kinh sách và thơ văn mà thầy đã viết, dịch, biên soạn. Hình ảnh thầy lồng lộng trong không gian, mênh mông trong đất trời, ngời ngời trong tâm tưởng chúng con. Hình bóng một ông tăng kiệt xuất với tinh thần vô úy chống gậy đạp trường sơn cứ như hóa thân của chư tổ sư từ trong kinh điển bước ra.

Tiểu Lục Thần Phong
Ất Lăng thành, 1223

TƯỢNG VƯƠNG BẢN THỂ

Vỗ đôi cánh hạc phong trần
Đất trời khoáng đạt thanh tân lạ thường
Tấu lên khúc nhạc cúng dường
Thế Tôn cùng với mười phương Phật đà

Thanh âm một cõi Sa Bà
Ba ngàn thế giới cũng là tại tâm
Nước non chung một cung trầm
Máu sa lệ sót những lầm than đau

Dấn thân mưa gió dãi dầu
Đạp rừng lửa cháy đội đầu gian nan
Cất lời tâm huyết ruột gan
Duy trì chánh pháp phục quang ấn truyền

Ra tay lèo lái con thuyền
Đạo pháp dân tộc gắn liền Phật môn
Hằng tâm nhiệt huyết bảo tồn
Dịch kinh viết sách tâm hồn thăng hoa

Đêm trường Thị Ngạn sáng lòa
Núi đồi nảy nở một tòa sen xanh
Từ bi, trí dũng tinh anh
Tinh thần vô úy mà thành đạo sư

Lời lời trác tuyệt chơn như
Đạo đời phụng sự đại từ Phật tâm
Trải qua thế sự thăng trầm
Độc hành chẳng ngại tháng năm giữ gìn

Trí huệ bát nhã tâm kinh
Tượng vương bản thể mang hình sậy lau
Phước phần còn có về sau
Trùng hưng Phật đạo bền lâu với đời

Trượng phu đứng giữa đất trời
Tòng lâm thạch trụ cho người dựa nương
Đức hạnh ngược gió tỏa hương
Nước non một dải vô thường thịnh- Suy

HIỀN SĨ

Như cha đôi mắt sáng ngời
Thâm trầm cười nhẹ đất trời thênh thang
Từ tâm cả chí bền gan
Một lòng hộ pháp với giang san này

Tinh anh đôi mắt ông thầy
Thấu lòng người thấy sâu dày nhân duyên
Du già thiền thất tinh chuyên
Trí huệ thù thắng thiện hiền thượng nhân

Thanh tịnh cặp mắt tăng thân
Thương hàng hậu học ân cần khuyên răn
Nhọc lòng nhiều nỗi trở trăn
Lời thư tâm huyết truyền đăng nhắn người

Tỳ kheo mắt tỏ tuồng đời
Hiển bày pháp tạng tuyệt vời ngữ ngôn
Núi sông chất ngất trong hồn
Hộ dân hộ pháp bảo tồn thanh quy

Mắt bậc tu sĩ từ bi
Cung đàn khoáng đạt dễ gì thẩm âm
Ai người tâm nhận được tâm
Mà hàng tứ chúng vẫn thầm ngưỡng trông

Hiền sĩ đôi mắt mênh mông
Giữa đời mạt pháp mà không sờn lòng
Trải qua bao bận bụi hồng
Hướng về cao rộng vượt trong đất trời

Mắt biếc nghệ sĩ ở đời
Vần thơ trác tuyệt những lời thiết tha
Ánh trăng soi bóng sơn hà
Thiền môn in dấu nước nhà Việt Nam

Đồng Thiện
Ất Lăng thành, 2022

Như Một Dòng Sông Chảy Mãi

Thay Lời Kết

PHỔ ÁI

Thầy đến với cuộc đời này như một ngọn gió nhẹ, lặng lẽ, nhưng mang theo sức mạnh của núi non, của những giá trị miên viễn. Hòa thượng Thích Tuệ Sỹ, thế danh Phạm Văn Thương, ra đời vào một ngày của tháng Hai năm 1945 tại Paksé, Lào, nhưng những dấu ấn của Thầy đã lan tỏa khắp trời đất, vượt qua biên giới địa lý, văn hóa và thời gian. Tuổi thơ của Thầy được ghi dấu bởi những ngày theo mẹ đến chùa và nơi đó đã là điểm khởi đầu cho cuộc hành trình dài không ngừng của một bậc tu sĩ tài hoa, uyên bác và đầy lòng từ bi. Khi chiến tranh làm lay chuyển đời sống, Thầy đã bước vào ngôi chùa nhỏ nơi quê hương Lào để học đạo. Nhưng hành trạng của một vị chân tu không bao giờ chỉ dừng lại ở một nơi chốn nào nên năm lên chín tuổi, Thầy đã chính thức thế phát xuất gia, mở ra hành trình tu học và phụng sự trải khắp từ Lào cho đến Việt Nam, lan tỏa thế giới.

Hành trình của Thầy là sự kết hợp giữa học thuật, triết học và tinh thần phụng sự. Từ những ngày sống và học tại chùa Bồ Đề ở Huế, nơi mà hành trang duy nhất của Thầy bấy giờ là bộ Diệu Pháp Liên Hoa Kinh chữ Hán, đến khi trở thành một học giả xuất sắc, giảng viên Viện Đại học Vạn Hạnh, mỗi bước đi của Thầy là sự dấn thân vì Phật pháp, vì tri thức, vì sự giác ngộ cho mình và cho đời.

Chúng ta nhớ đến Thầy không chỉ là một vị chân tu với lòng

từ bi quảng đại, mà còn là một học giả tinh thông Phật học, triết học Đông-Tây và văn chương nghệ thuật. Thầy đã dịch và sáng tác nhiều tác phẩm để lại dấu ấn đậm nét trong dòng chảy văn hóa Việt Nam. Những công trình của Thầy về Thiền Quán, về triết học Tánh Không hay các bản dịch kinh điển từ Hán, Phạn sang Việt đã trở thành kho báu tinh thần không chỉ cho Phật tử mà cho mọi người yêu mến tri thức và tâm linh.

Nhưng cuộc đời của Thầy không chỉ là những dòng chữ trên giấy, mà còn là những bước chân đi vào thực tại đầy khắc nghiệt. Khi đất nước đổi thay, Thầy đã dấn thân vào con đường đấu tranh cho tự do tôn giáo, cho nhân quyền và cho sự độc lập của Phật giáo trước những áp bức chính trị. Thầy đã đối diện với nhà tù, với án tử hình, với những năm dài bị giam cầm, nhưng trong tâm khảm mình, mọi thử thách chỉ là hạt cát trước biển cả của lòng từ và trí tuệ. Thầy không oán hận, không trách móc, mà kiên cường giữ vững lý tưởng Bồ-tát đạo, phụng sự chúng sinh với tinh thần không lay chuyển.

Tháng năm trôi qua, Thầy Tuệ Sỹ vẫn không ngừng phụng sự. Sau khi được thả tự do, Thầy tiếp tục con đường giáo dục, xây dựng và phát triển Giáo hội Phật giáo Việt Nam Thống Nhất. Những năm cuối đời, dù thân thể suy yếu, Thầy vẫn cống hiến hết mình cho công trình phiên dịch Đại tạng kinh Việt Nam, để lại một di sản đồ sộ cho hậu thế. Sự ra đi của Thầy vào ngày 24 tháng 11 năm 2023 là một mất mát vô cùng lớn lao, không chỉ cho Giáo hội mà cho toàn thể Phật giáo Việt Nam, cả những ai yêu mến văn hóa, tri thức và nhân văn.

Cuộc đời của Thầy Tuệ Sỹ là một dòng sông chảy mãi, không ngừng nghỉ, không vơi cạn. Di sản tinh thần mà Thầy để lại là nguồn tư lương cho bao thế hệ tăng ni, Phật tử, là ánh sáng dẫn đường cho những ai đang tìm kiếm chân lý.

Nam Mô Chứng Minh Sư Bồ Tát Ma Ha Tát.

CHÂN DUNG HÒA THƯỢNG THÍCH TUỆ SỸ
Tranh màu nước của Họa sĩ Nguyễn Thanh Bình

PHỤ BẢN

Giải Ảo Trí Thức: Phản Biện Gs Nguyễn Hữu Liêm Về Phật Giáo và Nền Văn Minh Đông Á

Về Sự Hiểu Lầm Về Nghiệp Trong Triết Học Phật Giáo Qua Góc Nhìn của Gs Nguyễn Hữu Liêm

CHƠN TÁNH

Như một con thuyền lạc hướng giữa biển cả bao la, nhận định của Gs Nguyễn Hữu Liêm về Nghiệp trong triết học Phật giáo đã mắc kẹt trong sự nhầm lẫn căn bản về bản chất của thực tại và con đường giác ngộ. Ông đã không chỉ phê phán một cách hời hợt về tác phẩm của Thầy Tuệ Sỹ mà còn đánh giá sai lệch về một khái niệm cốt lõi của Phật giáo – Nghiệp – với một tư duy duy lý phương Tây thuần túy, thiếu đi sự tinh tế và chiều sâu của tri thức Đông phương. Trong khi Phật giáo xem Nghiệp là sự cộng hưởng sâu sắc của mọi hành động, tư tưởng và lời nói qua nhiều đời sống, dẫn đến sự chuyển hóa tự nhiên của nhân quả, thì Gs Nguyễn Hữu Liêm lại chỉ nhìn thấy trong đó những giới hạn và bó buộc của con người.

Thật vậy, sự nhầm lẫn này không chỉ nằm ở chỗ ông hiểu sai về khái niệm Nghiệp, mà còn ở cách ông áp đặt lên tư duy Đông phương một hệ quy chiếu của triết học phương Tây, nơi sự phân chia giữa nhân và quả, giữa không gian và thời gian, bị tách rời và tuyệt đối hóa. Khái niệm Nghiệp không phải là một hình thức trừng phạt hay định mệnh cố định, mà là sự kết nối chặt chẽ và tinh tế giữa mọi sự vật, hiện tượng. Đây chính là tinh thần của triết học Phật giáo, nơi mọi thực tại đều mang tính vô thường, không có gì tồn tại độc lập và tất cả đều phụ thuộc lẫn nhau theo luật Duyên khởi.

Qua tác phẩm của Thầy Tuệ Sỹ, khái niệm Nghiệp được mở ra như một bản đồ phức tạp của sự sống, nơi mỗi dấu chân con người đi qua đều để lại những dấu vết ảnh hưởng không chỉ đến bản thân mà còn đến cả vũ trụ. Mọi hành động đều là sự gieo trồng cho tương lai, không có gì là vô nghĩa. Chính vì vậy, khi Gs Nguyễn Hữu Liêm cho rằng Nghiệp chỉ là sự giới hạn và bó buộc, ông đã quên mất rằng trong triết lý Đông phương, tự do đích thực không phải là việc trốn chạy khỏi luật nhân quả, mà là sự thấu hiểu và hòa nhập với dòng chảy của vạn vật, nơi con người không còn bị ràng buộc bởi vô minh và chấp trước.

Bài viết này nhằm phản biện những nhận định sai lầm của Gs Nguyễn Hữu Liêm, không chỉ để bảo vệ giá trị triết học Phật giáo mà còn để làm sáng tỏ khái niệm Nghiệp trong tác phẩm của Thầy Tuệ Sỹ – một vị thầy uyên bác, người đã dày công khai mở và truyền tải những tinh hoa sâu sắc của tư tưởng Đông phương. Qua đó, chúng ta sẽ cùng nhau đi vào thế giới triết lý Phật giáo, nơi mà Nghiệp không chỉ là một khái niệm trừu tượng, mà là con đường dẫn đến sự giải thoát và giác ngộ toàn diện.

Trí Thức và Sự Giải Thoát trong Triết Học Phật Giáo

Triết học Đông phương, với bề dày hàng ngàn năm lịch sử và sự phong phú vô biên trong tư tưởng, luôn đặt ra cho nhân loại những câu hỏi căn bản về bản chất của sự tồn tại, về con đường dẫn đến sự giải thoát khỏi khổ đau và vô minh. Trong khung cảnh triết học này, Phật giáo xuất hiện như một nguồn sáng siêu việt, không chỉ mang lại lời giải cho những vấn đề hiện sinh của con người mà còn hướng dẫn nhân loại đến những cảnh giới vượt ngoài phạm vi nhận thức thường nghiệm.

Phật giáo, dù mang dáng dấp của một tôn giáo, lại thực sự là một hệ thống triết lý về cuộc sống, về sự vận hành của vũ trụ và tâm thức con người. Từ lúc thành đạo dưới cội Bồ đề, Đức Phật không bao giờ tự coi mình là một giáo chủ, mà là người khai mở con đường để những ai sẵn lòng bước theo có thể tự mình chứng ngộ sự thật của chính mình. Triết lý của Đức Phật không dựa vào niềm tin mù quáng hay giáo điều cứng nhắc, mà vào sự thực hành, trải nghiệm cá nhân và sự thức tỉnh từ bên trong. Tri thức, trong đạo Phật, không phải là đích đến mà là phương tiện dẫn dắt đến giác ngộ. Sự thực hành Phật pháp là sự quán chiếu không ngừng về chính mình, là hành trình từ sự vô minh đến trí tuệ, từ khổ đau đến giải thoát.

Chính vì vậy, khi đối diện với những phản biện từ những cá nhân như Gs Nguyễn Hữu Liêm, người đã phê phán Phật giáo từ góc độ của một trí thức thế tục, ta cần nhận ra rằng sự hiểu biết của ông ta về Phật giáo còn hạn chế, thậm chí sai lầm trong nhiều khía cạnh quan trọng. Không thể dùng những tiêu chuẩn lý trí và triết học của phương Tây để đánh giá hệ thống tư tưởng và thực hành siêu việt của Phật giáo, một hệ tư tưởng không chỉ dựa trên lý trí mà còn dựa trên trực giác, thiền định và sự tự quán chiếu sâu sắc về bản chất của hiện hữu.

Phật Giáo và Triết Lý Về Nghiệp (Karma)

Một trong những khái niệm cốt lõi của Phật giáo là "Nghiệp" (karma). Nghiệp không chỉ là một quy luật nhân quả đơn thuần như thường bị hiểu lầm, mà là một hệ thống vận hành của vũ trụ, nơi mà mọi hành động của con người – từ ý nghĩ, lời nói đến hành động – đều tạo ra những kết quả tương ứng, không chỉ trong đời này mà còn trải qua nhiều kiếp sống. Sự phức tạp của Nghiệp không chỉ nằm ở sự vận hành của nhân và quả mà còn ở những tầng nghĩa siêu hình mà nó bao hàm. Nghiệp, nếu hiểu đúng, là sự phản ánh không chỉ hành vi của cá nhân mà còn của tâm thức, và qua đó, nó là một quá trình biến đổi liên tục giữa cái tiềm năng và cái hiện thực, giữa hành động và hậu quả.

Gs Nguyễn Hữu Liêm, trong các luận điểm của mình, đã mắc phải sai lầm cơ bản khi cho rằng Phật giáo bó buộc sự phát triển của trí tuệ và ngăn cản sự tự do tri thức. Ông đã không hiểu rằng Nghiệp không phải là một hệ thống đạo đức cứng nhắc nhằm kiểm soát con người, mà ngược lại, Nghiệp chính là cách mà Phật giáo mở ra không gian tự do cho con người tự chịu trách nhiệm về hành vi của mình, từ đó tìm kiếm sự giải thoát qua sự tự giác ngộ và tự hoàn thiện. Nghiệp không phải là sự phán xét từ một thế lực siêu nhiên, mà là sự phản ánh của chính bản thân con người trong quá trình sống và tương tác với thế giới.

Bản Chất Siêu Việt của Thời Gian và Không Gian trong Triết Học Phật Giáo

Một trong những phê phán của Gs Nguyễn Hữu Liêm đối với Phật giáo là sự lẫn lộn giữa khái niệm thời gian và không gian. Ông đã cố gắng áp đặt những quan điểm triết học phương Tây về sự tách bạch giữa thời gian và không gian lên triết lý Phật giáo, nhưng đã thất bại trong việc nhận ra rằng Phật giáo không xem xét thời gian và không gian như hai thực thể độc lập. Trái lại, thời gian và không gian trong Phật giáo là những biểu hiện của một thực tại duy nhất, nơi mà mọi sự tồn tại đều phụ thuộc lẫn nhau và tương tức. Đức Phật đã giảng rằng mọi hiện tượng đều do duyên mà sinh, và do duyên mà diệt – điều này có nghĩa là không có gì tồn tại một cách độc lập, mà mọi sự vật hiện tượng đều tồn tại trong sự tương tác lẫn nhau, vượt qua giới hạn của thời gian và không gian.

Phê phán của Gs Nguyễn Hữu Liêm về Phật giáo thiếu đi sự hiểu biết cơ bản này, khi ông cho rằng Phật giáo không có khả năng phân biệt rõ ràng giữa thời gian và không gian. Ông đã không hiểu rằng trong Phật giáo, thời gian không phải là một dòng chảy tuyến tính, mà là một sự liên tục của những khoảnh khắc hiện tại, mỗi khoảnh khắc đều chứa đựng toàn bộ quá khứ và tương lai. Không gian, tương tự, không phải là một phạm trù cố định mà là một sự biểu hiện của duyên khởi, nơi mà mọi hiện tượng đều phụ thuộc lẫn nhau.

Triết Học Đông Phương: Cội Rễ của Sự Đối Thoại và Hòa Giải

Triết học Đông phương, từ cội nguồn cổ xưa, luôn mang trong mình tinh thần hòa giải giữa các đối cực. Trong khi triết học phương Tây thường nhấn mạnh đến sự đối lập và mâu thuẫn giữa các thực thể hay các khái niệm, thì triết học Đông phương lại tìm kiếm sự hòa hợp và cân bằng. Điều này không chỉ thể hiện rõ trong các hệ thống triết học lớn của Đông phương như Nho giáo, Đạo giáo và Phật giáo, mà còn trong cách mà các triết gia Đông phương tiếp cận với các vấn đề triết học và nhân sinh. Phật giáo, đặc biệt trong triết lý về "trung đạo" (Madhyamaka) của Long Thọ (Nagarjuna), đã chỉ ra rằng thực tại không bao giờ cố định ở một cực điểm nào, mà luôn dao động giữa các đối cực. Thực tại không thể được hiểu qua sự khẳng định tuyệt đối về một mặt nào đó, mà cần phải được quán chiếu qua cả hai mặt đối lập. Điều này không chỉ giúp tránh sự cực đoan trong tư duy, mà còn mở ra không gian cho sự tự do tư duy và sáng tạo. Triết học Phật giáo từ chối việc đóng khung nhận thức vào bất kỳ mô hình cố định nào, và luôn kêu gọi sự đối thoại giữa các hệ thống triết học khác nhau.

Gs Nguyễn Hữu Liêm, trong những luận điểm của mình, đã cố gắng áp đặt các quan điểm triết học phương Tây về sự phân đôi và đối lập lên Phật giáo. Ông đã không hiểu rằng Phật giáo không vận hành dựa trên sự đối kháng giữa hai thực thể, mà dựa trên sự tương tức (interbeing) – một khái niệm chỉ sự phụ thuộc lẫn nhau giữa mọi sự vật hiện tượng. Điều này có nghĩa là không có cái tôi độc lập, không có sự vật tồn tại riêng biệt, mà mọi thứ đều tồn tại trong mối quan hệ liên kết với nhau. Sự thiếu hiểu biết này đã dẫn đến những phê phán sai lầm của Gs Nguyễn Hữu Liêm về Phật giáo, khi ông cho rằng Phật giáo bó hẹp tư duy con người vào những giới hạn truyền thống.

Phật Giáo và Khả Năng Tự Phê Phán

Trong lịch sử phát triển của Phật giáo, tinh thần tự phê phán và đối thoại nội tại luôn là một phần quan trọng của hệ thống triết học này. Đức Phật, ngay từ những ngày đầu giảng dạy, đã khuyến khích học trò của mình không nên tin tưởng mù quáng vào bất kỳ điều gì, kể cả những lời dạy của Ngài, mà thay vào đó phải tự mình kiểm chứng qua trải nghiệm cá nhân và thực hành. Đây chính là tinh thần của tự do trí tuệ và sự khám phá mà Phật giáo luôn khuyến khích.

Gs Nguyễn Hữu Liêm, khi chỉ trích rằng Phật giáo ngăn cản sự phát triển của trí tuệ và sự tự do tư duy, đã không hiểu được bản chất cốt lõi của tư tưởng này. Phật giáo không hề cản trở trí tuệ, mà ngược lại, nó mở ra không gian cho sự đối thoại nội tại và sự tự phê phán liên tục. Các cuộc tranh luận giữa các trường phái Phật giáo, từ Phật giáo Nguyên thủy, Đại thừa cho đến Thiền tông, đều là biểu hiện rõ nét của tinh thần phê phán và đối thoại này. Không có một chân lý cố định trong Phật giáo, và điều này giúp nó luôn linh hoạt, thích nghi và phát triển trong mọi thời đại.

Nghiệp và Sự Tự Do Của Con Người

Nghiệp (karma) trong triết học Phật giáo không phải là một lực lượng siêu nhiên quyết định vận mệnh của con người, mà là một hệ thống đạo đức dựa trên nguyên tắc nhân quả. Mọi hành động của con người – từ ý nghĩ, lời nói đến hành động – đều tạo ra những hệ quả tương ứng. Tuy nhiên, điều quan trọng là nghiệp không phải là một yếu tố định mệnh, mà là một quá trình liên tục và con người luôn có khả năng thay đổi nghiệp của mình qua sự thức tỉnh và tu tập.

Gs Nguyễn Hữu Liêm, khi cho rằng Phật giáo gò bó con người vào một hệ thống đạo đức khắc nghiệt và bảo thủ, đã không hiểu rằng nghiệp trong Phật giáo không phải là một sự trừng phạt, mà là một cơ hội để con người tự thức tỉnh và sửa chữa hành vi của mình. Nghiệp không ràng buộc con người vào một tương lai cố định, mà ngược lại, mở ra cho con người khả năng tự thay đổi vận mệnh của chính mình. Đạo Phật không đặt con người vào một khung cảnh đạo đức cứng nhắc, mà luôn nhấn mạnh sự tự do và khả năng tự giác ngộ của mỗi cá nhân. Điều này cho thấy Phật giáo không chỉ là một hệ thống triết học, mà còn là một con đường tâm linh dẫn dắt con người đến sự tự do và giải thoát.

Khái Niệm Vô Ngã và Tự Do

Khái niệm "vô ngã" (Anatta) là một trong những triết lý nền tảng của Phật giáo và cũng là một trong những khái niệm mà Gs Nguyễn Hữu Liêm hiểu sai khi phê phán Phật giáo. Ông cho rằng "vô ngã" là một biểu hiện của sự phủ nhận bản thân, khiến con người trở nên thụ động và không có khả năng phát triển. Tuy nhiên, vô ngã không phải là sự phủ nhận bản thân, mà là sự giải phóng khỏi cái tôi ích kỷ. Phật giáo dạy rằng cái tôi chỉ là một ảo tưởng, một sự tạm bợ được tạo nên từ các duyên. Sự chấp ngã, hay bám víu vào cái tôi, chính là nguồn gốc của khổ đau. Khi con người nhận ra rằng cái tôi không thực sự tồn tại, họ sẽ giải thoát khỏi mọi ràng buộc, lo lắng và sợ hãi, và từ đó đạt được sự tự do tuyệt đối.

Gs Nguyễn Hữu Liêm, khi phê phán khái niệm vô ngã, đã

không hiểu rằng vô ngã không phải là sự phủ nhận sự tồn tại của con người, mà là sự nhận thức sâu sắc về bản chất không cố định của thực tại. Vô ngã không dẫn đến sự thụ động, mà ngược lại, giúp con người vượt qua những ràng buộc tâm lý và xã hội để tự do sáng tạo, đổi mới và sống hài hòa với vũ trụ.

Sự Tương Tác Giữa Đạo Phật và Văn Hóa Đông Á

Một trong những điểm mạnh của Phật giáo là khả năng hòa nhập và tương tác với các hệ thống tư tưởng và văn hóa khác mà nó đi qua. Khi du nhập vào Đông Á, Phật giáo đã không chỉ phát triển như một tôn giáo độc lập, mà còn hòa quyện với các triết lý bản địa như Đạo giáo và Nho giáo. Sự giao thoa này không chỉ làm giàu thêm cho Phật giáo, mà còn góp phần định hình văn hóa và triết học của Đông Á.

Tại Trung Quốc, Phật giáo Đại Thừa đã phát triển mạnh mẽ, trở thành một trong những nền tảng tư tưởng của nền văn hóa và xã hội Trung Hoa. Thiền tông, với tinh thần trực giác và thiền định, đã ảnh hưởng sâu sắc đến đời sống văn hóa và nghệ thuật của người Nhật Bản. Trong khi đó, tại Việt Nam, Phật giáo đã trở thành một phần không thể tách rời của bản sắc dân tộc, với những giá trị nhân văn được truyền tải qua nhiều thế hệ.

Gs Nguyễn Hữu Liêm, khi phê phán rằng Phật giáo là một tôn giáo bảo thủ và không thể thích nghi với thời đại mới, đã bỏ qua những ví dụ lịch sử cho thấy sự linh hoạt và khả năng thích ứng mạnh mẽ của Phật giáo. Phật giáo không chỉ tồn tại mà còn phát triển rực rỡ trong nhiều nền văn minh khác nhau, từ Ấn Độ, Trung Quốc, Nhật Bản, đến Việt Nam, chứng minh rằng nó có khả năng tương tác và làm giàu thêm cho những nền văn hóa mà nó đi qua.

Nghiệp và Khả Năng Tự Do Tối Thượng của Con Người

Trong hệ thống triết học Phật giáo, khái niệm nghiệp (karma) luôn đi liền với tự do. Tự do ở đây không phải là một trạng thái vô hạn, không ràng buộc bởi bất kỳ yếu tố nào, mà là sự tự do thông qua nhận thức đúng đắn về nguyên lý nhân quả. Điều này có nghĩa là, con người không phải nạn nhân của số phận, mà chính họ là người tạo ra và chịu trách nhiệm cho tương lai của mình. Nghiệp, với bản chất là sự phản ánh trực tiếp của những hành động có ý thức, là một cơ chế hoàn hảo giúp con người hiểu rõ hơn về trách nhiệm cá nhân và khả năng thay đổi số phận.

Gs Nguyễn Hữu Liêm, trong việc phản biện, đã không hiểu thấu đáo nguyên lý này. Ông xem nghiệp như một loại định mệnh hay số phận cố định, khiến con người trở nên thụ động và chấp nhận mọi sự kiện trong cuộc đời mà không có khả năng thay đổi. Tuy nhiên, sự hiểu lầm này cho thấy một lỗ hổng lớn trong cách Gs Nguyễn Hữu Liêm tiếp cận Phật giáo: ông không nhận ra rằng chính từ nghiệp, con người mới thực sự có quyền tự do và khả năng tự giải phóng.

Sự tự do trong Phật giáo không chỉ đơn giản là việc làm bất cứ điều gì mà mình muốn, mà là tự do từ sự vô minh (avidya), từ những ảo tưởng và sai lầm về bản ngã. Sự tự do chân thật trong triết học Phật giáo chỉ đạt được khi con người thấu triệt được luật nhân quả và điều chỉnh hành động của mình sao cho phù hợp với nguyên lý của sự giải thoát. Điều này có nghĩa là, mặc dù mỗi cá nhân bị ràng buộc bởi hậu quả của những hành động trước đó, họ vẫn có thể thay đổi nghiệp qua những hành động, lời nói và tư tưởng thiện lành trong hiện tại.

Nhân Quả và Khả Năng Đạo Đức Của Con Người

Một trong những khía cạnh quan trọng nhất mà Gs Nguyễn Hữu Liêm bỏ qua khi phản biện Phật giáo là vai trò của đạo đức trong khái niệm nghiệp. Phật giáo không nhìn nhận nghiệp như một hệ thống cơ học, mà là một hệ thống đạo đức, nơi hành động thiện lành dẫn đến kết quả tốt, và hành động bất thiện dẫn đến khổ đau. Điều này không chỉ đơn giản là một nguyên lý triết học, mà còn là một lời kêu gọi về trách nhiệm cá nhân đối với xã hội và môi trường xung quanh.

Gs Nguyễn Hữu Liêm dường như bỏ qua mối liên hệ mật thiết giữa nghiệp và đạo đức, khi ông chỉ xem nghiệp qua lăng kính của lý thuyết nhân quả thông thường. Phật giáo không chỉ nhấn mạnh sự tự do của con người trong việc lựa chọn hành động, mà còn chỉ rõ rằng những hành động đó phải đi liền với đạo đức và từ bi. Điều này khác biệt hoàn toàn với những hệ thống triết học phương Tây, nơi tự do cá nhân được đặt lên hàng đầu mà không nhất thiết phải gắn liền với trách nhiệm đạo đức. Trong Phật giáo, sự tự do chỉ thực sự có ý nghĩa khi nó mang lại sự giải thoát không chỉ cho bản thân mà còn cho cộng đồng và vũ trụ.

Sự Hài Hòa Giữa Cá Nhân và Vũ Trụ

Một trong những điểm mạnh của triết học Đông phương nói chung và Phật giáo nói riêng là sự hòa quyện giữa cá nhân và vũ trụ. Trong khi triết học phương Tây thường chú trọng đến việc khẳng định cái tôi và bản ngã cá nhân, Phật giáo nhấn mạnh sự hòa hợp giữa cá nhân và môi trường sống, giữa con người và thiên nhiên. Đây là một trong những yếu tố quan trọng mà Gs Nguyễn Hữu Liêm đã không nhận ra trong các phê phán của mình đối với Phật giáo. Ông đã cố gắng áp đặt tư duy cá nhân chủ nghĩa phương Tây lên một hệ thống triết học vốn dĩ được xây dựng trên nguyên tắc của sự tương tức và phụ thuộc lẫn nhau.

Phật giáo dạy rằng, con người không thể tồn tại một cách biệt lập. Mọi thứ trong vũ trụ đều liên kết với nhau qua mối quan hệ nhân duyên (pratītyasamutpāda). Tư duy này không chỉ giúp con người nhận ra trách nhiệm của mình đối với cộng đồng và môi trường, mà còn mở ra những khả năng mới trong việc phát triển bản thân. Khi con người nhận ra rằng họ không tồn tại độc lập, họ sẽ bắt đầu hành động với ý thức về trách nhiệm và sự đồng cảm sâu sắc với mọi sinh vật trong vũ trụ.

Gs Nguyễn Hữu Liêm, với cách tiếp cận phân tích và đối lập nhị nguyên, đã không thể hiểu được ý nghĩa sâu xa của sự hòa hợp giữa cá nhân và vũ trụ trong triết học Phật giáo. Ông đã bỏ qua một trong những đặc điểm quan trọng nhất của Phật giáo: khả năng làm dịu đi sự căng thẳng và đối lập giữa cái tôi cá nhân và cái toàn thể, giữa sự tồn tại cá nhân và sự tồn tại của tất cả các hiện tượng.

Tính Linh Hoạt của Phật Giáo Trong Bối Cảnh Toàn Cầu Hóa

Gs Nguyễn Hữu Liêm đã từng đưa ra luận điểm rằng Phật giáo là một hệ thống tư tưởng lỗi thời, không còn phù hợp với thời đại toàn cầu hóa. Tuy nhiên, lịch sử đã chứng minh điều ngược lại. Phật giáo đã tồn tại và phát triển qua nhiều thế kỷ, từ Ấn Độ sang Đông Á, và ngày nay, nó đang trở thành một trong những tôn giáo và hệ thống triết học phát triển nhanh nhất ở phương Tây. Sự linh hoạt của Phật giáo không chỉ thể hiện qua khả năng thích nghi với những nền văn hóa mới, mà còn qua việc nó có thể cung cấp những giải pháp đạo đức và tâm linh cho những vấn đề hiện đại.

Trong bối cảnh toàn cầu hóa, khi con người phải đối mặt với những khủng hoảng về môi trường, xã hội và tâm lý, Phật giáo mang lại những bài học quý giá về sự hài hòa, đạo đức và tinh thần trách nhiệm. Khái niệm về từ bi (karuna) và trí tuệ (prajna) không chỉ giúp con người đối phó với những vấn đề cá nhân, mà còn giúp họ tìm ra những giải pháp cho cộng đồng và thế giới. Thiền định (dhyana) và những phương pháp tu tập của Phật giáo không chỉ mang lại sự bình an nội tâm, mà còn giúp cải thiện sức khỏe tinh thần và thể chất, giúp con người giảm căng thẳng, lo âu và tăng cường khả năng đối phó với những thách thức của cuộc sống hiện đại.

Gs Nguyễn Hữu Liêm, khi cho rằng Phật giáo không thể thích nghi với toàn cầu hóa, đã không nhận ra rằng Phật giáo, với bản chất mở và linh hoạt của mình, đã và đang trở thành một trong những nguồn lực tinh thần mạnh mẽ nhất trong thế giới hiện đại. Sự phổ biến của thiền định và các phương pháp tu tập Phật giáo trong các lĩnh vực như tâm lý học, y học, và quản lý cho thấy rằng Phật giáo không chỉ là một hệ thống tôn giáo cổ xưa, mà còn là một phương pháp sống hiện đại và có tính ứng dụng cao.

Sự Đồng Hành Của Phật Giáo và Khoa Học Hiện Đại

Một trong những khía cạnh đặc biệt mà Gs Nguyễn Hữu Liêm dường như bỏ qua là mối quan hệ giữa Phật giáo và khoa học. Trong khi nhiều tôn giáo khác thường gặp phải mâu thuẫn với những tiến bộ khoa học, Phật giáo lại có một sự tương đồng nhất định với nhiều nguyên lý của khoa học hiện đại, đặc biệt là trong lĩnh vực tâm lý học và vật lý học. Ví dụ, quan điểm của Phật giáo về tính không (śūnyatā) – sự trống rỗng của mọi hiện tượng, đã được các nhà khoa học vật lý hiện đại so sánh với lý thuyết về sự phi vật chất của vũ trụ trong cơ học lượng tử.

Trong lĩnh vực tâm lý học, thiền định Phật giáo đã được chứng minh là có tác dụng tích cực đối với sức khỏe tinh thần và thể chất, giúp giảm căng thẳng, lo âu và trầm cảm. Điều này cho thấy rằng những phương pháp tu tập của Phật giáo không chỉ mang lại lợi ích tâm linh mà còn có giá trị thực tiễn trong việc cải thiện chất lượng cuộc sống của con người.

Gs Nguyễn Hữu Liêm, trong những phê phán của mình về Phật giáo, đã không nhận ra sự đồng hành giữa Phật giáo và khoa học. Ông cho rằng Phật giáo chỉ là một hệ thống tôn giáo lỗi thời, không còn phù hợp với sự tiến bộ của nhân loại. Tuy nhiên, lịch sử đã chứng minh điều ngược lại: Phật giáo không chỉ sống sót qua hàng nghìn năm, mà còn phát triển mạnh mẽ và hòa nhập với những tiến bộ khoa học và xã hội hiện đại.

Sự Tự Do và Tính Linh Hoạt Của Phật Giáo Trong Cuộc Sống Hiện Đại

Sự tự do trong Phật giáo không phải là một khái niệm trừu tượng, mà là một trạng thái sống động, có thể thực hành và trải nghiệm trong cuộc sống hàng ngày. Phật giáo không giới hạn con người vào những giáo điều cố định, mà mở ra không gian cho sự sáng tạo và đổi mới. Điều này khác biệt hoàn toàn với những gì Gs Nguyễn Hữu Liêm đã nhận định về Phật giáo. Thay vì đóng khung tư duy, Phật giáo luôn kêu gọi con người tự khám phá và trải nghiệm thực tại qua những phương pháp thực hành cá nhân.

Trong cuộc sống hiện đại, khi con người phải đối mặt với vô vàn áp lực từ công việc, gia đình và xã hội, Phật giáo mang lại những giải pháp thực tiễn và hiệu quả để giúp con người tìm thấy sự bình an và tự do nội tại. Những phương pháp như thiền định, chánh niệm (mindfulness), và sự nhận thức đúng đắn về bản chất vô thường của cuộc sống giúp con người đối phó với những thách thức của cuộc sống mà không bị cuốn vào những xung đột và đau khổ không cần thiết.

Gs Nguyễn Hữu Liêm đã sai lầm khi cho rằng Phật giáo không còn phù hợp với cuộc sống hiện đại. Thực tế là, trong bối cảnh toàn cầu hóa và sự phát triển nhanh chóng của công nghệ, Phật giáo đã trở thành một phương pháp sống có tính ứng dụng cao, giúp con người tìm lại sự cân bằng và hài hòa trong cuộc sống đầy biến động.

Sự Vượt Thoát của Con Người Qua Nghiệp

Nghiệp trong Phật giáo không chỉ là một khái niệm siêu hình hay một quy luật khắc nghiệt áp đặt lên đời sống con người. Đúng hơn, nó là một quy trình để con người tự vượt qua chính mình, một con đường dẫn đến sự giải thoát. Trong khi Gs Nguyễn Hữu Liêm đánh giá rằng nghiệp là một hệ thống chặt chẽ, trói buộc con người vào vòng xoáy của sự tái sinh, ông đã bỏ qua khía cạnh cốt lõi của Phật giáo: sự tự do nằm trong khả năng của mỗi cá nhân để hiểu và chuyển hóa nghiệp.

Theo triết học Phật giáo, nghiệp không phải là một hình phạt, mà là cơ hội. Nó là một phản ánh của những hành động trong quá khứ, nhưng đồng thời, nó cũng mở ra cánh cửa cho tương lai. Nghiệp không chỉ bó buộc con người vào những gì họ đã làm, mà còn tạo cơ hội để họ nhận thức được tác động của những hành động ấy và từ đó, thực hiện những thay đổi mang tính giải thoát. Điều này mang lại cho con người khả năng tự chủ, không phải chịu đựng những kết quả của nghiệp như một định mệnh bất biến, mà ngược lại, họ có thể sử dụng sự nhận thức về nghiệp để tạo ra những nghiệp mới, dẫn đến sự an lạc và giải thoát.

Gs Nguyễn Hữu Liêm đã không nắm bắt được tinh thần này. Ông hiểu nghiệp như một cơ chế vô hồn và trói buộc, nhưng Phật giáo nhìn nhận nghiệp như một hệ thống linh hoạt và có tính sáng tạo. Con người không phải là nạn nhân của nghiệp, mà là người làm chủ nghiệp. Đây là điểm khác biệt sâu sắc giữa Phật giáo và những cách tiếp cận mang tính duy cơ học khác, mà Gs Nguyễn Hữu Liêm đã cố tình bỏ qua trong phản biện của mình.

Chân Đế và Tục Đế: Hai Mặt Của Một Thực Tại

Trong triết học Phật giáo, một trong những khái niệm quan trọng nhất là sự phân biệt giữa chân đế (paramarthasatya) và tục đế (samvrtisatya), hai mặt của thực tại. Tục đế là chân lý của thế giới hiện tượng, nơi mọi sự vật hiện hữu dưới dạng tương đối, được quy ước qua ngôn ngữ và khái niệm. Chân đế là chân lý tối thượng, vượt ra ngoài mọi phân biệt và quy ước, nơi sự tồn tại không còn dựa vào ngôn ngữ hay quan niệm thông thường. Hai đế này không đối lập nhau, mà bổ sung cho nhau để con người có thể đạt đến sự hiểu biết toàn diện về thực tại.

Gs Nguyễn Hữu Liêm đã không nhận thức được sự quan trọng của chân đế và tục đế trong cách Phật giáo giải thích về thế giới. Ông cho rằng sự tồn tại của hai chân lý này là biểu hiện của sự nhị nguyên, nhưng thực ra, Phật giáo luôn nhấn mạnh rằng chân đế và tục đế là không thể tách rời. Tục đế, dù chỉ là một sự biểu hiện tương đối của thực tại, vẫn cần thiết cho cuộc sống hàng ngày và cho hành trình tâm linh của mỗi người. Chân đế, dù là sự nhận thức tối thượng, vẫn phải dựa vào tục đế để được thực hành trong thế giới hiện tượng. Đây là sự khôn ngoan của Phật giáo khi không phân biệt rõ ràng giữa thế giới hiện tượng và thực tại tuyệt đối, mà chỉ ra rằng sự hiểu biết toàn diện về chân lý phải đến từ sự hòa hợp giữa hai khía cạnh này.

Gs Nguyễn Hữu Liêm, trong phản biện của mình, đã nhầm lẫn khi tách biệt chân đế và tục đế một cách cơ học, và do đó, không nhận ra sự phức tạp và tinh tế trong cách Phật giáo nhìn nhận thế giới. Sự kết hợp giữa chân đế và tục đế là một phần quan trọng giúp Phật giáo trở thành một hệ thống triết học không chỉ nói về những khái niệm siêu hình, mà còn đưa ra những phương pháp cụ thể để con người thực hành và vượt qua khổ đau trong đời sống thường nhật.

Từ Bi và Trí Tuệ: Hai Cánh Của Chim Đại Bàng

Trong Phật giáo, từ bi (karuna) và trí tuệ (prajna) được coi là hai cánh của chim đại bàng, giúp đưa hành giả đến bờ giải thoát. Từ bi là lòng thương xót vô biên đối với mọi chúng sinh, là khả năng cảm nhận và chia sẻ nỗi đau của người khác. Trí tuệ là khả năng nhìn thấu suốt bản chất của thực tại, không bị lừa dối bởi những hiện tượng tạm bợ hay những khái niệm cố định. Khi cả từ bi và trí tuệ được phát triển đồng đều, con người không chỉ đạt được sự hiểu biết sâu sắc về thực tại, mà còn biết cách hành động một cách đúng đắn và đầy nhân ái.

Gs Nguyễn Hữu Liêm đã phê bình Phật giáo vì cho rằng nó thiếu tính thực dụng và không có khả năng giải quyết các vấn đề xã hội. Tuy nhiên, ông đã không hiểu rằng chính từ bi và trí tuệ là hai yếu tố cốt lõi giúp Phật giáo đối diện với những thách thức của đời sống, không chỉ trên bình diện cá nhân mà còn trên bình diện xã hội. Từ bi giúp người Phật tử phát triển một tinh thần trách nhiệm xã hội, không bỏ qua những nỗi khổ của người khác, còn trí tuệ giúp họ nhận ra nguyên nhân sâu xa của những vấn đề đó và tìm ra những giải pháp lâu dài, vững bền.

Gs Nguyễn Hữu Liêm đã không nhận ra rằng từ bi và trí tuệ không phải là những khái niệm trừu tượng, mà là những phẩm hạnh thực tiễn có thể được thực hành trong mọi khía cạnh của đời sống, từ gia đình đến cộng đồng, từ quốc gia đến thế giới. Chính sự kết hợp giữa từ bi và trí tuệ đã giúp Phật giáo không chỉ tồn tại mà còn phát triển mạnh mẽ qua hàng nghìn năm, trở thành một hệ thống triết học và tôn giáo có ảnh hưởng lớn trên toàn cầu.

Vô Ngã và Vô Thường: Sự Tự Do Thông Qua Sự Nhận Thức

Một trong những khía cạnh quan trọng nhất của triết học Phật giáo là khái niệm vô ngã (anatta) và vô thường (anicca). Vô ngã chỉ ra rằng không có một "tôi" cố định hay thực thể cá nhân nào tồn tại độc lập, mà tất cả chúng sinh và hiện tượng đều là kết quả của sự phối hợp giữa nhiều yếu tố tạm thời. Vô thường là sự thay đổi liên tục của mọi hiện tượng, không có gì tồn tại mãi mãi hay ổn định.

Gs Nguyễn Hữu Liêm đã phê phán Phật giáo vì cho rằng nó không mang lại một hệ thống triết học rõ ràng về bản chất của con người và sự tồn tại. Tuy nhiên, ông đã không nhận ra rằng chính sự nhận thức về vô ngã và vô thường là chìa khóa giúp con người thoát khỏi mọi ràng buộc của khổ đau và đạt đến sự tự do tối thượng. Khi con người hiểu rằng không có một cái "tôi" cố định nào cần phải bảo vệ hay duy trì, họ sẽ giải thoát khỏi những tham ái, sân hận và si mê – ba độc tố chính gây ra khổ đau. Và khi nhận ra rằng mọi thứ đều vô thường, họ sẽ không còn bám víu vào những hiện tượng tạm thời, mà thay vào đó, họ sẽ sống một cách nhẹ nhàng, tự tại, trong từng khoảnh khắc hiện tại.

Gs Nguyễn Hữu Liêm đã bỏ qua ý nghĩa giải phóng của vô ngã và vô thường, khi ông chỉ xem chúng như những khái niệm trừu tượng, không liên quan đến đời sống thực tế. Nhưng thực ra, những khái niệm này là nền tảng của sự tự do trong triết học Phật giáo, giúp con người vượt qua mọi ràng buộc của bản ngã và đạt đến sự bình an nội tại.

Phật Giáo và Sự Giải Thoát Từ Tâm Thức

Trong triết học Phật giáo, tâm thức (citta) đóng vai trò quan trọng nhất trong quá trình giải thoát. Theo quan điểm của Phật giáo, mọi khổ đau và niềm vui của con người đều phát sinh từ tâm. Nếu tâm bị rối loạn bởi những tham ái, sân hận, và si mê, con người sẽ chịu đựng khổ đau. Ngược lại, khi tâm được làm trong sáng, trở nên tĩnh lặng và trí tuệ, con người sẽ tìm thấy hạnh phúc và giải thoát.

Gs Nguyễn Hữu Liêm đã phê phán Phật giáo vì cho rằng nó không mang lại một hệ thống triết học rõ ràng về cách con người có thể thay đổi cuộc sống của mình. Nhưng ông đã không hiểu rằng tâm thức chính là yếu tố quan trọng nhất trong quá trình chuyển hóa. Phật giáo không chỉ cung cấp một hệ thống lý thuyết về nhân quả và nghiệp báo, mà còn đưa ra những phương pháp cụ thể để con người thay đổi tâm thức của mình, từ đó thay đổi cả cuộc sống của họ. Những phương pháp này bao gồm thiền định, chánh niệm, và thực hành giới luật, giúp con người rèn luyện tâm trí để nó trở nên trong sáng và mạnh mẽ hơn.

Gs Nguyễn Hữu Liêm đã không nhận ra rằng giải thoát trong Phật giáo không phải là một trạng thái siêu hình xa xôi, mà là một trải nghiệm có thể đạt được ngay trong đời sống này. Bằng cách rèn luyện tâm thức, con người có thể tìm thấy sự bình an và hạnh phúc, không phụ thuộc vào hoàn cảnh bên ngoài. Đây là một sự giải thoát không chỉ mang tính lý thuyết, mà còn mang tính thực hành, có thể được trải nghiệm bởi bất kỳ ai, bất kỳ lúc nào.

Sự Thực Hành Đạo Đức Phật Giáo: Gắn Kết Giữa Lý Thuyết và Thực Tiễn

Một trong những điểm quan trọng mà Gs Nguyễn Hữu Liêm đã bỏ qua khi phân tích Phật giáo là mối quan hệ chặt chẽ giữa lý thuyết và thực hành. Trong triết học Phật giáo, không có khoảng cách giữa hiểu biết triết học và việc ứng dụng những hiểu biết ấy vào cuộc sống hàng ngày. Điều này được thể hiện rõ nhất qua việc thực hành giới, định, và tuệ (śīla, samādhi, prajñā), ba yếu tố cốt lõi của con đường dẫn đến giác ngộ.

Phật giáo luôn nhấn mạnh rằng sự hiểu biết sâu sắc về lý thuyết phải đi kèm với thực hành đạo đức. Khi một người hành động theo những nguyên tắc đạo đức dựa trên từ bi và trí tuệ, họ không chỉ làm lợi cho bản thân mà còn tạo ra một môi trường xã hội hài hòa và an lạc. Gs Nguyễn Hữu Liêm, trong những phê phán của mình, dường như đã không nhận ra rằng Phật giáo không chỉ tồn tại như một hệ thống triết học suy tư trừu tượng, mà còn là một hệ thống hành động cụ thể, giúp con người sống tốt hơn trong đời sống hàng ngày.

Sự thực hành đạo đức của Phật giáo không dừng lại ở mức cá nhân, mà nó còn có tính cộng đồng. Phật giáo khuyến khích sự đoàn kết, giúp đỡ lẫn nhau và chia sẻ lòng từ bi đến mọi chúng sinh. Những giới luật mà người Phật tử thực hành không chỉ là những nguyên tắc cá nhân nhằm giữ gìn tâm hồn trong sạch, mà còn là những phương tiện để xây dựng một xã hội hài hòa và công bằng. Điều này phản ánh tinh thần nhân văn và tôn trọng quyền lợi của mọi cá nhân trong xã hội, điều mà Gs Nguyễn Hữu Liêm đã không thể nhìn thấy trong phân tích của mình.

Sự Linh Hoạt và Khả Năng Thích Ứng của Phật Giáo

Một trong những phê phán chính của Gs Nguyễn Hữu Liêm đối với Phật giáo là ông cho rằng hệ thống tư tưởng này cứng nhắc và không có khả năng thích ứng với những thay đổi của xã hội hiện đại. Tuy nhiên, lịch sử Phật giáo đã chứng minh điều ngược lại. Kể từ khi xuất hiện hơn 2500 năm trước, Phật giáo đã trải qua nhiều giai đoạn phát triển, thích nghi với các nền văn hóa và xã hội khác nhau trên khắp thế giới, từ Ấn Độ, Trung Quốc, Nhật Bản cho đến Đông Nam Á và phương Tây.

Sự linh hoạt của Phật giáo được thể hiện qua khả năng đồng hóa và kết hợp với các giá trị văn hóa bản địa mà không đánh mất đi bản chất cốt lõi của mình. Khi du nhập vào Trung Quốc, Phật giáo đã kết hợp với Đạo giáo và Nho giáo để tạo ra những trường phái như Thiền tông, nơi mà sự tĩnh lặng của thiền định được hòa quyện với tinh thần triết học của Trung Hoa. Tại Nhật Bản, Phật giáo Thiền (Zen) đã trở thành một phần không thể thiếu của văn hóa Nhật, ảnh hưởng đến mọi khía cạnh từ nghệ thuật, văn học, cho đến võ đạo và kiến trúc.

Ngay cả trong thế giới hiện đại, Phật giáo vẫn tiếp tục thích nghi và phát triển mạnh mẽ. Sự kết hợp giữa các phương pháp thiền định của Phật giáo và những nghiên cứu khoa học về tâm lý học đã tạo ra những phương pháp thực hành mới, như thiền chánh niệm, giúp con người đối phó với căng thẳng và các vấn đề tâm lý trong cuộc sống hiện đại. Điều này cho thấy rằng Phật giáo không phải là một hệ thống cứng nhắc và không thay đổi, mà ngược lại, nó có khả năng điều chỉnh và tái tạo liên tục để phù hợp với hoàn cảnh mới.

Gs Nguyễn Hữu Liêm đã không nhìn thấy sự linh hoạt này, và do đó, ông đã phê phán Phật giáo từ một góc nhìn hạn chế. Ông xem Phật giáo như một hệ thống tôn giáo cổ điển, không còn phù hợp với thế giới toàn cầu hóa và hiện đại. Nhưng thực tế đã chứng minh rằng Phật giáo không chỉ tồn tại, mà còn phát triển mạnh mẽ và đóng góp tích cực vào việc giải quyết các vấn đề xã hội và tâm lý của thế kỷ 21.

Sự Tương Tác Giữa Con Người và Vũ Trụ Qua Nghiệp

Gs Nguyễn Hữu Liêm đã không hiểu được sâu sắc mối quan hệ phức tạp giữa con người và vũ trụ trong triết học Phật giáo. Trong Phật giáo, con người không tồn tại biệt lập, mà luôn tương tác với thế giới xung quanh thông qua nghiệp. Nghiệp không chỉ là những hành động mà con người thực hiện, mà còn là cách mà những hành động ấy tạo ra ảnh hưởng đối với vũ trụ và mọi chúng sinh.

Phật giáo nhấn mạnh rằng mọi hành động, dù lớn hay nhỏ, đều để lại dấu ấn trên thế giới và ảnh hưởng đến sự tồn tại của mọi sinh linh. Điều này có nghĩa là con người không thể tách mình ra khỏi vũ trụ và hành động mà không chịu trách nhiệm về những hậu quả của mình. Mỗi hành động đều tạo ra một chuỗi phản ứng, và chuỗi phản ứng ấy sẽ quay trở lại với chính con người theo luật nhân quả.

Tuy nhiên, mối quan hệ này không phải là một sự ràng buộc

cứng nhắc mà là một cơ hội để con người thay đổi và cải thiện bản thân. Khi nhận ra rằng mỗi hành động đều có ảnh hưởng đến toàn bộ vũ trụ, con người sẽ có trách nhiệm hơn trong việc lựa chọn những hành động tốt đẹp và có ích. Đây là cách mà nghiệp không chỉ giới hạn con người, mà còn mở ra những khả năng mới để tạo ra một thế giới tốt đẹp hơn. Điều này phản ánh sự liên kết chặt chẽ giữa cá nhân và vũ trụ, một mối liên kết mà Gs Nguyễn Hữu Liêm đã không nhận thức được khi ông chỉ xem nghiệp như một quy luật ràng buộc và khắc nghiệt.

Giải Thoát Qua Nhận Thức Về Nghiệp

Một điểm quan trọng mà Gs Nguyễn Hữu Liêm đã không nắm bắt là khả năng giải thoát của con người thông qua sự nhận thức về nghiệp. Trong Phật giáo, nghiệp không phải là một sự trừng phạt hay một kết quả tất yếu mà con người không thể thay đổi. Trái lại, nghiệp là một quy trình mà con người có thể hiểu, chuyển hóa và từ đó giải thoát.

Khi con người nhận thức rõ ràng về những hành động của mình và những hậu quả mà chúng tạo ra, họ sẽ có khả năng kiểm soát được tương lai của mình. Đây là sự tự do mà Phật giáo mang lại, một sự tự do không đến từ việc phá bỏ mọi ràng buộc, mà đến từ khả năng chọn lựa và chuyển hóa nghiệp theo hướng tốt đẹp. Con người có thể vượt qua mọi nghiệp lực tiêu cực và tạo ra những nghiệp mới tích cực, từ đó dẫn đến sự an lạc và giải thoát.

Gs Nguyễn Hữu Liêm đã không nhận ra rằng giải thoát trong Phật giáo không phải là một trạng thái siêu việt xa xôi, mà là một quá trình liên tục của sự nhận thức và chuyển hóa nghiệp ngay trong đời sống hàng ngày. Phật giáo không phải là một hệ thống định mệnh, mà là một con đường dẫn đến sự tự do và giải thoát thông qua sự hiểu biết và hành động đúng đắn.

Tinh Thần Đối Thoại và Phê Phán Trong Phật Giáo

Một trong những phê phán của Gs Nguyễn Hữu Liêm là ông cho rằng Phật giáo không khuyến khích sự phát triển của tư duy phê phán và đối thoại tri thức. Tuy nhiên, lịch sử Phật giáo lại chứng minh điều ngược lại. Ngay từ khi Đức Phật còn tại thế, Ngài đã luôn khuyến khích các đệ tử của mình không chấp nhận bất cứ điều gì chỉ vì nó được truyền dạy từ thầy hay kinh điển, mà phải tự mình kiểm chứng thông qua trải nghiệm cá nhân.

Tinh thần đối thoại và phê phán đã tiếp tục được duy trì trong các truyền thống Phật giáo sau này, đặc biệt là trong các cuộc tranh luận triết học giữa các trường phái Phật giáo. Các luận sư như Long Thọ (Nagarjuna), Vô Trước (Asanga), và Thế Thân (Vasubandhu) đã không ngừng đối thoại, tranh luận và phản biện lẫn nhau để làm rõ những khía cạnh khác nhau của giáo lý Phật giáo, từ đó phát triển một hệ thống triết học phong phú và sâu sắc.

Tinh thần phê phán này không chỉ giúp Phật giáo phát triển về mặt lý thuyết, mà còn là một phần không thể thiếu của con đường tu tập. Phật giáo luôn khuyến khích con người không chấp nhận bất kỳ điều gì một cách mù quáng, mà phải luôn tự mình quán chiếu, phản biện và khám phá sự thật. Đây là tinh thần của sự tự do trí thức, điều mà Gs Nguyễn Hữu Liêm đã không nhìn thấy trong phân tích của mình.

Triết Học Nghiệp và Sự Tương Quan Giữa Cá Nhân và Tập Thể

Phật giáo, đặc biệt thông qua giáo lý về nghiệp, nhấn mạnh đến mối tương quan chặt chẽ giữa cá nhân và tập thể. Gs Nguyễn Hữu Liêm trong các phê phán của mình đã bỏ qua một điểm trọng yếu: nghiệp không chỉ tác động đến mỗi cá nhân mà còn ảnh hưởng đến cả cộng đồng và vũ trụ rộng lớn. Thông qua hành động, suy nghĩ và lời nói, mỗi cá nhân đóng góp vào dòng nghiệp chung của xã hội và nhân loại.

Quan niệm này có ý nghĩa sâu sắc hơn khi ta suy ngẫm về mối quan hệ giữa con người và vũ trụ trong triết học Phật giáo. Nghiệp, dù là cá nhân hay tập thể, đều tạo nên những hệ quả tác động trực tiếp và gián tiếp đến toàn bộ cấu trúc xã hội. Khi một cá nhân hành động theo hướng tích cực, người đó không chỉ tạo ra hạnh phúc và an lạc cho riêng mình mà còn lan tỏa năng lượng tích cực đến toàn xã hội. Ngược lại, nếu hành động mang tính tiêu cực, nó sẽ không chỉ giới hạn trong phạm vi cá nhân, mà còn tác động đến môi trường và cộng đồng xung quanh.

Gs Nguyễn Hữu Liêm đã không nhận thức rõ ràng sự tương tác sâu sắc này giữa cá nhân và tập thể trong Phật giáo. Phê phán của ông rằng Phật giáo chỉ tập trung vào sự giải thoát cá nhân mà bỏ qua trách nhiệm xã hội là sai lầm nghiêm trọng. Trong thực tế, Phật giáo luôn nhấn mạnh sự đồng cảm, từ bi và trách nhiệm xã hội. Bồ-tát đạo, một trong những con đường cao thượng trong Phật giáo, không chỉ là con đường của sự giải thoát cá nhân mà còn là con đường của sự cứu độ chúng sinh. Một người tu tập theo con đường Bồ-tát không bao giờ tìm kiếm sự giải thoát riêng rẽ, mà luôn phát nguyện quay trở lại cõi đời này để giúp đỡ mọi người đạt đến sự giác ngộ.

Giá Trị Nhân Văn Trong Triết Lý Vô Ngã

Một trong những khía cạnh gây hiểu lầm lớn nhất trong phê phán của Gs Nguyễn Hữu Liêm về Phật giáo là sự hiểu sai về khái niệm "vô ngã" (anatta). Ông cho rằng Phật giáo phủ nhận giá trị của cá nhân và thúc đẩy một quan niệm không lành mạnh về sự tồn tại của con người. Tuy nhiên, sự thật lại hoàn toàn ngược lại. Khái niệm vô ngã trong Phật giáo không phải là sự phủ nhận bản thân hay loại bỏ cá nhân, mà là một sự nhấn mạnh về sự không cố định của cái tôi và sự liên kết sâu sắc giữa cá nhân và tất cả chúng sinh.

Trong triết học Phật giáo, vô ngã không có nghĩa là con người không tồn tại, mà là sự nhận thức rằng cái tôi mà chúng ta thường chấp nhận chỉ là một cấu trúc tâm lý, được hình thành từ những yếu tố vật lý và tinh thần khác nhau, luôn thay đổi và không có thực thể cố định. Nhận thức được sự thật này không làm suy giảm giá trị của con người, mà ngược lại, giúp ta mở rộng lòng từ bi và thấu hiểu sâu sắc về bản chất của chính mình và mọi người xung quanh.

Gs Nguyễn Hữu Liêm đã không nhìn thấy rằng chính khái niệm vô ngã này lại là nền tảng của những giá trị nhân văn cao cả trong Phật giáo. Khi chúng ta hiểu rằng mọi sự tồn tại đều không có tự tính cố hữu, chúng ta sẽ dễ dàng từ bỏ những tư tưởng ích kỷ và chấp trước vào bản ngã. Thay vào đó, chúng ta sẽ học cách sống vì người khác, vì cộng đồng và vì vũ trụ. Đây chính là tinh thần của lòng từ bi và sự bao dung mà Phật giáo luôn khuyến khích.

Vô ngã trong Phật giáo không phải là sự phủ nhận giá trị cá nhân, mà là một lời mời gọi để ta vượt qua những giới hạn của bản thân và sống hòa hợp với mọi chúng sinh. Từ góc nhìn này, vô ngã chính là chìa khóa để mở ra một cuộc sống nhân văn, giàu tình thương và ý nghĩa. Gs Nguyễn Hữu Liêm, trong các phê phán của mình, đã không hiểu rõ được tinh thần này và đã dẫn đến sự nhận định sai lầm về triết lý cốt lõi của Phật giáo.

Công Bằng và Công Lý Trong Quan Niệm Về Nghiệp

Một điểm khác mà Gs Nguyễn Hữu Liêm phê phán sai lệch là việc ông cho rằng Phật giáo thiếu sự công bằng và công lý xã hội. Ông lập luận rằng quan niệm về nghiệp chỉ dựa trên việc trả quả cho những hành động đã làm, mà không thể hiện rõ ràng sự công bằng trong thời gian ngắn hoặc ngay lập tức. Tuy nhiên, ông đã bỏ qua một khía cạnh quan trọng trong triết học Phật giáo: nghiệp không phải là một hệ thống trừng phạt, mà là một quy luật tự nhiên, dựa trên sự hiểu biết về nhân quả và trách nhiệm cá nhân.

Phật giáo không xem công lý là việc trừng phạt hay thưởng cho mỗi cá nhân ngay lập tức dựa trên hành động của họ, mà là một tiến trình lâu dài, xuyên suốt nhiều kiếp sống. Điều này có nghĩa là công lý trong Phật giáo không mang tính ngắn hạn, mà là sự cân bằng tự nhiên của nhân quả, nơi mọi hành động đều sẽ dẫn đến kết quả tương ứng, dù sớm hay muộn.

Gs Nguyễn Hữu Liêm đã hiểu nhầm rằng công bằng trong Phật giáo phải được thể hiện ngay lập tức trong một kiếp sống, điều này đi ngược lại với quan niệm về luân hồi và nhân quả của Phật giáo. Hệ thống công bằng mà Phật giáo hướng tới là một hệ thống toàn diện, không chỉ trong phạm vi kiếp sống hiện tại mà còn trải dài qua vô số kiếp sống, nơi mọi nghiệp báo đều được thực hiện đầy đủ theo thời gian.

Sự Tự Do và Giải Thoát Trong Phật Giáo

Một trong những phê phán chính của Gs Nguyễn Hữu Liêm là ông cho rằng Phật giáo bó buộc tư duy và ngăn cản sự phát triển tự do của con người. Tuy nhiên, điều này cho thấy ông đã hiểu sai hoàn toàn về bản chất của sự tự do trong Phật giáo. Trong triết học Phật giáo, tự do không phải là việc thoát ly mọi ràng buộc mà là khả năng vượt qua những ảo tưởng về cái tôi, về sự chấp trước, và về vô minh.

Phật giáo không khuyến khích con người tìm kiếm tự do bên ngoài, mà là một sự giải thoát từ bên trong. Sự tự do đích thực đến từ việc nhận thức được bản chất của vạn vật, từ đó không bị ràng buộc bởi những ảo tưởng và vọng tưởng. Đức Phật đã dạy rằng mọi sự đau khổ và ràng buộc đều xuất phát từ sự vô minh và sự chấp trước vào cái tôi. Khi chúng ta nhận ra rằng tất cả mọi thứ đều vô thường và không có tự tính, chúng ta sẽ đạt được sự tự do thực sự.

Gs Nguyễn Hữu Liêm đã không hiểu rằng sự tự do mà Phật giáo hướng tới không phải là một sự tự do ngẫu nhiên, mà là một sự tự do có trách nhiệm, dựa trên sự hiểu biết sâu sắc về bản chất của thực tại. Trong khi ông coi sự tự do như một trạng thái không ràng buộc bởi bất kỳ quy luật nào, Phật giáo lại khuyến khích con người nhìn nhận rõ ràng về những quy luật tự nhiên của nhân quả và học cách sống trong sự hòa hợp với những quy luật ấy.

Đối Thoại Giữa Tri Thức Đông Phương và Tây Phương

Gs Nguyễn Hữu Liêm trong các bài viết của mình đã phê phán Phật giáo từ một quan điểm triết học phương Tây. Tuy nhiên, ông đã không nhận ra rằng giữa tri thức Đông phương và Tây phương có những sự khác biệt cơ bản về cách tiếp cận và tư duy. Trong khi triết học phương Tây thường tìm kiếm những khái niệm tĩnh tại và rõ ràng, triết học Đông phương, đặc biệt là Phật giáo, lại chú trọng vào sự chuyển hóa và không cố định của mọi sự vật.

Phật giáo không tìm kiếm những câu trả lời cuối cùng cho mọi câu hỏi, mà luôn khuyến khích sự chiêm nghiệm liên tục và không ngừng đổi mới trong suy nghĩ. Điều này phản ánh một sự khác biệt căn bản trong cách mà hai hệ tư tưởng tiếp cận với tri thức. Phật giáo không cố gắng áp đặt một hệ thống tư tưởng cứng nhắc lên thực tại, mà luôn để mở cho sự thay đổi và phát triển, điều này tạo nên tính linh hoạt và sự phù hợp lâu dài của Phật giáo trong mọi hoàn cảnh lịch sử và xã hội.

Gs Nguyễn Hữu Liêm, khi tiếp cận Phật giáo từ góc độ tri thức phương Tây, đã không nhận ra rằng sự đối thoại giữa Đông và Tây không nên dựa trên sự áp đặt của một hệ tư tưởng này lên hệ tư tưởng kia, mà cần phải có sự tôn trọng và hiểu biết sâu sắc về bản chất của cả hai hệ thống. Thay vì cố gắng phê phán Phật giáo từ quan điểm phương Tây, cần có một cuộc đối thoại mở rộng và sâu sắc hơn giữa hai hệ tư tưởng này để tìm ra những giá trị chung và những cách tiếp cận mới.

Kết Luận: Hướng Tới Một Cuộc Đối Thoại Chân Thành và Sâu Sắc

Gs Nguyễn Hữu Liêm đã sai lầm khi phê phán Phật giáo từ một góc nhìn hạn hẹp, dựa trên sự hiểu biết phiến diện về triết học Phật giáo và văn hóa Đông phương. Ông đã bỏ qua nhiều khía cạnh sâu sắc của triết học Phật giáo, đặc biệt là quan niệm về nghiệp, vô ngã, và sự tự do. Thay vì hiểu rõ và đối thoại, ông đã chọn cách phê phán, dẫn đến những nhận định sai lầm và thiếu cơ sở.

Trong một thế giới đang thay đổi nhanh chóng, sự đối thoại giữa các hệ tư tưởng là cần thiết hơn bao giờ hết. Phật giáo, với tính linh hoạt và khả năng thích ứng cao, có thể đóng góp quan trọng vào cuộc đối thoại này, không chỉ trong phạm vi tri thức mà còn trong thực tiễn đời sống. Tuy nhiên, để đạt được điều đó, cần có một sự hiểu biết sâu sắc, tôn trọng và sự sẵn lòng đối thoại từ cả hai phía.

Gs Nguyễn Hữu Liêm và những phê phán của ông nên được coi là một lời nhắc nhở về tầm quan trọng của việc tiếp cận tri thức với tinh thần cởi mở và lòng khiêm tốn. Thay vì chỉ trích và bác bỏ những hệ tư tưởng mà mình chưa hiểu hết, ông cần nhìn nhận lại quan điểm của mình, từ đó xây dựng một nền tảng tri thức thực sự, dựa trên sự tôn trọng và thấu hiểu đối với những giá trị văn hóa và triết học mà Phật giáo và văn minh Đông phương mang lại.

Sự Nhầm lẫn Giữa Triết học và Phật giáo

Những Sai lầm Căn bản trong “10 Vấn lý” của Gs Nguyễn Hữu Liêm

LÔI AM

Trong quá trình tìm kiếm chân lý và giải thích các khái niệm phức tạp của triết học Phật giáo, nhiều học giả đã phạm phải sai lầm nghiêm trọng khi cố gắng áp dụng các nguyên tắc triết học phương Tây vào hệ thống tư tưởng phương Đông. Một trong những ví dụ điển hình cho sự sai lầm này là Gs Nguyễn Hữu Liêm, người đã viết nên *10 Vấn lý*, trong đó ông đưa ra nhiều lập luận sai lệch về bản chất của triết lý Phật giáo, đặc biệt là khái niệm *Nghiệp*.

Gs Nguyễn Hữu Liêm cho rằng Phật giáo đã nhầm lẫn giữa tiềm năng và thực tại, khi đề cập đến Nghiệp như một lực siêu nhiên quyết định số phận của con người. Tuy nhiên, cách tiếp cận của ông không chỉ đơn giản là một sự hiểu lầm, mà còn thể hiện sự thiếu hiểu biết sâu sắc về bản chất của Nghiệp, một khái niệm trung tâm trong triết lý Phật giáo.

Để nhận biết những nhận thức sai lệch này, chúng ta cần quay về tác phẩm *Nghiệp* của Thầy Tuệ Sỹ. Thầy đã đưa ra những phân tích sâu sắc và chính xác về bản chất của Nghiệp, trong đó nhấn mạnh rằng Nghiệp không phải là một thực thể độc lập hay một lực thần bí quyết định mọi hành vi của con người, mà là sự tương tác của các yếu tố tâm lý, hành vi, và nhân quả. Chính sự nhầm lẫn giữa khái niệm Nghiệp và các quy luật vật lý của Gs Nguyễn Hữu Liêm đã dẫn đến nhiều sai lầm trong lập luận của ông.

Thầy Tuệ Sỹ chỉ ra rằng, Nghiệp là một khái niệm linh hoạt, không thể đo lường bằng các công cụ vật lý hay phương pháp phân tích khoa học hiện đại. Thay vào đó, Nghiệp được hiểu như một hệ quả tất yếu của sự vận hành duyên khởi và nhân quả, nơi mà các hành động, lời nói và ý nghĩ của con người tương tác và ảnh hưởng lẫn nhau qua thời gian và không gian. Thầy nhấn mạnh rằng, Nghiệp không phải là một thực thể cố định, mà là một quá trình liên tục biến đổi, phụ thuộc vào các duyên khác nhau. Đây chính là yếu tố mà Gs Nguyễn Hữu Liêm không nắm bắt được, khi ông cố gắng định lượng và xác định Nghiệp theo kiểu tư duy tuyến tính của triết học phương Tây.

Hơn nữa, trong tác phẩm *Nghiệp*, Thầy Tuệ Sỹ đã trình bày một cách toàn diện và tinh tế về mối liên hệ giữa Nghiệp và luân hồi, cho thấy rằng Nghiệp không chỉ là sự phản ánh hành động của một cá nhân trong đời này, mà còn là một chuỗi nhân quả liên tục qua nhiều kiếp sống. Gs Nguyễn Hữu Liêm đã bỏ qua khía cạnh này khi ông cho rằng Nghiệp chỉ là một khái niệm quy ước và không có tính hiện thực. Thầy Tuệ Sỹ đã nhấn mạnh rằng, chỉ khi con người nhận thức được bản chất vô thường và vô ngã của mọi hiện tượng, họ mới có thể giải thoát khỏi vòng luân hồi và chính Nghiệp là yếu tố quan trọng nhất trong quá trình này.

Sai lầm lớn nhất của Gs Nguyễn Hữu Liêm chính là việc ông cố gắng đồng nhất Nghiệp với các quy luật nhân quả đơn giản trong khoa học, mà không nhận ra rằng Nghiệp là một khái niệm đa chiều, mang tính linh hoạt và biến hóa, dựa trên sự vận hành của duyên khởi. Tác phẩm *Nghiệp* của Thầy Tuệ Sỹ không chỉ phản ánh triết lý sâu xa của Phật giáo, mà còn mang lại một cái nhìn toàn diện và chính xác về Nghiệp, giúp chúng ta hiểu rõ hơn về những sai lầm trong nhận thức của Gs Nguyễn Hữu Liêm.

*

Sai lầm trong phân tích *"Vấn lý thứ Nhất: Trộn lẫn hai phạm trù Không và Thời gian"*:

Sai lầm cơ bản trong lập luận của Gs Nguyễn Hữu Liêm khi ông phân tích sự trộn lẫn giữa hai phạm trù "Không" và "Thời gian" nằm ở việc ông đã nhầm lẫn hoặc diễn giải sai về sự tương tác giữa hai khái niệm này trong triết học Phật giáo và siêu hình học phương Tây. Ông đưa ra một số nhận định rằng các luận sư Phật giáo và các triết gia Tây phương đều mắc lỗi khi pha trộn Không gian và Thời gian, dựa trên sự phê phán của Henri Bergson trong tác phẩm "Time and Free Will." Tuy nhiên, cách tiếp cận này có những vấn đề như sau:

Sự tách biệt không cần thiết giữa Không gian và Thời gian trong Phật giáo: Trong triết học Phật giáo, khái niệm Không (śūnyatā) không chỉ đơn giản là một phạm trù liên quan đến không gian vật lý mà mang ý nghĩa về tính vô ngã (anattā) và tính không thật hữu (emptiness). Do đó, Không trong Phật giáo không phải chỉ là không gian mà là sự không có bản thể cố định của mọi hiện tượng. Thời gian trong triết học Phật giáo cũng không đơn thuần là sự tiếp nối liên tục của các sự kiện mà nó được hiểu là một sự vận động, chuyển biến liên tục của các pháp (hiện tượng). Việc Liêm cho rằng Phật giáo đã pha trộn Không gian và Thời gian theo cách ông hiểu từ Bergson là một sự đơn giản hóa vấn đề và không nắm bắt được tinh thần triết học Phật giáo.

Phê phán sai lệch về cách Phật giáo hiểu nhận thức: Gs Nguyễn Hữu Liêm cho rằng Phật giáo mắc phải lỗi "trộn lẫn" khi đưa ra nhận thức về độ dài ngắn hay các khái niệm quy ước khác liên quan đến không gian. Tuy nhiên, trong Phật giáo, các khái niệm quy ước như độ dài hay điểm cực vi chỉ là sự giả định của thức, là hiện tượng do tâm thức tạo ra, không phải là sự thật tuyệt đối. Việc Phật giáo sử dụng các khái niệm này không phải là để mô tả thế giới vật chất theo cách chúng ta thường hiểu mà là để minh chứng rằng tất cả các hiện tượng đều là duyên khởi (sự phụ thuộc lẫn nhau của các yếu tố) và vô thường. Do đó, cách ông Liêm phê phán Phật giáo đã dẫn đến hiểu lầm về bản chất thật sự của các luận sư Phật giáo khi họ nói về Không và Thời gian.

Sai lầm trong việc liên hệ Bergson và triết học Phật giáo: Gs Nguyễn Hữu Liêm sử dụng Bergson để giải thích rằng Phật giáo đã mắc phải lỗi tương tự trong việc phân biệt giữa thời hạn (duration) và quảng tính (extensity). Tuy nhiên, triết học Phật giáo không nhấn mạnh vào sự đối lập tuyệt đối giữa Thời gian và Không gian như cách Bergson và các triết gia Tây phương đề cập. Thay vào đó, triết học Phật giáo hướng đến sự phá vỡ các nhị nguyên này để chỉ ra rằng tất cả mọi thứ đều tương thuộc và vô thường, không có sự tồn tại cố định hay phân tách rõ ràng.

Nhầm lẫn về cách Phật giáo bàn về Nghiệp: Trong Phật giáo, Nghiệp không phải là một khái niệm có thể đo lường hay quan sát bằng các phương pháp thực nghiệm vật lý, như cách ông Liêm yêu cầu. Nghiệp là sự tương tác giữa hành động, ý thức và hệ quả trong dòng chảy liên tục của thời gian và không gian, nhưng không phải là đối tượng vật lý mà có thể nghiên cứu bằng các công cụ khoa học hiện đại. Do đó, việc ông yêu cầu một "sự quán sát cụ thể bằng thực nghiệm" với Nghiệp là không phù hợp với tinh thần triết học Phật giáo.

Tóm lại, sai lầm của Gs Nguyễn Hữu Liêm nằm ở chỗ ông đã không nắm bắt được tinh thần của các luận sư Phật giáo về

Không và Thời gian, đồng thời áp dụng các khái niệm triết học phương Tây một cách máy móc để phê phán triết học Phật giáo mà không xem xét đến sự khác biệt về hệ quy chiếu và mục tiêu giữa hai truyền thống tư tưởng này.

*

Sai lầm trong phân tích ***"Vấn lý thứ Hai: Nhầm lẫn giữa Tiềm năng với Thực tại"***:

Hiểu lầm về khái niệm tiềm năng và thực tại trong Phật giáo: Trong triết học Phật giáo, tiềm năng (chủng tử Nghiệp) và thực tại không được phân tách rõ ràng như cách ông Liêm diễn giải. Phật giáo không xem tiềm năng là một cái gì đó riêng biệt và không tương tác với thực tại, mà ngược lại, tiềm năng và thực tại là những yếu tố liên tục và tương hỗ. Tiềm năng (hay nghiệp) là kết quả của những hành động, tư tưởng trong quá khứ, và nó tác động lên thực tại trong từng sát na. Điều này khác hoàn toàn với cách tiếp cận của Aristotle về sự phân biệt giữa tiềm năng (potentiality) và thực tại (actuality).

Sai lầm khi áp dụng luận điểm của Zeno và Aristotle vào Phật giáo: Nghịch lý của Zeno liên quan đến vấn đề chuyển động trong không gian vật lý và được Aristotle giải thích qua sự phân biệt giữa tiềm năng và thực tại. Tuy nhiên, việc áp dụng luận điểm này vào triết học Phật giáo không thích hợp. Nghiệp trong Phật giáo không phải là một thực thể vật chất di chuyển từ điểm A đến điểm B như sóng thần trong ví dụ của ông Liêm. Nghiệp là một quá trình phi vật chất, nó không di chuyển mà là sự tiếp nối của hành động và quả báo qua thời gian và không gian. Do đó, việc áp dụng mô hình của Aristotle để phân tích Nghiệp là không phù hợp.

Nhầm lẫn về bản chất của Nghiệp: Gs Nguyễn Hữu Liêm cho rằng các luận sư Phật giáo nhầm lẫn khi tìm kiếm một thực thể hữu hình đại diện cho nghiệp, nhưng trên thực tế, trong triết học Phật giáo, nghiệp không phải là một thực thể cố định hay hữu hình. Nghiệp là một quá trình liên tục thay đổi, phụ thuộc vào duyên khởi và sự tương tác của các yếu tố khác nhau. Các luận sư Phật giáo không xem nghiệp là một thứ có thể xác định hay đo lường, mà là một phạm trù tư duy giúp giải thích sự vận hành của nhân quả và luân hồi.

Áp dụng sai phương pháp tư duy Tây phương lên triết học Phật giáo: Gs Nguyễn Hữu Liêm đã áp dụng mô hình phân tích triết học Tây phương lên một hệ thống triết học khác biệt về mặt bản chất. Phật giáo không phân chia thế giới thành các phạm trù hữu thể và thực tại cố định như cách mà triết học Hy Lạp cổ đại hay thần học Tây phương thường làm. Thay vào đó, Phật giáo nhấn mạnh tính vô thường (anicca) và vô ngã (anatta), tức là không có một thực thể bất biến nào tồn tại qua thời gian. Do đó, việc tìm kiếm "thực thể" trong khái niệm Nghiệp là không hợp lý trong triết học Phật giáo.

Sai lầm trong việc đối chiếu Kant và Phật giáo: Gs Nguyễn Hữu Liêm đã liên hệ khái niệm Nghiệp với các phạm trù siêu nghiệm của Kant, nhưng điều này không chính xác. Phạm trù siêu nghiệm của Kant là những điều kiện tiên quyết cho kinh nghiệm và tri thức, còn Nghiệp trong Phật giáo không phải là một điều kiện tiên quyết cho tri thức mà là một hệ quả của hành động và nhân quả. Sự nhầm lẫn này dẫn đến việc Liêm phê phán sai cách các luận sư Phật giáo khi họ diễn giải về Nghiệp.

Tóm lại, sai lầm của Gs Nguyễn Hữu Liêm nằm ở việc ông đã áp dụng không chính xác các khái niệm triết học phương Tây, đặc biệt là của Aristotle và Kant, vào hệ thống triết học Phật giáo, dẫn đến việc hiểu sai về bản chất của Nghiệp và các khái niệm liên quan đến tiềm năng và thực tại. Phật giáo không phân chia rõ ràng giữa tiềm năng và thực tại theo cách mà ông Liêm diễn giải, mà nhấn mạnh vào tính liên tục và tương thuộc của tất cả các hiện tượng.

*

Sai lầm của Gs Nguyễn Hữu Liêm trong ***"Vấn lý thứ Ba: Sử dụng ngôn ngữ quy ước thường nghiệm nhằm giải thích thực tại siêu nghiệm"*** nằm ở chỗ ông đã không nắm bắt được bản chất của ngôn ngữ trong Phật giáo và sự khác biệt giữa các cấp độ nhận thức.

Dưới đây là những điểm sai lầm chính trong lập luận của Gs Nguyễn Hữu Liêm:

Hiểu lầm về ngôn ngữ siêu nghiệm trong Phật giáo: Trong triết học Phật giáo, các khái niệm như Niết Bàn, Nghiệp báo, hay Luân hồi không thể được diễn đạt một cách đầy đủ qua ngôn ngữ quy ước thường nghiệm. Đức Phật nhiều lần nhấn mạnh rằng những khái niệm này thuộc về lĩnh vực siêu nghiệm, chỉ có thể trực tiếp trải nghiệm qua tu chứng. Việc cố gắng giải thích những khái niệm này bằng ngôn ngữ thường nghiệm là hạn chế và không đầy đủ, vì ngôn ngữ quy ước không thể truyền tải hết được bản chất siêu nghiệm của những thực tại mà Đức Phật đã chứng ngộ. Do đó, việc Gs Nguyễn Hữu Liêm chỉ trích rằng các luận sư Phật giáo sử dụng ngôn ngữ không chính xác để giải thích các khái niệm siêu nghiệm là không đúng, bởi chính ngôn ngữ quy ước không thể hoàn toàn diễn đạt được những thực tại này.

Ngôn ngữ và thực tại siêu nghiệm không đồng nhất: Sai lầm thứ hai của Gs Nguyễn Hữu Liêm nằm ở việc ông kỳ vọng rằng ngôn ngữ có thể trực tiếp phản ánh thực tại siêu nghiệm. Trong Phật giáo, ngôn ngữ chỉ là một phương tiện dẫn dắt tư duy, không phải là bản chất của sự thật. Ngôn ngữ chỉ đóng vai trò như một công cụ, nhưng không thể truyền đạt toàn bộ chân lý siêu nghiệm. Như Vasubandhu đã chỉ ra, ngôn ngữ chỉ là những ký hiệu, biểu tượng, và không bao giờ có thể hoàn toàn trùng khớp với bản chất của các pháp siêu nghiệm như Tâm, Thức hay Nghiệp.

Nhầm lẫn về tính giới hạn của ngôn ngữ quy ước: Gs Nguyễn Hữu Liêm phê phán rằng các luận sư Phật giáo sử dụng ngôn ngữ quy ước để bàn luận về những khái niệm siêu nghiệm như Nghiệp hay Tâm là thiếu sót về mặt logic. Tuy nhiên, điều mà ông không nhận ra là các luận sư Phật giáo thường sử dụng ngôn ngữ quy ước chỉ như một phương tiện khái niệm để giúp con người dễ tiếp cận hơn với những thực tại siêu nghiệm, chứ không nhằm mục đích giải thích trọn vẹn chúng. Đức Phật thường sử dụng ngôn ngữ một cách khéo léo, tùy duyên để phù hợp với đối tượng nghe pháp, nhưng bản thân ngôn ngữ không phải là chân lý tối hậu. Phê phán của Gs Nguyễn Hữu Liêm rằng ngôn ngữ này thiếu giá trị là không chính xác, vì ông không hiểu được mục đích và giới hạn của ngôn ngữ trong bối cảnh Phật giáo.

Sai lầm khi áp dụng phương pháp phân tích ngôn ngữ phương Tây lên Phật giáo: Gs Nguyễn Hữu Liêm cố gắng áp dụng các khái niệm của triết học ngôn ngữ phương Tây, đặc biệt là của các triết gia phân tích như Ludwig Wittgenstein, để phê phán Phật giáo. Ông cho rằng ngôn ngữ của các luận sư Phật giáo không thể giải thích thỏa đáng các khái niệm siêu nghiệm. Tuy nhiên, đây là một sự nhầm lẫn về cách tiếp cận. Phật giáo không nhắm đến việc tạo ra một hệ thống ngôn ngữ hoàn chỉnh để giải thích thực tại, mà là một phương tiện để vượt qua những ràng buộc của ngôn ngữ và đạt đến sự chứng ngộ thực tại tối hậu. Wittgenstein cũng nhấn mạnh rằng có những điều mà ngôn ngữ không thể nói đến, và triết học ngôn ngữ hiện đại cũng phải thừa nhận rằng không phải mọi thực tại đều có thể được diễn đạt hoàn toàn qua lời nói.

Sự khác biệt giữa ngôn ngữ quy ước và trực giác tâm linh: Trong Phật giáo, ngôn ngữ chỉ có thể đưa con người đến một mức độ hiểu biết quy ước về thực tại, còn để đạt đến sự hiểu biết siêu nghiệm, cần có sự thực hành và trải nghiệm trực tiếp thông qua thiền định và tu chứng. Điều này khác xa với cách mà ngôn ngữ được sử dụng trong các hệ thống triết học Tây phương, nơi ngôn ngữ thường được xem như một công cụ chủ đạo để phân tích và giải quyết các vấn đề triết học. Trong Phật giáo, ngôn ngữ chỉ là một trong nhiều phương tiện giúp dẫn dắt người tu đến sự giác ngộ, nhưng không phải là phương tiện cuối cùng hay tối hậu.

Tóm lại, sai lầm của Gs Nguyễn Hữu Liêm trong "Vấn lý thứ Ba" là do ông không nắm bắt được bản chất phi lý tính và giới hạn của ngôn ngữ trong triết học Phật giáo. Ông đã cố gắng sử dụng các công cụ phân tích ngôn ngữ của triết học phương Tây để phê phán một hệ thống tư tưởng mà ngôn ngữ chỉ là phương tiện dẫn dắt, không phải là cứu cánh. Sự hiểu lầm này dẫn đến việc ông chỉ trích sai lệch các luận sư Phật giáo và đánh giá thấp giá trị của ngôn ngữ trong việc diễn đạt các khái niệm siêu nghiệm.

*

Sai lầm của Gs Nguyễn Hữu Liêm trong ***"Vấn lý thứ Tư: Đặt để cơ sở lý luận trên nhiều tiền đề thuần giả định được xem như là chân lý phải chấp nhận và không nghi vấn"*** xuất phát từ việc ông không nắm rõ cách Phật giáo xây dựng hệ thống tư tưởng về Khổ, và việc ông áp dụng những nguyên tắc phân tích logic và kinh nghiệm thường nghiệm một cách không chính xác lên một phạm trù siêu nghiệm trong Phật giáo. Dưới đây là các sai lầm chính của ông:

Hiểu lầm về bản chất của "Khổ" trong Tứ Diệu Đế: Gs Nguyễn Hữu Liêm cho rằng Phật giáo dựa trên giả định không nghi vấn về Khổ (dukkha), và ông cố gắng phân tích Khổ dựa trên kinh nghiệm thường nghiệm, từ đó cho rằng Khổ chỉ là một hiện tượng tâm lý xã hội được quy nạp từ các xã hội nghèo đói, bất công như Ấn Độ thời cổ. Tuy nhiên, Khổ trong Phật giáo không phải là một khái niệm thường nghiệm đơn thuần mà là một chân lý siêu nghiệm, thuộc về bản chất của sự tồn tại và là một phần của Tứ Diệu Đế (Khổ, Tập, Diệt, Đạo). Khổ là hệ quả của vô minh và ái dục, vượt xa các khái niệm đau khổ vật lý hay tâm lý mà chúng ta cảm nhận trong đời sống thường ngày.

Phật giáo không cho rằng Khổ chỉ tồn tại trong các xã hội nghèo khó, mà Khổ là một phần không thể tránh khỏi của mọi tồn tại có điều kiện, dù người ta sống trong điều kiện vật chất tốt đẹp hay khó khăn. Bản chất của Khổ không chỉ nằm ở sự đói khổ hay bệnh tật mà còn nằm trong sự vô thường, trong việc bám víu vào một tự ngã không thực, trong sự không thỏa mãn với mọi trạng thái hiện hữu.

Sai lầm khi đánh đồng Khổ với hiện tượng tâm lý cá nhân: Gs Nguyễn Hữu Liêm nhầm lẫn khi cho rằng Khổ là một trải nghiệm cá nhân, và vì vậy ông đặt câu hỏi liệu một đứa trẻ khi sinh ra hay một người khi chết có thực sự trải nghiệm Khổ không. Trong khi đó, triết học Phật giáo không xem Khổ chỉ đơn thuần là một trạng thái tâm lý cá nhân, mà là một thực tại phổ quát, một khái niệm siêu nghiệm mà mọi hiện tượng trong vòng luân hồi đều chịu ảnh hưởng. Do đó, Khổ không cần phải dựa trên sự nhận thức của cá nhân mà nó tồn tại như một chân lý siêu hình bất biến, tương tự như khái niệm vô thường và vô ngã.

Nhầm lẫn giữa tiền đề siêu nghiệm và tiền đề thường nghiệm: Gs Nguyễn Hữu Liêm cố gắng sử dụng các tiêu chuẩn logic và quy nạp thường nghiệm để đánh giá những khái niệm siêu nghiệm trong Phật giáo, chẳng hạn như Khổ. Ông cho rằng nếu Khổ là một thực tại siêu nghiệm, thì việc sử dụng nó như một tiền đề không cần nghi vấn trong các luận điểm Phật giáo là không hợp lý, vì những hiện tượng khổ đau cá nhân có thể thay đổi theo hoàn cảnh xã hội. Tuy nhiên, Khổ trong Phật giáo không phải là một tiền đề thường nghiệm mà là một chân lý siêu nghiệm, không bị giới hạn bởi các điều kiện xã hội hay cá nhân. Bản chất của Khổ là một phần của vòng luân hồi và nhân quả, và nó được Phật giáo xem như một phần không thể tách rời của sự tồn tại trong tam giới (dục giới, sắc giới, vô sắc giới).

Sai lầm trong việc so sánh Phật giáo với triết học Tây phương: Gs Nguyễn Hữu Liêm so sánh khái niệm Khổ trong Phật giáo với thuyết methexis của Plato và lý thuyết tham dự của Aquinas, cho rằng Khổ giống như là một hiện tượng mà các cá nhân tham dự vào một thực tại lớn hơn. Tuy nhiên, đây là một sự so sánh không phù hợp, vì Phật giáo không nhấn mạnh vào sự tham dự vào một thực tại vĩnh hằng hay bất biến, mà ngược lại, nó nhấn mạnh vào vô thường (anicca) và vô ngã (anatta). Khổ không phải là một hiện tượng cá nhân tham gia vào một bản thể bất biến, mà là kết quả của việc bám víu vào những hiện tượng vô thường và không có tự ngã.

Hiểu sai về ý nghĩa siêu hình của Khổ: Gs Nguyễn Hữu Liêm lập luận rằng Khổ trong Phật giáo không phải là một thực tại siêu nghiệm, mà chỉ là một giả định thường nghiệm không cần chứng minh. Tuy nhiên, điều này hoàn toàn mâu thuẫn với cách mà Khổ được hiểu trong hệ thống tư tưởng Phật giáo. Khổ không chỉ là một hiện tượng có thể trải nghiệm qua giác quan, mà là một phần của sự thật tối thượng (Chân đế), giống như vô thường và vô ngã. Điều này có nghĩa là Khổ là một phần của cấu trúc cơ bản của thực tại mà mọi hiện tượng sinh khởi trong luân hồi đều chịu ảnh hưởng.

Tóm lại, sai lầm của Gs Nguyễn Hữu Liêm nằm ở việc ông cố gắng phân tích và đánh giá các khái niệm siêu nghiệm của Phật giáo bằng các công cụ phân tích logic và kinh nghiệm thường nghiệm phương Tây, mà không hiểu rõ rằng các khái niệm này không thể được hiểu đầy đủ qua các tiêu chuẩn quy ước. Ông đã không nhận ra rằng Khổ, trong bối cảnh của Phật giáo, là một chân lý siêu nghiệm và không thể đánh giá theo cách mà ông đề xuất.

*

Sai lầm của Gs Nguyễn Hữu Liêm trong "***Vấn lý thứ Năm: Lấy ý niệm kiến lập bởi tư duy – epistemology – như là chân lý bản thể thực tại – ontological truths***" chủ yếu nằm ở việc ông không hiểu rõ sự khác biệt giữa nhận thức luận (epistemology) và bản thể luận (ontology) trong triết học Phật giáo. Dưới đây là các điểm chính mà sai lầm của ông có thể được nhận thấy:

Nhầm lẫn giữa khái niệm nhận thức và bản thể trong Phật giáo: Gs Nguyễn Hữu Liêm cho rằng các luận sư Phật giáo đã mắc phải sai lầm tương tự như trong triết học Tây phương, khi nhầm lẫn giữa việc kiến tạo thực tại qua tư duy và việc xác định bản chất của thực tại. Ông cho rằng các khái niệm về Nghiệp và Luân hồi không phải là thực tại khách quan mà chỉ là sản phẩm của tư duy và tương tác giữa ý thức và ngoại cảnh. Tuy nhiên, trong triết học Phật giáo, Nghiệp và Luân hồi được xem như là những chân lý siêu hình không phụ thuộc vào tư duy cá nhân. Chúng tồn tại theo quy luật nhân quả, và sự tồn tại của chúng không phụ thuộc vào việc chúng ta có nhận thức được hay không. Do đó, việc ông cho rằng Nghiệp và Luân hồi chỉ là những "kiến lập nhận thức" là một sự hiểu lầm về bản chất của các khái niệm này trong hệ thống tư tưởng Phật giáo.

Sai lầm khi áp dụng thuyết hiện tượng luận của Kant vào Phật giáo: Gs Nguyễn Hữu Liêm so sánh sự nhận thức về sông núi của Kant với cách mà Phật giáo nhận thức về Nghiệp và Luân hồi, cho rằng chúng chỉ là những hiện tượng được kiến lập bởi tư duy và không đại diện cho thực tại bản thể. Tuy nhiên, triết học Phật giáo không phân tách rõ ràng giữa nhận thức luận và bản thể luận theo cách mà Kant hay triết học phương Tây đã làm. Trong Phật giáo, nhận thức về thế giới và bản chất thực tại đều gắn liền với khái niệm duyên khởi (pratītyasamutpāda), nơi mà tất cả mọi hiện tượng đều tương thuộc và không tồn tại độc lập. Điều này có nghĩa là Nghiệp và Luân hồi không chỉ là các khái niệm tư duy mà còn là những quy luật vận hành của thực tại, dù chúng có được nhận thức hay không.

Hiểu sai về vai trò của ngôn ngữ trong Phật giáo: Gs Nguyễn Hữu Liêm cho rằng các luận sư Phật giáo đã lún sâu vào sự nhầm lẫn giữa ngôn ngữ và thực tại khi họ lý luận về các khái niệm như Nghiệp, Luân hồi hay Không (Śūnyatā). Ông lập luận rằng Phật giáo đã biến những khái niệm siêu hình này thành các thực tại khách quan, độc lập với tư duy. Tuy nhiên, Phật giáo luôn nhấn mạnh rằng ngôn ngữ chỉ là công cụ để dẫn dắt người tu đến sự hiểu biết, chứ không phải là chân lý tối hậu. Như câu nói nổi tiếng của Đức Phật: "Ngón tay chỉ mặt trăng không phải là mặt trăng," ngôn ngữ chỉ là phương tiện giúp con người hiểu được chân lý, nhưng không phải là bản thân chân lý. Các luận sư Phật giáo cũng nhận thức được rằng ngôn ngữ chỉ có giới hạn trong việc diễn đạt thực tại siêu nghiệm và không thể hoàn toàn phản ánh được bản chất chân thực của các pháp.

Sai lầm trong việc áp dụng tư duy của triết học phương Tây vào hệ thống tư tưởng Phật giáo: Gs Nguyễn Hữu Liêm áp dụng các khái niệm của triết học phương Tây như thuyết "căn cước tính" của Gottlob Frege hay lý thuyết về ngôn ngữ và định danh để phê phán triết học Phật giáo. Ông cho rằng các luận sư Phật giáo nhầm lẫn giữa các biểu tượng và thực tại, giữa "ngón tay" và "mặt trăng". Tuy nhiên, đây là một sự áp đặt không phù hợp. Trong Phật giáo, các khái niệm như Nghiệp, Luân hồi, và Không không phải là các thực tại khách quan có thể phân tích theo cách mà triết học phương Tây thực hiện, mà là những quy luật siêu hình thuộc về sự vận hành của vạn vật. Sự nhầm lẫn này của Liêm xuất phát từ việc ông không hiểu rõ sự khác biệt về cách tiếp cận thực tại giữa triết học Phật giáo và triết học Tây phương.

Sự nhầm lẫn giữa biểu tượng và thực tại trong khái niệm Không (Śūnyatā): Gs Nguyễn Hữu Liêm cho rằng các luận sư Phật giáo xem Không như là một thực thể bản thể học, tức là một đơn vị hiện hữu trong vũ trụ. Tuy nhiên, Không trong triết học Phật giáo không phải là một thực thể độc lập tồn tại khách quan, mà là một trạng thái của mọi hiện tượng, biểu thị rằng chúng không có bản chất cố định (vô ngã) và tất cả đều vô thường. Phật giáo không cố gắng tạo ra một hệ thống bản thể học về "Không", mà chỉ dùng nó như một công cụ tư duy để giúp chúng sinh thoát khỏi sự bám víu vào tự ngã và hiện tượng vật chất.

Tóm lại, sai lầm của Gs Nguyễn Hữu Liêm nằm ở chỗ ông đã không hiểu rõ cách triết học Phật giáo tiếp cận các khái niệm siêu hình như Nghiệp, Luân hồi, và Không. Ông cố gắng áp dụng các công cụ phân tích của triết học phương Tây vào một hệ thống tư tưởng hoàn toàn khác biệt, dẫn đến sự hiểu lầm về bản chất của các khái niệm này. Phật giáo không xem các khái niệm này như là những thực thể khách quan độc lập với tư duy, mà là những quy luật vận hành của thực tại, không phụ thuộc vào việc con người có nhận thức được hay không.

*

Sai lầm của Gs Nguyễn Hữu Liêm trong ***"Vấn lý thứ Sáu: Không phân biệt giữa quy luật nhân quả và liên hệ nhân quả"*** xuất phát từ việc ông không hiểu rõ và không phân định đúng giữa hai khái niệm **quy luật nhân quả** và **liên hệ nhân quả** trong triết học Phật giáo, cũng như cách mà các luận sư Phật giáo nhìn nhận về Nghiệp (karma) và Nhân quả (causality). Dưới đây là các điểm chính của sai lầm này:

Nhầm lẫn giữa quy luật nhân quả và liên hệ nhân quả trong Phật giáo: Gs Nguyễn Hữu Liêm cho rằng các luận sư Phật giáo không phân biệt giữa quy luật nhân quả (causal law) và liên hệ nhân quả (causal relation), cho rằng họ áp dụng cách tiếp cận giống như chủ nghĩa hiện thực của Plato. Tuy nhiên, trong Phật giáo, quy luật nhân quả không chỉ là một ý niệm triết học siêu hình mà là một phần cốt lõi của giáo lý về duyên khởi (pratītyasamutpāda). Nhân quả không chỉ được xem là một hiện tượng độc lập, tồn tại khách quan, mà nó là kết quả của sự tương tác giữa các yếu tố liên tục trong một chuỗi duyên khởi.

Phật giáo nhìn nhận nhân quả không phải là một quy luật bất biến đứng ngoài mọi sự kiện, mà là một quy luật vận hành trong mối quan hệ nhân duyên. Điều này có nghĩa là, nhân quả không phải là một thực tại khách quan có sẵn, mà là sự tương tác của các duyên (conditions) và quả (effects), phụ thuộc vào mọi yếu tố liên đới khác nhau. Việc Gs Nguyễn Hữu Liêm cho rằng Phật giáo chỉ nhấn mạnh vào quy luật nhân quả vĩnh hằng mà bỏ qua tính liên hệ và tương tác giữa nhân và quả là một sự hiểu lầm.

Hiểu lầm về bản chất của Nghiệp và Nhân quả trong Phật giáo: Gs Nguyễn Hữu Liêm cho rằng các luận sư Phật giáo chấp nhận Nghiệp và Nhân quả như những quy luật vĩnh hằng mà không đặt câu hỏi về tính khả thi hay tính chất quy ước của chúng. Tuy nhiên, trong triết học Phật giáo, Nghiệp và Nhân quả không phải là những khái niệm độc lập tồn tại ngoài mọi quy ước, mà là những quá trình liên tục phụ thuộc vào các điều kiện. Nghiệp là kết quả của hành động, tư tưởng và lời nói, và nó thay đổi liên tục tùy thuộc vào duyên khởi.

Sai lầm của Gs Nguyễn Hữu Liêm là ông cố gắng áp đặt các tiêu chuẩn lý luận phương Tây lên triết học Phật giáo, trong đó ông xem Nghiệp và Nhân quả như những quy luật bất biến, tương tự như các Platonic Ideas. Tuy nhiên, Phật giáo không xem Nghiệp và Nhân quả như những thực thể vĩnh hằng độc lập, mà chúng là các quá trình tương tác giữa các yếu tố, tùy thuộc vào sự vận hành của duyên khởi.

Sai lầm khi áp dụng khái niệm từ triết học phương Tây vào Phật giáo: Gs Nguyễn Hữu Liêm so sánh các luận sư Phật giáo với các triết gia phương Tây như Plato, Hume và Kant, và cho rằng Phật giáo có khuynh hướng chấp nhận quy luật nhân quả như là một thực thể tiên nghiệm. Ông nhầm lẫn giữa cách tiếp cận duyên khởi của Phật giáo với cách tiếp cận duy tâm hay duy thực trong triết học phương Tây. Phật giáo không phân biệt rõ ràng giữa nhân quả tiên nghiệm và nhân quả hậu nghiệm theo cách mà Hume hay Kant đã làm.

Thay vào đó, Phật giáo nhấn mạnh rằng mọi hiện tượng trong thế giới đều là kết quả của các duyên hội tụ và không có một thực thể cố định đứng sau nó. Điều này khác biệt hoàn toàn với cách tiếp cận của Hume và Plato. Nghiệp và Nhân quả không phải là những "chân lý vĩnh hằng" tồn tại độc lập với sự vận hành của thế giới, mà là những khái niệm phụ thuộc vào mọi duyên khởi, mang tính chất tương đối và liên tục thay đổi.

Không nhận ra sự tinh vi của triết học Phật giáo về điều kiện và nhân duyên: Gs Nguyễn Hữu Liêm chỉ trích rằng các luận sư Phật giáo không thảo luận kỹ lưỡng về yếu tố điều kiện của Nghiệp, mà thay vào đó chỉ tập trung vào những quy luật thường hằng. Tuy nhiên, triết học Phật giáo, đặc biệt trong các trường phái như Trung Quán Tông (Madhyamaka) và Duy Thức (Yogācāra), đã thảo luận rất sâu sắc về mối liên hệ giữa nhân duyên và điều kiện của Nghiệp. Các luận sư Phật giáo không chỉ đơn giản chấp nhận Nghiệp như một thực thể cố định, mà họ còn phân tích sâu về cách mà các duyên hội tụ và điều kiện ảnh hưởng đến sự hình thành và tác động của Nghiệp.

Triết học Phật giáo không dừng lại ở việc chấp nhận Nghiệp như một "quy luật vĩnh hằng" mà không cần phân tích, mà ngược lại, nó tìm cách lý giải cách mà các điều kiện (duyên) ảnh hưởng đến sự vận hành của Nghiệp. Điều này phản ánh sự sâu sắc và tinh vi của hệ thống triết học Phật giáo, mà Gs Nguyễn Hữu Liêm không nắm bắt được khi ông chỉ trích rằng Phật giáo không thảo luận kỹ về điều kiện và nhân duyên.

Sai lầm khi đánh giá Phật giáo theo tiêu chuẩn của triết học chính trị: Gs Nguyễn Hữu Liêm so sánh việc chấp nhận Nghiệp như một quy luật vĩnh hằng với cách mà các lý thuyết gia chính trị chấp nhận thẩm quyền của các nhà cai trị như là một tiền đề không thể nghi vấn. Tuy nhiên, điều này không thể áp dụng cho Phật giáo vì Phật giáo không coi các quy luật như Nghiệp và Nhân quả là những "định đề không thể nghi vấn". Phật giáo luôn nhấn mạnh vào sự tự thân trải nghiệm và kiểm chứng qua tu tập cá nhân. Sự hiểu biết về Nghiệp và Nhân quả không phải là một đức tin không thể đặt câu hỏi, mà là kết quả của sự giác ngộ và tu tập.

Tóm lại, sai lầm của Gs Nguyễn Hữu Liêm trong "Vấn lý thứ Sáu" là ông không phân biệt được giữa quy luật nhân quả và liên hệ nhân quả trong triết học Phật giáo, đồng thời áp dụng sai các khái niệm từ triết học phương Tây vào một hệ thống tư tưởng hoàn toàn khác biệt. Phật giáo không chấp nhận các quy luật vĩnh hằng như những định đề bất biến, mà nhấn mạnh vào sự tương tác liên tục giữa các yếu tố và duyên khởi.

*

Sai lầm của Gs Nguyễn Hữu Liêm trong ***"Vấn lý thứ Bảy: Đặt để hay định danh phẩm tố đạo đức (moral properties) trở nên những thành tố nhân quả"*** chủ yếu nằm ở sự hiểu lầm về cách mà Phật giáo nhìn nhận các phẩm tố đạo đức trong mối quan hệ nhân quả và nghiệp. Ông đã áp dụng những khái niệm từ triết học phương Tây, đặc biệt là thuyết hệ quả đạo đức (consequentialism) và thuyết phúc lợi thực tiễn (utilitarianism), để phân tích Nghiệp, từ đó dẫn đến những sai lầm trong lập luận. Dưới đây là những sai lầm chính:

Nhầm lẫn giữa phẩm tố đạo đức và nghiệp trong Phật giáo: Gs Nguyễn Hữu Liêm cho rằng Phật giáo đã không khai giải rõ ràng về vai trò của phẩm tố đạo đức trong mối liên hệ giữa nhân và quả. Ông dường như nghĩ rằng Phật giáo xem hành vi (biến cố) như một yếu tố cơ học, không cân nhắc đến phẩm tố đạo đức trong tác nghiệp. Tuy nhiên, trong Phật giáo, Nghiệp (karma) luôn liên quan mật thiết đến **tâm ý** (cetanā), tức là chủ ý đứng sau mỗi hành động, và chính tâm ý này mới là yếu tố quyết định phẩm chất đạo đức của hành động đó. Phật giáo không chỉ xem xét hậu quả bên ngoài của hành động mà còn tập trung vào động cơ nội tại của người thực hiện hành động.

Ví dụ, trong Phật giáo, nếu một người giết ai đó với ý định xấu, điều này tạo nghiệp xấu, bất kể kết quả là cứu được nhiều người khác. Ngược lại, nếu một người hành động với ý tốt, nhưng kết quả lại không tốt, thì nghiệp vẫn sẽ tốt dựa trên động cơ ban đầu. Điều này hoàn toàn khác với thuyết hệ quả đạo đức trong triết học phương Tây, nơi mà hành vi chỉ được đánh giá dựa trên hậu quả.

Sai lầm khi so sánh với thuyết hệ quả đạo đức (consequentialism) và thuyết phúc lợi thực tiễn (utilitarianism): Gs Nguyễn Hữu Liêm cố gắng áp dụng các khái niệm từ triết học phương Tây, như thuyết **hệ quả đạo đức** (consequentialism) và thuyết **phúc lợi thực tiễn** (utilitarianism), để phân tích nghiệp và nhân quả trong Phật giáo. Thuyết phúc lợi thực tiễn cho rằng một hành động được xem là đúng đắn nếu nó mang lại lợi ích lớn nhất cho số đông. Nhưng trong Phật giáo, ý niệm về nghiệp không phụ thuộc hoàn toàn vào kết quả hay lợi ích đạt được, mà chủ yếu phụ thuộc vào **tâm ý** và **động cơ đạo đức** của người thực hiện hành động.

Trong Phật giáo, hành động tốt hay xấu không thể chỉ được đánh giá qua hậu quả xã hội mà còn phải dựa trên **tâm chánh** hay **tâm bất chánh** của người thực hiện. Do đó, khi Gs Nguyễn Hữu Liêm so sánh Phật giáo với thuyết phúc lợi thực tiễn, ông đã bỏ qua khía cạnh quan trọng của Phật giáo là sự nhấn mạnh vào động cơ nội tại và quá trình tâm thức của người thực hiện hành động, thay vì chỉ đánh giá qua kết quả cuối cùng.

Hiểu sai về mối liên hệ giữa đạo đức cá nhân và luân thường xã hội: Gs Nguyễn Hữu Liêm cho rằng các luận sư Phật giáo không phân biệt rõ ràng giữa **đạo đức cá nhân, đạo lý hoàn vũ,** và **luân thường xã hội**, dẫn đến sự khập khiễng trong lý luận về nghiệp. Tuy nhiên, trong thực tế, Phật giáo luôn nhấn mạnh rằng **đạo đức cá nhân** là yếu tố quan trọng nhất trong việc tạo nghiệp. Đạo đức cá nhân trong Phật giáo không phụ thuộc vào chuẩn mực xã hội hay các quy tắc luân thường mà xã hội đặt ra, mà dựa trên sự phát triển của tâm ý, trí tuệ, và từ bi.

Các phẩm tố đạo đức trong Phật giáo có tính chất cá nhân và nội tại, không phụ thuộc hoàn toàn vào các hệ thống xã hội. Một hành động được coi là tốt hay xấu trong Phật giáo không dựa trên chuẩn mực xã hội mà dựa trên **ba yếu tố cốt lõi: thân nghiệp, khẩu nghiệp**, và **ý nghiệp**. Chính ý nghiệp là yếu tố quan trọng nhất vì nó phản ánh động cơ đạo đức bên trong của con người. Do đó, khi Gs Nguyễn Hữu Liêm cho rằng Phật giáo không phân biệt giữa đạo đức cá nhân và luân thường xã hội, ông đã hiểu sai về cách mà Phật giáo vận hành các khái niệm đạo đức.

Không hiểu đúng sự khác biệt giữa đạo đức cá nhân và tính khách quan của nghiệp: Trong Phật giáo, đạo đức cá nhân không thể tách rời khỏi Nghiệp, và Nghiệp không chỉ là một quy luật nhân quả cơ học, mà nó còn là một **quá trình tinh tế của tâm thức.** Khi Gs Nguyễn Hữu Liêm cho rằng Phật giáo không thảo luận đầy đủ về sự liên kết giữa đạo đức và nhân quả, ông đã không nhận thức được rằng Nghiệp, theo Phật giáo, không chỉ là hệ quả của hành vi mà còn là hệ quả của tâm ý và động cơ đạo đức cá nhân. Phật giáo không phân biệt rạch ròi giữa phẩm chất đạo đức và hệ quả của nghiệp, mà thay vào đó, chúng gắn kết chặt chẽ với nhau trong quá trình vận hành của nhân quả.

Sai lầm trong việc phân tích tác động đạo đức của hành vi: Gs Nguyễn Hữu Liêm đặt ra tình huống giết một người ác để cứu trăm người thiện, và ông cho rằng Phật giáo không lý giải đầy đủ về việc phẩm tố đạo đức ảnh hưởng thế nào đến nhân quả trong tình huống này. Tuy nhiên, trong Phật giáo, hành động này vẫn sẽ tạo ra nghiệp xấu, bởi vì **tâm sát hại** đã được khởi lên. Mặc dù cứu được nhiều người khác, nhưng nếu hành vi sát hại xuất phát từ tâm sân (sự giận dữ, ác tâm), thì nghiệp xấu vẫn được tạo ra. Phật giáo không chấp nhận rằng "cứu cánh biện minh cho phương tiện", mà nhấn mạnh rằng mỗi hành động đều phải xuất phát từ tâm thiện lành và không bạo lực.

Tóm lại, sai lầm của Gs Nguyễn Hữu Liêm trong "Vấn lý thứ Bảy" nằm ở việc ông không nắm bắt được sự phức tạp và tinh tế trong cách Phật giáo phân tích mối liên hệ giữa **phẩm chất đạo đức** và **nhân quả**. Phật giáo không chỉ xem xét hệ quả bên ngoài của hành động mà còn chú trọng vào động cơ nội tại, tâm ý, và các yếu tố tinh thần quyết định phẩm chất đạo đức của hành động. Việc so sánh với các triết lý đạo đức phương Tây như thuyết hệ quả đạo đức chỉ làm cho lập luận của ông trở nên thiếu chính xác và không phù hợp với triết lý Phật giáo.

*

Sai lầm của Gs Nguyễn Hữu Liêm trong ***"Vấn lý thứ Tám: Đâu là yếu tố Công lý trong nhà Phật?"*** nằm ở việc ông cố gắng áp dụng một khái niệm **công lý thế tục** và **pháp lý** từ xã hội loài người lên hệ thống giáo lý Phật giáo, vốn tập trung vào giải thoát cá nhân thông qua việc tu tập, nhận thức về khổ đau, và hiểu về nghiệp quả. Dưới đây là những sai lầm chính trong lập luận của ông:

Hiểu lầm về công lý trong triết lý Phật giáo: Gs Nguyễn Hữu Liêm cho rằng Phật giáo nhìn công lý từ một chiều kích siêu hình, và so sánh nó với một hệ thống công lý như trong tôn giáo hoặc pháp luật phương Tây. Tuy nhiên, trong Phật giáo, khái niệm **công lý** không được hiểu giống như trong các tôn giáo có đấng sáng tạo hoặc một vị thẩm phán siêu nhiên, như Chúa trời hay Allah, đóng vai trò phân xử. Phật giáo không có một khái niệm về **đấng phán xét** hay một cơ quan siêu nhiên đảm bảo công lý. Thay vào đó, luật nhân quả (karma) và duyên khởi (pratītyasamutpāda) là những nguyên tắc chi phối mọi sự vận hành của nghiệp, không phải là một hệ thống công lý khách quan mà con người có thể mong chờ sự phán xét hay sự đền đáp tức thời.

Công lý trong Phật giáo không có nghĩa là sự trả nợ hay hoàn trả một cách công bằng như trong hệ thống pháp lý nhân loại. **Nghiệp quả** không phải là một phương tiện để "phục thù" hay "trả nợ" cho những việc làm xấu, mà là kết quả tự nhiên của các hành động xuất phát từ **tâm**, và nó vận hành theo các quy luật của duyên khởi và nhân quả, không chịu sự kiểm soát của một vị thẩm phán hay người phán xét siêu nhiên.

Hiểu sai về khổ và nghiệp trong Phật giáo: Gs Nguyễn Hữu Liêm đặt câu hỏi rằng nếu kẻ thọ nghiệp xấu lại không nhận ra mình đang phải trả nghiệp mà còn cảm thấy vui sướng trong hoàn cảnh đau khổ (ví dụ như kẻ nghiện ngập ma túy), thì công lý ở đâu trong trường hợp này? Điều này thể hiện sự hiểu sai về **nghiệp** và **khổ** trong Phật giáo. Trong giáo lý Phật giáo, **khổ** (dukkha) không nhất thiết phải được cảm nhận một cách rõ ràng trong mọi hoàn cảnh, mà là một hiện thực khách quan của sự tồn tại do vô minh (avidyā) và ái dục (taṇhā) gây ra. Một người có thể tạm thời trải qua khoái lạc hoặc sự thỏa mãn, nhưng điều này không có nghĩa là họ không chịu khổ, vì sự thỏa mãn này chỉ là nhất thời và không vững bền. Cuối cùng, sự vô minh và ái dục sẽ dẫn họ đến sự đau khổ.

Hơn nữa, nghiệp không hoạt động ngay lập tức mà theo các yếu tố duyên khởi phức tạp. Nghiệp có thể tích lũy qua nhiều kiếp và quả của nghiệp có thể không xuất hiện ngay trong hiện tại mà chỉ xuất hiện ở đời sau. Do đó, sự phán xét của công lý không phải là tức thời và có thể thấy ngay như trong quan niệm công lý xã hội loài người.

Nhầm lẫn về trách nhiệm xã hội và mục đích giải thoát cá nhân trong Phật giáo: Gs Nguyễn Hữu Liêm so sánh hệ thống đạo đức Phật giáo với sự dấn thân xã hội, và cho rằng nếu tầng lớp ưu tú của Ấn Độ không đi tìm giải thoát cá nhân mà dấn thân vào đấu tranh xã hội, có thể họ sẽ cứu khổ cho nhiều người hơn. Tuy nhiên, Phật giáo không bác bỏ hoàn toàn việc tham gia vào các hoạt động xã hội, nhưng trọng tâm của nó là sự **giải thoát cá nhân** qua việc tự tu tập, tự nhận thức về khổ đau, và đạt đến giác ngộ. Mục tiêu của Phật giáo không phải là thiết lập một xã hội công bằng dựa trên tiêu chuẩn công lý pháp lý, mà là giải thoát cá nhân khỏi vòng luân hồi (samsara).

Sự cứu khổ trong Phật giáo không được hiểu theo nghĩa xã hội hay chính trị. Việc tìm kiếm sự giải thoát cá nhân không đồng nghĩa với việc bỏ qua trách nhiệm xã hội, mà là một con đường khác để giải quyết tận gốc nguồn gốc của khổ đau. Phật giáo xem vô minh và ái dục là nguyên nhân của mọi khổ đau, và chỉ có sự giác ngộ mới có thể giải thoát con người khỏi vòng luân hồi và những đau khổ gắn liền với nó.

Sai lầm khi áp dụng khái niệm công lý pháp lý lên triết lý nhân quả trong Phật giáo: Gs Nguyễn Hữu Liêm cho rằng Phật giáo không thể cung cấp một hệ thống công lý như các hệ thống pháp lý của xã hội hiện đại, nơi mà có sự trả nợ rõ ràng cho những sai phạm và sự cân bằng lại trật tự xã hội. Tuy nhiên, Phật giáo không hứa hẹn một sự "cân bằng" công lý trong ngắn hạn hay dựa trên tiêu chuẩn của thế gian. Trong Phật giáo, nghiệp không được xem như một công cụ để trừng phạt hay báo thù, mà là kết quả tự nhiên của hành động trong đời này hoặc các đời sau. Không có sự phân xử trực tiếp của một vị thần hay quyền lực siêu nhiên nào trong quá trình này.

Công lý trong Phật giáo không phải là sự hoàn trả trực tiếp của những hành động xấu mà là một quy luật tự nhiên của vũ trụ. Những người gây nghiệp xấu sẽ phải đối mặt với hậu quả của hành động của họ, nhưng điều này xảy ra theo thời gian và không phải lúc nào cũng là một sự trả nợ tức thời mà xã hội loài người mong đợi.

Hiểu lầm về vai trò của đạo Phật trong xã hội: Gs Nguyễn Hữu Liêm cho rằng đạo Phật không hoàn thành chức năng xã hội, và rằng Phật giáo không giải quyết những bất công xã hội. Tuy nhiên, mục tiêu của Phật giáo không phải là thiết lập một hệ thống công lý thế gian hay tạo ra một xã hội hoàn hảo. Phật giáo tập trung vào việc giải thoát khỏi khổ đau và đạt đến sự giác ngộ thông qua việc hiểu rõ về bản chất của thực tại, vô thường, và vô ngã. Sự công bằng hay công lý trong xã hội loài người là điều không thể đạt được hoàn toàn, và Phật giáo nhấn mạnh vào việc vượt qua những khổ đau do vô minh gây ra, chứ không phải là thiết lập một trật tự công lý thế gian hoàn hảo.

Tóm lại, sai lầm của Gs Nguyễn Hữu Liêm nằm ở việc ông cố gắng áp đặt một mô hình công lý xã hội và pháp lý lên hệ thống triết lý Phật giáo, trong khi mục tiêu của Phật giáo là giải thoát cá nhân khỏi vòng luân hồi và khổ đau, chứ không phải là cung cấp một hệ thống công lý thế gian. Khái niệm công lý trong Phật giáo không phải là sự cân bằng lại giữa các hành vi xấu và tốt trong một đời sống duy nhất, mà là một quy luật vận hành qua nhiều đời và phụ thuộc vào duyên khởi và nhân quả, vượt qua khái niệm công lý mà con người có thể nhận thức ngay tức thời.

*

Sai lầm của Gs Nguyễn Hữu Liêm *trong* ***"Vấn lý thứ Chín: Bẫy nhị nguyên của đôi bờ chân lý"*** nằm ở việc ông hiểu nhầm và giản lược quá mức về khái niệm **nhị nguyên** trong Phật giáo, cũng như việc ông đánh giá nhị nguyên như là một "cạm bẫy" siêu hình mà Phật giáo khó vượt qua. Cụ thể, sai lầm này thể hiện qua các khía cạnh sau:

Hiểu nhầm về mối quan hệ giữa chân đế và tục đế: Gs Nguyễn Hữu Liêm mô tả mối quan hệ giữa **chân đế** (chân lý tuyệt đối) và **tục đế** (chân lý quy ước) trong Phật giáo như một nhị nguyên không thể vượt qua, và cho rằng Phật giáo phải sử dụng sự phân chia này để biện minh cho các khó khăn về mặt logic hay tri thức. Tuy nhiên, trong triết học Phật giáo, chân đế và tục đế không phải là hai thực tại tách biệt và đối lập nhau một cách tuyệt đối. Thay vào đó, chúng là hai phương diện của cùng một thực tại.

Phật giáo không rơi vào bẫy nhị nguyên mà Gs Nguyễn Hữu Liêm đề cập, vì mục tiêu của con đường Phật giáo là giúp hành giả nhận ra rằng sự phân biệt giữa chân đế và tục đế chỉ là một công cụ tạm thời để hiểu rõ hơn về bản chất của thực tại. **Chân đế** không phủ nhận sự tồn tại của thế giới quy ước, mà chỉ là sự hiểu biết sâu sắc hơn về bản chất vô ngã và vô thường của vạn vật. Khi đạt đến giác ngộ, hành giả nhận ra rằng không có sự phân biệt thực sự giữa chân đế và tục đế. Điều này được gọi là sự **"bất nhị"** trong Phật giáo.

Đánh giá sai về khả năng vượt qua nhị nguyên của Phật giáo: Gs Nguyễn Hữu Liêm cho rằng Phật giáo tồn tại trong một võng lưới nhị nguyên khó vượt qua, giữa thường nghiệm và siêu nghiệm, giữa vô minh và giác ngộ. Ông lập luận rằng Phật giáo không thể vượt qua được nhị nguyên này nếu không có sự trợ giúp từ những yếu tố ngoại tại như "duyên nghiệp tốt lành." Tuy nhiên, trong triết lý Phật giáo, hành giả không cần sự can thiệp của một yếu tố bên ngoài như một đấng siêu nhiên, mà có thể tự mình vượt qua nhị nguyên bằng con đường tu tập và thực hành Bát Chánh Đạo. **Nhị nguyên giữa vô minh và giác ngộ** không phải là một "bẫy" mà là một sự phân biệt tạm thời để giúp hành giả phân tích và hiểu sâu sắc hơn về con đường dẫn đến sự giải thoát.

Hiểu sai về khái niệm vô minh và giác ngộ: Gs Nguyễn Hữu Liêm cho rằng Phật giáo luôn duy trì sự phân chia giữa vô minh và giác ngộ như một phần của cấu trúc siêu hình, và do đó tạo ra một tình trạng "bẫy nhị nguyên" không thể vượt qua. Tuy nhiên, **vô minh** (avidyā) trong Phật giáo không phải là một thực tại cố định mà chỉ là một trạng thái tạm thời của tâm thức. Khi hành giả đạt được giác ngộ, vô minh biến mất và sự hiểu biết đúng đắn (chánh kiến) sẽ chiếm chỗ. Như vậy, **nhị nguyên giữa vô minh và giác ngộ** chỉ là một công cụ phân tích nhằm chỉ ra hai trạng thái khác nhau của nhận thức, chứ không phải là hai thực thể tồn tại độc lập.

So sánh không chính xác giữa Phật giáo và triết học phương Tây: Gs Nguyễn Hữu Liêm so sánh Phật giáo với triết học của Kant và Hegel, cho rằng Phật giáo giống với Kant ở chỗ duy trì nhị nguyên giữa hiện tượng và bản chất, và không như Hegel – người phủ nhận tính nhị nguyên và xem tất cả là một thực thể thống nhất. Tuy nhiên, sự so sánh này không chính xác vì trong Phật giáo, khái niệm **bất nhị** (non-duality) là cốt lõi. Phật giáo không duy trì một sự phân chia nhị nguyên như trong triết học Kant, nơi hiện tượng và bản chất bị chia tách. Mục tiêu của Phật giáo là nhận ra sự **bất nhị** giữa tất cả các hiện tượng, cho dù chúng thuộc về thế giới tục đế hay chân đế. Phật giáo không duy trì hai thực tại đối lập mà tìm cách vượt qua chúng bằng việc hiểu rõ bản chất vô ngã của tất cả các pháp.

Nhầm lẫn về phương pháp tu tập và sự giải thoát trong Phật giáo: Gs Nguyễn Hữu Liêm cho rằng Phật giáo rơi vào một "cạm bẫy siêu hình" và sự giải thoát chỉ có thể đạt được nếu hành giả vượt qua được sự phân chia nhị nguyên này. Tuy nhiên, trong thực hành Phật giáo, nhị nguyên không phải là một trở ngại không thể vượt qua, mà là một bước quan trọng trên con đường giác ngộ. Khi hành giả tu tập đến mức cao, nhị nguyên giữa khổ đau và giải thoát, giữa vô minh và giác ngộ sẽ được nhận thức là không có thực, và hành giả sẽ nhận ra bản chất duyên khởi của tất cả các hiện tượng. Con đường giải thoát của Phật giáo không phải là một hành trình đi tìm một thực tại khác, mà là việc chuyển hóa nhận thức để hiểu rõ rằng nhị nguyên chỉ là sản phẩm của tâm vô minh.

Hiểu sai về tính phủ định trong Phật giáo: Gs Nguyễn Hữu Liêm cho rằng Phật giáo có tính phủ định, và điều này dẫn đến một thái độ tiêu cực đối với thế gian. Tuy nhiên, **tính phủ định** trong Phật giáo không phải là một sự từ bỏ thực tại hay phủ nhận giá trị của thế giới, mà là sự từ bỏ những nhận thức sai lầm và ái dục dẫn đến khổ đau. Phật giáo không phủ nhận thế gian mà chỉ phủ định những quan niệm sai lầm về nó. Khi đạt được giác ngộ, hành giả không "rời bỏ" thế gian mà chỉ nhận thức lại thế gian theo một cách thức khác – thấy rõ bản chất của nó là vô thường và vô ngã.

Tóm lại, Sai lầm của Gs Nguyễn Hữu Liêm trong "Vấn lý thứ Chín" là ông hiểu nhầm về khái niệm nhị nguyên trong Phật giáo, và áp dụng các quan điểm triết học phương Tây không phù hợp để đánh giá hệ thống triết học Phật giáo. Phật giáo không rơi vào bẫy nhị nguyên như ông mô tả, mà tìm cách vượt qua nhị nguyên thông qua thực hành tu tập và sự giác ngộ. Nhị nguyên trong Phật giáo chỉ là một công cụ để hành giả hiểu rõ hơn về con đường giải thoát, và mục tiêu cuối cùng là đạt được sự bất nhị, nơi mọi sự phân chia chỉ là vọng tưởng của tâm vô minh.

*

Sai lầm của Gs Nguyễn Hữu Liêm trong ***"Vấn lý thứ Mười: Không phân định trật tự sự kiện (factual orders) trong cấu trúc của Nghiệp"*** xuất phát từ việc ông không hiểu rõ cách mà Phật giáo xây dựng và vận hành khái niệm **Nghiệp** (karma) và **nhân quả** (causality) trong mối quan hệ với các yếu tố siêu hình và thực tại thế gian. Ông cố gắng áp đặt một mô hình phân tích logic và hệ thống hóa triết học phương Tây lên một hệ thống tư tưởng có bản chất khác biệt. Sau đây là các sai lầm chính trong lập luận của ông:

Hiểu lầm về khái niệm Nghiệp và trật tự sự kiện: Gs Nguyễn Hữu Liêm cho rằng các luận sư Phật giáo đã bỏ qua việc phân định **trật tự sự kiện đạo đức** (hierarchical structure of moral facts) khi luận giải về Nghiệp, đồng thời không phân biệt rõ giữa Nghiệp như một **bản thể siêu nghiệm** và cách nó được hiện thực hóa trong đời sống thế gian. Tuy nhiên, trong Phật giáo, Nghiệp không phải là một **thực thể tĩnh** tồn tại độc lập hay nằm ngoài thời gian và không gian, mà là một **quá trình tương tác** giữa các hành động, lời nói và ý nghĩ của con người với hệ quả của chúng trong dòng chảy duyên khởi.

Nghiệp không yêu cầu một hệ thống phân cấp cố định của các sự kiện, vì bản chất của Nghiệp luôn thay đổi, phụ thuộc vào duyên khởi và các yếu tố khác nhau. Hệ thống Nghiệp không đòi hỏi một trật tự cứng nhắc của sự kiện mà nó hoạt động dựa trên nguyên tắc nhân quả linh động và tương quan, nơi mà mọi hành động và tâm ý đều có ảnh hưởng đến kết quả cuối cùng trong tương lai, không cần một sự phân cấp sự kiện như Gs Nguyễn Hữu Liêm đề xuất.

Áp đặt khái niệm logic phương Tây lên hệ thống Nghiệp: Gs

Nguyễn Hữu Liêm lập luận rằng Nghiệp, nếu được coi là một **bản thể siêu nghiệm**, cần có một cấu trúc phân cấp rõ ràng giữa các sự kiện đạo đức. Điều này phản ánh sự nhầm lẫn khi ông áp dụng các nguyên tắc phân tích của triết học phương Tây lên triết học Phật giáo. Trong khi triết học phương Tây, đặc biệt là triết học phân tích, thường cố gắng phân tích và hệ thống hóa các sự kiện đạo đức theo một thứ bậc logic, triết học Phật giáo lại không quan tâm đến việc phân chia thành từng lớp của sự kiện đạo đức theo cách này.

Phật giáo nhấn mạnh rằng mọi hành động đều có hệ quả (quả báo) theo nguyên lý nhân quả, và quá trình này không cần phải được sắp xếp theo một trật tự cứng nhắc hay phân tầng. Mỗi hành động đều có thể là nguyên nhân hoặc hệ quả, phụ thuộc vào mối quan hệ duyên khởi giữa các yếu tố khác nhau. Điều này khác biệt hoàn toàn so với việc phân cấp trật tự sự kiện mà Gs Nguyễn Hữu Liêm đề xuất.

Hiểu sai về sự tương tác giữa Nghiệp và thế gian: Gs Nguyễn Hữu Liêm cho rằng Nghiệp, khi được áp dụng vào hành vi con người, cần phải được **suy giảm** hoặc **hiện thân** vào một khuôn khổ đạo đức thực tế. Tuy nhiên, Nghiệp trong Phật giáo không phải là một thực thể có thể "suy giảm" hay "hiện thân" mà là một quá trình tự nhiên, nơi mà các hành động và tâm ý của con người sẽ tạo ra kết quả tương ứng. Điều này không yêu cầu một cấu trúc logic hoặc phân cấp về mặt sự kiện, mà thay vào đó là một sự vận hành tự nhiên của luật nhân quả trong dòng chảy của thời gian và không gian.

Gs Nguyễn Hữu Liêm dường như muốn tạo ra một sự phân cấp giữa Nghiệp như một khái niệm siêu hình và Nghiệp như một khái niệm thực hành trong đời sống thế gian. Tuy nhiên, trong Phật giáo, không có sự phân chia cố định như vậy. **Nghiệp** vận hành một cách trực tiếp trong cả đời sống thường nghiệm và siêu nghiệm, và sự kết nối giữa hành động và quả báo không yêu cầu một hệ thống phân cấp sự kiện như ông đề xuất.

Đánh giá sai vai trò của Phật giáo trong thế gian: Gs Nguyễn Hữu Liêm cho rằng Phật giáo đã quá thiên kiến về "khả thể huyền nhiệm" và bỏ qua sự quan trọng của thế gian trong việc giảm thiểu khổ đau. Điều này thể hiện một sự hiểu lầm cơ bản về mục tiêu của Phật giáo. **Phật pháp không ly thế gian pháp**, có nghĩa là Phật giáo không phủ nhận giá trị của thế gian, mà nhấn mạnh vào việc hiểu và giải thoát khỏi khổ đau trong chính cuộc sống này. Tuy nhiên, Phật giáo không tập trung vào việc xây dựng một hệ thống công lý hay đạo đức xã hội theo kiểu phương Tây, mà thay vào đó là một con đường giải thoát cá nhân khỏi vòng luân hồi và vô minh.

Phật giáo nhấn mạnh rằng **giảm thiểu khổ đau** phải đến từ việc hiểu rõ về bản chất của thực tại và áp dụng các phương pháp tu tập để giải thoát khỏi khổ đau, chứ không phải là tạo ra một cấu trúc phân cấp để hệ thống hóa các sự kiện đạo đức như trong triết học phương Tây.

Không hiểu rõ về khái niệm Nghiệp như một quy luật tự nhiên: Gs Nguyễn Hữu Liêm cho rằng Nghiệp, khi được hiểu như một **quy luật vũ trụ**, cần phải có một hệ thống phân định cao cấp về trật tự sự kiện đạo đức. Tuy nhiên, điều này hoàn toàn không phù hợp với cách mà Phật giáo nhìn nhận về Nghiệp. Nghiệp không phải là một **thực thể siêu nhiên** cần được quản lý hoặc phân chia, mà là một **quy luật tự nhiên**, vận hành thông qua các yếu tố duyên khởi và nhân quả. Hệ thống Nghiệp không yêu cầu một sự phân cấp sự kiện mà chỉ cần một sự hiểu biết sâu sắc về mối quan hệ nhân quả giữa hành động và kết quả.

Như vậy, sai lầm của Gs Nguyễn Hữu Liêm trong "Vấn lý thứ Mười" là ông đã không hiểu rõ bản chất của Nghiệp và nhân quả trong triết học Phật giáo, và cố gắng áp đặt các khái niệm phân tích logic và trật tự sự kiện từ triết học phương Tây lên hệ thống tư tưởng Phật giáo. Trong khi triết học phương Tây thường phân tích và hệ thống hóa các sự kiện đạo đức theo thứ bậc, Phật giáo không yêu cầu một cấu trúc như vậy. Nghiệp vận hành dựa trên nguyên tắc nhân quả và duyên khởi, và sự kết nối giữa hành động và quả báo không yêu cầu một sự phân cấp sự kiện mà là một quá trình tự nhiên, liên tục và tương tác.

*

Riêng phần cuối trong bài phản biện của Gs Nguyễn Hữu Liêm, ở tiểu mục ***"Phật Giáo Đang Cần Một Chuyển Luân Lần Thứ Năm"***, ông đã phạm phải một loạt sai lầm nghiêm trọng khác trong cung cách phê bình cũng như sự thiếu hiểu biết sâu sắc về bản chất và triết lý của Phật giáo:

Thiếu hiểu biết sâu sắc về khái niệm chuyển pháp luân trong Phật giáo: Gs Nguyễn Hữu Liêm dựa trên quan điểm của Ken Wilber để đề xuất rằng Phật giáo cần một cuộc **chuyển pháp luân** thứ năm. Tuy nhiên, khái niệm **chuyển pháp luân** trong Phật giáo không đơn giản là một cuộc cách mạng tư tưởng như ông mô tả. **Chuyển pháp luân** không chỉ dừng lại ở việc thay đổi tư tưởng hoặc cập nhật tri thức mà là quá trình hoằng pháp và truyền bá giáo lý nhằm giúp chúng sinh đạt tới giải thoát khỏi vòng sinh tử luân hồi. Mỗi lần chuyển pháp luân của Đức Phật đều gắn liền với sự hoằng dương giáo lý cốt lõi, chứ không phải sự biến đổi tư tưởng theo kiểu "cách mạng" mà Gs Nguyễn Hữu Liêm hình dung.

Hiểu sai về sự phát triển của Phật giáo: Gs Nguyễn Hữu Liêm đưa ra quan điểm rằng Phật giáo đã trải qua ba cuộc chuyển pháp luân trước đó, tương ứng với sự ra đời của các trường phái như Theravada, Trung Quán Tông, và Duy Thức Tông. Ông gợi ý rằng sự phát triển này cho thấy Phật giáo đang cần một cuộc cách mạng mới để "cập nhật hóa" và "thăng hóa" theo sự tiến bộ của nhân loại. Tuy nhiên, quan điểm này sai lầm ở chỗ Gs Nguyễn Hữu Liêm đánh giá Phật giáo từ góc độ phát triển như một **quá trình tiến hóa**, tương tự như cách các hệ thống tư tưởng khác của con người tiến bộ. Phật giáo không cần phải thay đổi để phù hợp với xã hội hiện đại, vì giáo lý của Đức Phật vốn vượt thời gian, nhắm đến việc giải thoát khỏi khổ đau thông qua sự nhận thức đúng đắn về bản chất của thực tại (vô thường, vô ngã, khổ). Sự thay đổi trong cách hiểu của các trường phái Phật giáo không phải là một **cuộc cách mạng** mà là sự diễn giải khác nhau nhằm thích ứng với trình độ nhận thức của chúng sinh trong các bối cảnh khác nhau.

Phê phán không đúng về sự trí thức hóa Phật giáo: Gs Nguyễn Hữu Liêm cho rằng Phật giáo đã trở thành một trường phái **trí thức hóa quá mức** (over-intellectualized), và điều này khiến Phật giáo trở nên xa rời quần chúng, tạo nên một bức tường giữa giáo lý và người bình thường. Tuy nhiên, đây là một quan điểm sai lầm, vì Phật giáo không chỉ dựa trên sự hiểu biết trí thức mà còn nhấn mạnh sự thực hành và trực nghiệm cá nhân. Những giáo lý cao cấp như **Trung Quán Tông** hay **Duy Thức Tông** chỉ dành cho những người có đủ duyên và căn cơ để hiểu, nhưng cốt lõi của Phật giáo, cụ thể là **Tứ Diệu Đế** và **Bát Chánh Đạo**, vẫn dễ dàng tiếp cận và thực hành cho tất cả mọi người. Phật giáo luôn giữ vững tinh thần hòa hợp giữa **trí tuệ** và **từ bi**, hướng dẫn con người đến sự giác ngộ thông qua cả lý trí và tâm hồn.

Sai lầm về việc cho rằng Phật giáo thiếu động lực và tích cực: Gs Nguyễn Hữu Liêm chỉ trích rằng Phật giáo quá tiêu cực và dẫn đến sự thụ động, yếu đuối của con người trước khó khăn và bất công xã hội. Ông nhấn mạnh rằng Phật giáo cần một **tinh thần tích cực** và **ý chí hành động**, đặc biệt trong bối cảnh hiện đại. Tuy nhiên, đây là sự hiểu lầm lớn về Phật giáo. Phật giáo không thụ động mà khuyến khích con người hành động theo **từ bi** và

trí tuệ, không chỉ giải thoát bản thân mà còn giúp đỡ những người khác. Phật giáo không phải là sự **phủ định thế gian** mà là sự **hiểu đúng** về thế gian – vô thường và vô ngã – để từ đó hành động với lòng từ bi, không bám chấp và sợ hãi. Phật giáo **dấn thân** qua hành động xã hội, từ thiện, và giáo dục, với mục tiêu giảm thiểu khổ đau và mang lại hạnh phúc cho chúng sinh.

Thiếu nhận thức về khổ và vô thường trong Phật giáo: Gs Nguyễn Hữu Liêm cho rằng vô thường không nhất thiết dẫn đến khổ, và ông đề nghị rằng thay vì xem vô thường như một điều tiêu cực, con người nên chấp nhận nó như một phần của cuộc sống. Tuy nhiên, điều này thể hiện sự hiểu sai về khái niệm **vô thường** và **khổ** trong Phật giáo. Phật giáo không nói rằng vô thường tự nó là khổ, mà khổ xuất phát từ sự **bám chấp** vào những thứ vô thường và không thực. Vô thường là một hiện thực khách quan, nhưng khổ chỉ xảy ra khi chúng sinh không chấp nhận sự vô thường đó và bám víu vào các pháp vốn không vững bền.

Nhầm lẫn về tự ngã và vô ngã trong Phật giáo: Gs Nguyễn Hữu Liêm cũng phê phán rằng Phật giáo cần phải điều chỉnh lại khái niệm **vô ngã** (anatta) và nhấn mạnh vào **tự ngã** (ego) như một yếu tố tích cực, mang lại động lực cho sự phát triển cá nhân và xã hội. Tuy nhiên, đây là một sai lầm cơ bản trong việc hiểu về **vô ngã**. Phật giáo không phủ nhận sự tồn tại của cá nhân, mà chỉ bác bỏ sự tồn tại của một **cái ta thường hằng, không thay đổi**. Vô ngã giúp con người hiểu rằng mọi thứ đều là **duyên khởi**, không có gì tồn tại độc lập, từ đó dẫn đến việc buông bỏ bám chấp vào tự ngã và đạt được giải thoát. Việc Gs Nguyễn Hữu Liêm đề nghị khôi phục **tự ngã** và nhấn mạnh ý chí cá nhân chỉ phản ánh một sự lệch lạc trong việc hiểu về giải thoát và mục đích tối hậu của Phật giáo.

Đưa ra các so sánh không hợp lý giữa Phật giáo và triết học phương Tây: Gs Nguyễn Hữu Liêm cố gắng so sánh Phật giáo với các hệ thống triết học phương Tây như **Plato, Hegel**, và **Spinoza**, và đưa ra các ý kiến về việc Phật giáo cần có một sự chuyển hóa để thích nghi với các quan điểm siêu hình học phương Tây. Tuy nhiên, Phật giáo không vận hành theo những nguyên lý siêu hình học như các hệ thống triết học phương Tây. Phật giáo tập trung vào việc **chuyển hóa tâm** và **thực hành giác ngộ**, thay vì cố gắng thiết lập một hệ thống tư tưởng trừu tượng về bản thể học hay vũ trụ học như phương Tây. Việc so sánh Phật giáo với các triết lý phương Tây mà không hiểu rõ bản chất của từng hệ thống đã dẫn đến những hiểu lầm sâu sắc trong lập luận của Gs Nguyễn Hữu Liêm.

Nhấn mạnh vào sự cải tổ mà không hiểu tinh hoa của Phật giáo: Cuối cùng, Gs Nguyễn Hữu Liêm cho rằng Phật giáo cần một cuộc **cách mạng tinh thần**, nhưng ông không nhận ra rằng Phật giáo không cần sự thay đổi theo cách mà ông đề xuất. **Tinh hoa của Phật giáo** đã tồn tại hơn hai ngàn năm và tiếp tục mang lại giá trị to lớn cho con người qua mọi thời đại. Điều Phật giáo cần không phải là sự "cải cách" theo kiểu phương Tây, mà là sự **tu tập** đúng đắn từ phía hành giả, để có thể thực sự nhận thức và thực hành các giáo lý mà Đức Phật đã truyền dạy. Cách tiếp cận của Gs Nguyễn Hữu Liêm thiếu sự khiêm tốn và tôn trọng đối với một hệ thống giáo lý đã được kiểm chứng qua hàng ngàn năm lịch sử.

Kết luận

Gs Nguyễn Hữu Liêm đã phạm phải nhiều sai lầm trong cung cách phê bình và thiếu hiểu biết sâu sắc về bản chất và triết lý của Phật giáo. Ông cố gắng áp đặt các quan điểm phương Tây và tư duy hiện đại lên một hệ thống giáo lý có bản chất khác biệt, dẫn đến những nhận định lệch lạc và không phù hợp.

Những sai lầm này thể hiện qua việc ông đánh giá Phật giáo từ quan điểm của "sự tiến hóa" và "cải cách," trong khi Phật giáo vốn là một hệ thống triết lý nhấn mạnh vào sự giải thoát cá nhân thông qua tu tập và hiểu biết về bản chất của thực tại.

Từ Cuộc Lột xác Văn Học
Đến Khát Vọng Giải Thoát Dân tộc

HUỆ ĐAN

Giải Nobel Văn Học dành cho Han Kang, tác giả của tiểu thuyết "Người ăn chay" (The Vegetarian), một tác phẩm văn học xoay quanh những khía cạnh sâu xa của sự sống, thân phận con người và những quyết định cá nhân. Hơn lúc nào hết đã gợi cho chúng ta sự nghĩ ngợi về sứ mệnh của văn học Phật giáo trong bối cảnh toàn cầu hóa. Văn học không chỉ là một hình thức nghệ thuật, mà còn là một sứ mệnh chuyển tải những giá trị nhân văn sâu sắc. Văn học Phật giáo, đặc biệt trong thế kỷ 21, có vai trò quan trọng trong việc giao hòa những giá trị từ bi, trí tuệ và hòa bình giữa dòng chảy không ngừng của nhân loại.

"*The Vegetarian*" (Người ăn chay) của Han Kang, được xuất bản năm 2007, là một trong những tác phẩm văn học đầy ấn tượng và gây tranh cãi, mang đậm tính siêu thực và khai thác những tầng sâu về tâm lý, bản năng con người và mối quan hệ giữa cá nhân và xã hội. Tiểu thuyết này đã mang lại cho Han Kang giải Man Booker International Prize vào năm 2016 và nó được ánh giá là một tác phẩm biểu tượng cho văn học Hàn Quốc trong thế kỷ 21.

The Vegetarian xoay quanh nhân vật Yeong-hye, một phụ nữ Hàn Quốc bình thường, đột nhiên quyết định từ bỏ việc ăn thịt sau một giấc mơ bạo lực. Quyết định này ban đầu xuất phát từ một lựa chọn cá nhân nhưng nhanh chóng dẫn đến sự rạn nứt trong gia đình và xã hội xung quanh cô. Yeong-hye từ bỏ ăn thịt không chỉ vì lý do sức khỏe hay đạo đức, mà còn vì cô đang tìm kiếm sự giải thoát khỏi bạo lực và áp lực vô hình từ xã hội gia trưởng. Sự kháng cự của cô đối với những quy tắc về thể xác và tinh thần dẫn đến sự đổ vỡ của mối quan hệ gia đình và những sự kiện đau lòng.

Câu chuyện được kể qua ba góc nhìn: người chồng, người em rể và người chị gái của Yeong-hye. Mỗi nhân vật đều phản ánh những góc độ khác nhau về mối liên hệ giữa thân xác và tự do, giữa sự cá nhân và khuôn khổ xã hội. Những xung đột giữa ý thức và vô thức, giữa bản ngã và ham muốn bạo lực ẩn sâu trong mỗi con người cũng được tác giả khám phá thông qua hành trình của Yeong-hye.

The Vegetarian không chỉ đơn giản là câu chuyện về việc từ bỏ thịt. Nó là một phép ẩn dụ mạnh mẽ về cuộc kháng cự của một cá nhân đối với bạo lực và sự áp đặt từ xã hội. Quyết định từ chối ăn thịt của Yeong-hye tượng trưng cho sự phản kháng đối với sự thống trị của các cấu trúc quyền lực, đặc biệt là trong bối cảnh gia đình gia trưởng. Việc ăn chay của cô, theo cách này, trở thành biểu hiện của sự tìm kiếm tự do, sự thuần khiết và giải thoát khỏi những quy ước đã ràng buộc cô suốt đời.

Một chủ đề khác được nhấn mạnh trong *The Vegetarian* là sự chia cắt giữa tinh thần và thể xác. Yeong-hye không chỉ từ bỏ việc ăn uống mà dường như cô còn từ bỏ cả chính thân xác của mình. Điều này đặt ra câu hỏi về mối quan hệ giữa thể xác và tinh thần, giữa ý thức và vô thức, cũng như sự khát khao tự do khỏi các giới hạn của sự tồn tại về mặt vật chất.

Dù không trực tiếp đề cập đến Phật giáo, *The Vegetarian* vẫn chứa đựng những yếu tố tương đồng với triết lý của Phật giáo, đặc biệt là trong cách Yeong-hye từ bỏ thế giới vật chất và tìm kiếm sự giải thoát. Quyết định ăn chay của cô có thể được coi là một bước khởi đầu cho hành trình hướng về một hình thức tồn tại cao hơn, thoát khỏi những ràng buộc về thể xác và ham muốn trần tục. Sự tìm kiếm giải thoát khỏi khổ đau và bạo lực, cũng như việc từ chối sát sinh, là những yếu tố cốt lõi của triết lý Phật giáo.

Ngoài ra, tác phẩm còn chứa đựng sự chiêm nghiệm về vô thường và vô ngã – những khái niệm cơ bản trong đạo Phật. Yeong-hye từ từ biến mất khỏi thế giới vật chất, thoát khỏi cái tôi và thể xác, điều này gợi nhắc đến hành trình của một người tìm kiếm sự giác ngộ trong Phật giáo, nơi mà sự giải thoát khỏi bản ngã là mục tiêu cuối cùng.

The Vegetarian không chỉ là một tiểu thuyết về sự kháng cự cá nhân đối với bạo lực xã hội, mà còn là một bức tranh về sự mong manh của con người trong bối cảnh những áp lực vô hình đang bủa vây. Sự đấu tranh của Yeong-hye là biểu tượng cho sự phản kháng của những người yếu thế trong xã hội, những người không có tiếng nói và nó còn đề cập đến quyền tự do cá nhân, quyền được lựa chọn của mỗi con người.

Sự thành công của *The Vegetarian* trên văn đàn quốc tế cũng đánh dấu sự công nhận văn học Hàn Quốc trong thế kỷ 21, khi các tác phẩm từ Đông Á bắt đầu được thế giới chú ý. Tác phẩm của Han Kang không chỉ là một hiện tượng văn học mà còn là một cánh cửa để thế giới nhìn thấy những khía cạnh nhân văn, sâu sắc của nền văn học Á Đông trong thời đại toàn cầu hóa.

Trong bối cảnh toàn cầu hóa hiện nay, nhân loại đang đối diện với những khủng hoảng sâu rộng về môi trường, chiến tranh, phân hóa xã hội và sự suy thoái đạo đức. Văn học Phật giáo, với tinh thần từ bi và trí tuệ, có thể đóng góp vào việc chữa lành và thắp sáng những giá trị cốt lõi của lòng nhân ái, sự tỉnh thức và sự hòa hợp.

Phật giáo luôn nhấn mạnh tính vô thường và sự liên hệ mật thiết giữa con người và thế giới xung quanh. Điều này không chỉ thể hiện qua giáo lý mà còn có thể truyền tải mạnh mẽ qua văn chương. Các tác phẩm văn học Phật giáo, nếu được viết bằng cái nhìn sâu sắc và nhân ái, sẽ khơi dậy ý thức cộng đồng và giúp nhân loại tìm về sự tỉnh thức giữa dòng đời vật chất và hư vô.

Văn học Phật giáo, trong thế kỷ 21, có thể trở thành cầu nối giữa Đông và Tây, giữa tinh thần truyền thống và hiện đại. Tác phẩm "Người ăn chay" của Han Kang đã thành công trong việc nêu bật những yếu tố văn hóa Á Đông và giá trị nhân văn phổ quát, cùng với các yếu tố thể hiện sự tĩnh tâm, tránh bạo lực và sự đối thoại với bản chất bên trong. Đây chính là điều mà văn học Phật giáo có thể mang lại – một tiếng nói tinh tế nhưng mạnh mẽ, khơi gợi lòng từ bi và sự ý thức về trách nhiệm của mỗi cá nhân đối với thế giới xung quanh.

Những giá trị Phật giáo về tình yêu thương không biên giới, lòng khoan dung và sự tôn trọng sự sống đã và đang trở thành kim chỉ nam cho nhiều người trong việc đối mặt với những thử thách của thế kỷ 21. Văn học, khi thấm nhuần triết lý này, sẽ không chỉ tạo ra những tác phẩm nghệ thuật để thưởng thức mà còn là phương tiện để chữa lành, để thức tỉnh và để dẫn dắt nhân loại hướng về một tương lai bình an và hòa hợp hơn.

Tác phẩm văn học Phật giáo có thể không trực tiếp bàn về giáo lý Phật giáo một cách lý thuyết, mà thay vào đó, nó có thể khơi dậy những suy tư sâu xa về sự vô ngã, lòng từ bi và sự nhận thức về khổ đau của chúng sinh. Giải Nobel Hòa Bình trao cho tác giả "Người ăn chay" đã cho thấy sức mạnh của văn chương trong việc khơi dậy những mối liên hệ giữa cá nhân và xã hội, giữa tâm linh và vật chất.

Văn học Phật giáo không chỉ tồn tại trong khuôn khổ các tác

phẩm mang tính giáo lý mà còn có thể mở rộng ra những lĩnh vực đời sống. Những vấn đề về bảo vệ môi trường, quyền con người và hòa bình đều là những đề tài mà văn học Phật giáo đã nhuận lưu và truyền tải một cách sâu sắc, nhất là trong bối cảnh xã hội ngày càng phân rẽ.

Giải thưởng Nobel dành cho một tác giả có nhiều tác phẩm văn học mang tính chất tâm linh và nhân văn như "Người ăn chay" là một dấu hiệu tích cực cho thấy thế giới đang tìm kiếm những giá trị cốt lõi để vượt qua các thách thức hiện tại. Văn học Phật giáo trong thế kỷ 21, với sứ mệnh của mình, có thể là ánh sáng dẫn đường cho nhân loại trên con đường tìm kiếm sự cân bằng, hòa bình và tình yêu thương giữa một thế giới đầy biến động. Văn học Phật giáo, qua dòng chảy nhân văn, sẽ tiếp tục làm sống dậy những giá trị cao quý của lòng từ bi, trí tuệ và hòa hợp, góp phần tạo nên một thế giới an bình cho tất cả.

Ở đây, cũng cần thiết để nhìn lại một sự thể gai góc, đó là trong bối cảnh chính trị và xã hội Việt Nam hiện tại, văn học đối mặt với nhiều hạn chế do sự thiếu tự do và vi phạm nhân quyền. Điều này tạo ra một thách thức cho các nhà văn và tư tưởng, những người đi tìm tiếng nói độc lập trong một môi trường bị kìm kẹp. Tuy nhiên, từ những gì chúng ta chứng kiến qua những tác phẩm đoạt giải Nobel, cụ thể ngay bây giờ như *The Vegetarian* của Han Kang, có thể rút ra hướng đi tiềm năng cho văn học Việt Nam trong việc chuyên chở các giá trị nhân văn và trở thành phương tiện thay đổi số phận của một dân tộc.

Trong lịch sử văn học thế giới, những tác phẩm vĩ đại nhất thường xuất hiện từ những bối cảnh chính trị, xã hội đầy áp bức. Đó không chỉ là phương tiện để nhà văn biểu đạt nỗi đau và sự bất công mà còn trở thành biểu tượng cho tinh thần kháng cự và giải phóng. *The Vegetarian* là một ví dụ về sự kháng cự cá nhân với những áp lực vô hình từ xã hội, thể hiện qua việc Yeong-hye tìm kiếm sự giải thoát khỏi những áp đặt truyền thống và thể xác. Tương tự, trong bối cảnh chính trị xã hội Việt Nam, văn học là một phương tiện để phản ánh sự khao khát tự do và chống lại những hệ thống áp bức. Những nhà văn như Albert Camus hay Aleksandr Solzhenitsyn đã dùng văn chương để phơi bày sự thối nát và khủng hoảng đạo đức của chế độ, thúc đẩy nhận thức về nhân quyền và tự do. Văn học Việt Nam cũng từng có lúc và, vẫn có thể đi theo con đường này, không chỉ là một phương tiện nghệ thuật mà còn là vũ khí tinh thần để phản kháng và thức tỉnh nhận thức của công chúng.

Văn học có khả năng mạnh mẽ trong việc thay đổi nhận thức xã hội. Những tác phẩm đoạt giải Nobel như *One Hundred Years of Solitude* của Gabriel García Márquez hay *Beloved* của Toni Morrison đã vạch trần những bất công xã hội, sự phân biệt chủng tộc và tình trạng áp bức của các nhóm người yếu thế. Họ đã không chỉ viết về nỗi đau mà còn tạo ra sự thấu cảm và động lực để đấu tranh cho sự công bằng.

Tại Việt Nam, một xã hội bị kìm kẹp trong sự thiếu tự do, văn học có thể đóng vai trò như một hình thức đối thoại âm thầm liên lỉ nhưng đầy sức mạnh. Tác phẩm không chỉ dừng lại ở việc kể chuyện mà cần hướng đến việc thức tỉnh ý thức cộng đồng, khơi gợi tinh thần phản kháng với áp bức, cũng như khuyến khích sự đoàn kết để xây dựng một tương lai tự do và công bằng hơn.

Trong bối cảnh thiếu tự do và vi phạm nhân quyền, văn học không chỉ là nơi phản ánh thực trạng mà còn là một hình thức "lột xác" cho chính nó. Nhìn vào những tác giả-tác phẩm đoạt giải Nobel, như *The Vegetarian*, chúng ta thấy rằng văn học có thể trở thành biểu tượng của sự thay đổi, chạm vào những góc khuất của tâm hồn con người và khơi dậy sự phản tỉnh.

Với xã hội Việt Nam hiện tại, văn học cần phải thoát khỏi các rào cản truyền thống và tự cởi bỏ những xiềng xích của chế độ kiểm soát. Nó phải tìm cách lột tả sự thật một cách tinh tế, đôi khi là ẩn dụ, đôi khi là trực tiếp, nhằm chạm đến nhận thức xã hội. Các tác phẩm như *1984* của George Orwell hay *The Gulag Archipelago* của Solzhenitsyn đã minh chứng rằng, ngay cả trong những hoàn cảnh tồi tệ nhất, văn học vẫn có thể trở thành phương tiện hùng mạnh để lột trần sự bất công và thúc đẩy thay đổi.

Văn học không thể tự mình thay đổi hiện thực chính trị, nhưng nó có thể tạo ra những chuyển biến trong nhận thức, điều này là tiền đề quan trọng để thay đổi xã hội. Khi người dân bắt đầu ý thức về sự bất công, về nhân quyền bị tước đoạt, và khao khát tự do, văn học sẽ trở thành một ngọn lửa thắp sáng tinh thần đấu tranh và sự đoàn kết.

Như trong *The Vegetarian*, sự phản kháng của Yeong-hye ban đầu chỉ là một hành động cá nhân nhưng dần dần lan rộng ra và ảnh hưởng đến những người xung quanh. Tương tự, văn học Việt Nam cần phải tạo ra những tiếng nói phản kháng nhỏ, không ngừng, để lan tỏa ra xã hội. Tác phẩm văn học không chỉ giúp con người cảm nhận được nỗi đau và sự bất công mà họ đang phải chịu đựng mà còn khuyến khích họ đứng lên để tự giành lại tự do và nhân quyền.

Để văn học có đủ sức mạnh thay đổi số phận Việt Nam, các nhà văn phải dũng cảm tìm cách phản ánh sự thật, ngay cả khi điều đó đồng nghĩa với việc đối mặt với nguy cơ bị kiểm soát và đàn áp. Văn học phải trở thành một phương tiện để con người suy ngẫm về giá trị của tự do, nhân quyền và tình thương. Nó không chỉ là nghệ thuật mà còn là tiếng nói của khát vọng, của sự kêu gọi về một tương lai tốt đẹp hơn.

Những nhà văn trong lịch sử từng giành giải Nobel đã chứng

minh rằng, văn học có thể vượt qua ranh giới chính trị, đánh thức những giá trị nhân văn cốt lõi và tạo ra những chuyển biến lớn cho xã hội. Văn học Việt Nam, nếu có thể nắm bắt được những sứ mệnh này, không chỉ có thể lột xác cho chính nền văn học mà còn có khả năng thay đổi số phận dân tộc, mang lại sự thức tỉnh và hy vọng cho một tương lai tự do, nhân quyền và bình đẳng.

Văn học, dù trong bất kỳ hoàn cảnh nào luôn là phương tiện mạnh mẽ để chuyên chở những giá trị nhân văn và khơi dậy khát vọng tự do. Trong bối cảnh chính trị và xã hội Việt Nam, văn học có thể trở thành tiếng nói phản kháng thâm trầm nhưng đầy sức mạnh, dẫn dắt cộng đồng nhận thức về nhân quyền và giá trị tự do. Những tác phẩm đoạt giải Nobel Văn học trong những năm gần đây phản ánh một xu hướng rõ rệt: văn chương ngày càng tập trung vào việc phơi bày những góc khuất trong lịch sử, nỗi đau cá nhân, và sự kháng cự của con người đối với bạo lực và bất công. Những nhà văn đoạt giải như Han Kang (2024), Jon Fosse (2023), và Abdulrazak Gurnah (2021) đều mang trong mình một sứ mệnh truyền tải những giá trị nhân văn, đối đầu với những bất công xã hội, lịch sử và văn hóa.

Han Kang, với tác phẩm *The Vegetarian* và các tác phẩm khác, không ngừng khám phá sự mong manh của đời sống con người và những tổn thương lịch sử, thông qua lối văn chương giàu chất thơ và suy ngẫm về mối liên hệ giữa cơ thể và tâm hồn. Tác phẩm của cô đại diện cho tiếng nói của những người sống trong áp lực vô hình của xã hội gia trưởng và sự tìm kiếm sự giải thoát cá nhân.

Jon Fosse, nhà văn Na Uy, được tôn vinh vì lối văn "sáng tạo và độc đáo", khi ông khơi gợi những điều không thể nói ra thông qua các vở kịch và tiểu thuyết đầy trầm mặc và suy tưởng. Các tác phẩm của ông đặt trọng tâm vào những cảm xúc sâu sắc và sự đối diện của con người với thực tại.

Abdulrazak Gurnah, nhà văn gốc Zanzibar, nổi bật với những tác phẩm về di cư, tị nạn và sự phân biệt chủng tộc, đặc biệt là các di chứng của chủ nghĩa thực dân. Ông đem lại tiếng nói cho những người bị đẩy ra bên lề xã hội, khám phá sự phức tạp của việc tìm kiếm căn tính và vị thế trong một thế giới đầy biến động.

Cả ba nhà văn này đều có những khó khăn và thử thách riêng, nhưng Jon Fosse và Abdulrazak Gurnah bị ảnh hưởng nhiều hơn bởi bối cảnh xã hội và chính trị trong quá khứ của họ, trong khi Han Kang đối mặt với những cản trở mang tính xã hội và phê phán trong nước.

Bấy giờ, khi những người sáng tạo dũng cảm bước ra khỏi vòng kìm kẹp và viết lên sự thật, văn học sẽ không chỉ là cuộc lột xác cho chính nó mà còn là ánh sáng dẫn lối cho sự thay đổi số phận Việt Nam, hướng đến một tương lai tự do, nhân quyền và hòa bình hơn.

Chốn Bụi, Phật lịch 2568
Ngày 12 tháng Mười, 2024

Huệ Đan – 慧丹

虛空有盡　吾願無窮

www.ingramcontent.com/pod-product-compliance
Lightning Source LLC
LaVergne TN
LVHW050836051026
849532LV00006BA/1987